താരശരീരവും ദേശചരിത്രവും

tharashareeravum deshacharithravum

•

muhammad facrudeen ali

•

first edition
january 2012

•

typesetting
star communications, thiruvananthapuram

•

published
chintha publishers, thiruvananthapuram

•

•

cover
prasoon

•

വിതരണം

ദേശാഭിമാനി ബുക്ക് ഹൗസ്

H O തിരുവനന്തപുരം-695 035
www.chinthapublishers.com
chinthapublishers@gmail.com

ബ്രാഞ്ചുകൾ

ഹെഡ്ഡോഫീസ് കുന്നുകുഴി • ഓവർബ്രിഡ്ജ് തിരുവനന്തപുരം • കെ എസ് ആർ ടി സി ബസ് സ്റ്റേഷൻ ആലപ്പുഴ • കെ എസ് ആർ ടി സി ബസ് സ്റ്റേഷൻ എറണാകുളം • മച്ചിങ്ങൽ ലെയ്ൻ തൃശൂർ • ഐ ജി റോഡ് കോഴിക്കോട് • കെ എസ് ആർ ടി സി ബസ് സ്റ്റേഷൻ കോഴിക്കോട് • എൻ ജി ഒ യൂണിയൻ ബിൽഡിങ് കണ്ണൂർ • സെൻട്രൽ ബസ് ടെർമിനൽ കോംപ്ലക്സ് താവക്കര കണ്ണൂർ

CO - 1691 / 2841

താരശരീരവും ദേശചരിത്രവും

മുഹമ്മദ് ഫക്രുദ്ദീൻ അലി

ചിന്ത പബ്ലിഷേഴ്സ്
തിരുവനന്തപുരം-695 035

മുഹമ്മദ് ഫക്രുദ്ദീൻ അലി

കോഴിക്കോട് ജില്ലയിലെ ബാലുശ്ശേരി കിനാലൂരിൽ ജനനം. പിതാവ്: സൂഫിവര്യനും സംസ്കൃത അറബിക് പണ്ഡിത നുമായ വിളയാട്ടേരി കുഞ്ഞുമുഹമ്മദ് മുസലിയാരുടെ മകനും സാമൂഹികപ്രവർത്തകനുമായ വി ഇമ്പിച്ചിക്കോയ. മാതാവ്: സ്വാതന്ത്ര്യസമര സേനാനിയായിരുന്ന പനോളി ക്കണ്ടി അഹമ്മദിന്റെ പുത്രിയായ അയിഷ. ഗവ. ബോയ്സ് ഹൈസ്കൂൾ, മലബാർ ക്രിസ്ത്യൻ കോളേജ്, ജെ എൻ യു എന്നിവിടങ്ങളിൽ വിദ്യാഭ്യാസം. ഇപ്പോൾ കേരള യൂണി വേഴ്സിറ്റി ചരിത്രവിഭാഗത്തിൽ ഗവേഷണം നടത്തുന്നു. ആനുകാലികങ്ങളിൽ സാംസ്കാരിക പഠനങ്ങളും രാഷ്ട്രീയ ലേഖനങ്ങളും എഴുതാറുണ്ട്. ദേശീയ അന്താരാഷ്ട്ര സെമി നാറുകളിൽ പ്രബന്ധങ്ങൾ അവതരിപ്പിച്ചിട്ടുണ്ട്. ഇപ്പോൾ കൈരളി-പീപ്പിൾ ടി വിയിൽ ഫിലിം ഫെസ്റ്റ് എന്ന പ്രോഗ്രാം അവതരിപ്പിക്കുന്നു.

വിലാസം : വിളയാട്ടേരി
കണ്ണാടിപ്പൊയിൽ
ബാലുശ്ശേരി
കോഴിക്കോട്
email   : bifakrudheenali@gmail.com

ഉള്ളടക്കം

താരശരീരവും ദേശചരിത്രവും

മോഹൻലാൽ: താരശരീരവും ദേശചരിത്രവും 9
കേരളചരിത്രത്തിൽ ഒരിടം 18
തിരശ്ശീലയിലെ മലയാളി 27
സ്വയമറിയുന്ന താരവും മരുന്നുവേണ്ട ദേശവും 34
ക്യാമ്പസും സിനിമയും 43

ബോളിവുഡ് – ഹോളിവുഡ്

ദേവദാസ്: ഇന്ത്യൻ സിനിമയുടെ പുതിയ മുഖം 54
താരത്തെ കൊല്ലുന്ന നടൻ 59
'ഗുരു:' ഗാന്ധിയും അംബാനിയും ചേരുന്നിടം 66
സ്പൈഡർമാന്റെ സമ്മതിയും താണ്ഡവവും 70
മാൻഹട്ടിനിലെ വാനവും സ്പൈഡിയുടെ ലോകവും 75
മഖമൽബഫിന്റെ 'സ്ക്രീം ഓഫ് ദി ആന്റ്സ്' 80
മൂന്നാംലോകത്തിന്റെ സുവർണചകോരം 85

നാളെയുടെ ജാതകപ്പടി

'ബിഗ്ബി:' നാളെയുടെ ജാതകപ്പടി 91
ഹലോ മോഹൻലാൽ 98
'വേട്ടക്കാർ' പോരാട്ടത്തിന്റെ വേറിട്ട മുഖം 103
'പളുങ്കി'ന്റെ പകിട്ടും പരിസരവും 107

ഓർമ

ഒടുവിൽ.... സാമൂഹികചരിത്രഭൂമികയിൽ 112
ഗന്ധർവന്റെ കൈമുദ്രകൾ 116

എന്റെ പ്രിയപ്പെട്ട ഉപ്പ വി ഇമ്പിച്ചിക്കോയയുടെ
മരിക്കാത്ത സ്മരണകൾക്കുമുമ്പിൽ
ഈ പുസ്തകം സമർപ്പിക്കുന്നു

താരശരീരവും ദേശചരിത്രവും

1

മോഹൻലാൽ
താരശരീരവും ദേശചരിത്രവും

ചരിത്രം ദൈവത്തെപ്പോലെയാണ്. അതായത് അത് തുണിലും തുരുമ്പിലുമിരിക്കും. എപ്പോഴും ഒന്നല്ലെങ്കിൽ മറ്റൊരു അധികാരകേന്ദ്ര ത്തോട് ഒട്ടിയാണ് നിൽക്കുക. അതുകൊണ്ടുതന്നെ ചരിത്രകാരന്റെ എക്കാലത്തേയും ഒന്നാമത്തെ പ്രശ്നം അയാൾ എവിടെ അതമ്പേഷി ക്കുന്നു എന്നതാണ്. രണ്ടാമത്തേത് അയാൾ ഏത് അധികാരകേന്ദ്രത്തെ യാണ് ബോധപൂർവമോ അബോധപൂർവമോ പ്രതിനിധീകരിക്കുന്നത് എന്നതും. ഈ അധികാരകേന്ദ്രം വർഗമോ മതമോ ജാതിയോ അങ്ങനെ എന്തുമാകാം. ചരിത്രത്തിന്റെ ഈയൊരു വഴുവഴുപ്പുകൊണ്ടുള്ള ഒരു ദോഷം തിരിച്ചറിയപ്പെടേണ്ട പല വർത്തമാനകാലസംഭവങ്ങളും നിശ്ശ ബ്ദമായി മറ്റൊരു നാളെയെ സൃഷ്ടിക്കുന്ന ചില പ്രവണതകളും തിരിച്ചറി യപ്പെടാതെ, പരിഗണിക്കപ്പെടാതെ പോകുന്നുണ്ട്. ഇന്ന് നമ്മുടെ കേരള ചരിത്രപരിസരത്ത് ഇത്തേറ്റവും പ്രകടം സിനിമയോടുള്ള വിശിഷ്യാ ജന പ്രിയ സിനിമയോടുള്ള നമ്മുടെ അക്കാദമിക ചരിത്രകാരന്മാരുടെ നിഷേ ധാത്മക സമീപനത്തിലാണ്. ചരിത്രരചനയിൽ ജനപ്രിയ കലാരൂപങ്ങൾ ഉപാദാന (source)ങ്ങൾ എന്ന നിലയിൽ പ്രാധാന്യമുണ്ടെങ്കിലും ഇക്കാ ലത്തെ ഏറ്റവും ശക്തമായ ജനപ്രിയകലാരൂപമായ സിനിമക്ക് അവർ അർഹമായ പരിഗണനനൽകുന്നില്ല. (അരനൂറ്റാണ്ടിനു മുമ്പു തന്നെ ഫ്രാൻസിൽ ആനൽ (Annals) ചരിത്രകാരന്മാർ ഹോട്ടൽ ബില്ലുകളെ പ്പോലും ഉപാദാനങ്ങളായി പരിഗണിക്കാൻ തുടങ്ങിയിരുന്നു എന്നോർക്ക ണം). പ്രത്യേകിച്ചും കീഴാളചരിത്ര (Subaltern study) പഠനങ്ങൾക്ക് വലിയ പ്രാധാന്യമുള്ള ഇക്കാലത്ത് പലപ്പോഴും ചരിത്രകാരന്മാർക്ക് ജന പ്രിയ കലാരൂപങ്ങൾ എന്നാൽ നാടൻപാട്ടുകളും നാടൻകലകളും (Folk-lore) മാത്രമായിപ്പോകുന്നു എന്നത് നിർഭാഗ്യകരമാണ്. അതായത് ഇപ്പ

റഞ്ഞ കലാരൂപങ്ങൾ ചരിത്രപരമായി ഉരുത്തിരിഞ്ഞു വന്ന സമയത്ത് സവർണ പണ്ഡിതവര്യന്മാർ അവയെ പുച്ഛിച്ചുതള്ളിക്കളഞ്ഞ അതേ മണ്ട ത്തരം ഇത്തരക്കാരെ പൊളിച്ച് കാണിച്ച് ഇടതു കീഴാള ചരിത്രകാരന്മാർ ജനപ്രിയ സിനിമകളോടുള്ള തങ്ങളുടെ സമീപനത്തിലൂടെ ആവർത്തി ക്കുന്നു എന്നു സാരം. (ഇവിടെ ജനകീയം Vs ജനപ്രിയം എന്ന കാലഹ രണപ്പെട്ട ചർച്ചയിലേക്ക് കടക്കുന്നില്ല. കാരണം കാൽനൂറ്റാണ്ട് മുമ്പ് സ്വപ്നംപോലും കാണാൻ കഴിയാത്ത തലത്തിലേക്ക് സാങ്കേതികവിദ്യ വളരുകയും ജനകീയമാകുകയും ചെയ്തുകഴിഞ്ഞപ്പോൾ ഈ സ്ഥിരം ഉടക്കുവാദം തീർത്തും അപ്രസക്തമാണ്. ഇനി അഥവാ പ്രസക്തമെങ്കിൽ തന്നെ തൊട്ടുകൂടായ്മയും മുൻവിധികളും ഒരു രംഗത്തും ആശാസ്യ മല്ല).

സിനിമയെ അവഗണിക്കുന്നതിന് ചരിത്രകാരന്മാർ പൊതുവെ പറ യുന്ന ന്യായം അത് ചരിത്രപരമായി നോക്കുമ്പോൾ താരതമ്യേന പുതി യൊരു കലാരൂപമാണെന്നതും തങ്ങളുടെ ഭൂമിക അതിനുമുമ്പുള്ള ഒരു കാലമാണെന്നതും ഇത് സോഷ്യോളജിസ്റ്റുകളോ മനഃശാസ്ത്രജ്ഞരോ കൈകാര്യം ചെയ്യേണ്ട വിഷയമാണ് എന്നതുമാണ്. പക്ഷേ, ചരിത്രം എന്നാൽ വെറും പൗരാണിക-മധ്യകാല ചരിത്രം മാത്രമല്ലല്ലോ. ആധു നിക-സമകാലിക ചരിത്രം എന്നതൊന്നുകൂടി ഇതിന്റെ ഭാഗമല്ലേ. എന്തു കൊണ്ടാണ് സാംസ്കാരിക സാമൂഹിക ചരിത്രരചനകൾ കേരളത്തിൽ ഇനിയും വേണ്ടവിധം വേരുപിടിക്കാത്തത് എന്നത് അന്വേഷിക്കേണ്ടതാ ണ്. നവോത്ഥാനകാലം ഒഴിച്ചുനിർത്തിയാൽ കേരളത്തിൽ ആധുനിക കാലഘട്ടത്തിന്റെ ആയുസ്സ് ഏതാണ്ട് അരനൂറ്റാണ്ടാണ്. ഇക്കാലത്ത് 'ജീവി തനൗക' തൊട്ട് 'കോളേജ് കുമാരൻ' വരെയുള്ള സിനിമകൾ ജനങ്ങ ളിൽ ശക്തമായ സ്വാധീനം ചെലുത്തിയ കലാരൂപമെന്ന നിലയിൽ നിറഞ്ഞ സാന്നിധ്യമാണുതാനും. അപ്പോൾ സാംസ്കാരികായുധത്തെ തലനാരിഴ കീറി പരിശോധിക്കണമെന്ന് നിർബന്ധബുദ്ധിയുള്ള നമ്മുടെ ചരിത്രരംഗത്തെ ഇന്ന് ഏറ്റവും പ്രബലമായ മാർക്സിയൻ-ഗ്രാംഷിയൻ വകഭേദങ്ങൾ ആധുനിക സാമൂഹികാപഗ്രഥനത്തിൽനിന്നും ജനപ്രിയ സിനിമയെ മാറ്റിനിർത്തുന്നത് ഇരട്ടത്താപ്പാണ്. രണ്ടാമതായി ആധുനിക സമൂഹത്തെ സോഷ്യോളജിസ്റ്റുകൾക്ക് തീറെഴുതിക്കൊടുത്തതാണെ ങ്കിൽ ആധുനിക സമൂഹത്തിന്റെ പ്രശ്നങ്ങളിൽ ചരിത്രകാരന്മാർ ഇട പെടേണ്ടതുണ്ടോ? പക്ഷേ, ഇത്തരം കാര്യങ്ങളിൽ ഏറ്റവും സജീവമായി ഇടപെടുന്നുണ്ടുതാനും. അപ്പോൾ ഇങ്ങനെ ബാലിശമായി ചില വാദങ്ങ ളുയർത്തുന്നതിനു മുമ്പ് ഏറ്റവും ചുരുങ്ങിയത് "വർത്തമാനകാല രാഷ്ട്രീ യമാണ് നാളത്തെ ചരിത്ര"മെന്ന് പ്രശസ്ത ചിന്തകനായ സീലി പറ ഞ്ഞതെങ്കിലും അവരോർക്കേണ്ടതാണ്. ഈ പശ്ചാത്തലത്തിൽ മോഹൻ ലാൽ എന്ന നടന്റെ താരവ്യക്തിത്വവും അത് കേരളചരിത്രത്തിൽ ചെലു ത്തുന്ന സ്വാധീനവും, നാളത്തെ കേരളചരിത്രത്തിലെ അദ്ദേഹത്തിന്റെ സ്ഥാനവുമാണ് ഈ ലേഖനത്തിന്റെ ഫോക്കസ്. ഈ അന്വേഷണത്തിന്

അടിസ്ഥാനം "ശരീരം എന്നത് ചരിത്രം ആലേഖനം ചെയ്യപ്പെട്ടിരിക്കുന്ന ഒരു പ്രതലമാണ്" എന്ന് പ്രശസ്ത ഫ്രഞ്ച് ചിന്തകനായ മിഷേൽ ഫൂക്കോ വിന്റെ നിരീക്ഷണമാണ്. ഒപ്പം ചരിത്രത്തിലെ അന്യൂനമായ വ്യക്തിത്വ ങ്ങളെക്കുറിച്ച് "അവർ ലോകത്തി (അതതു സമൂഹത്തി)ന്റെ മുഖഛായ യും, ജനങ്ങളുടെ ചിന്തയും മാറ്റിമറിക്കുന്ന ചരിത്രശക്തികളുടെ പ്രതി നിധിയും ശില്പ്പിയുമാണെ"ന്ന് ആധുനിക ചരിത്രകാരന്മാരിൽ ഒറ്റയാ നായ ഇ എച്ച് കാറിന്റെ നിഗമനവുമാണ്.

മോഹൻലാൽ മലയാള സിനിമയിൽ തദ്വാരാ കേരളസമൂഹത്തിൽ തന്റെ സാന്നിധ്യം അറിയിക്കാനും അങ്ങനെ നമ്മുടെ സ്വപ്നങ്ങളെയും ചിന്തകളെയും നിർണയിക്കാനും അഭിപ്രായങ്ങളെ രൂപപ്പെടുത്താനും തു ടങ്ങിയിട്ട് കാൽനൂറ്റാണ്ടായി. ഈ ഇരുപത്തഞ്ച് വർഷങ്ങൾക്ക് ആധു നിക കേരളമെന്ന സാമൂഹികാന്തരീക്ഷത്തിന്റെ പകുതി വയസുണ്ട്. അതുകൊണ്ടുതന്നെ ദൃശ്യമാധ്യമങ്ങളുടെ പൊതുസമ്മതസൃഷ്ടി പ്രഭാ വത്തെക്കുറിച്ചാകുലപ്പെടുന്നവർക്ക് പ്രത്യേകിച്ചും ഈ വസ്തുത സമ്മ തിച്ചുതരാതിരിക്കാനാവില്ല. ഈ കാലഘട്ടത്തിന്റെ കേരളചരിത്രത്തിലെ പ്രത്യേക പ്രാധാന്യം ആധുനികത എന്ന ചരിത്രകാലം കേരളത്തിൽ യൗവനയുക്തമാകുന്നതും, അങ്ങനെ അതിന്റേതായ പ്രശ്നങ്ങൾ ഇവിടെ പ്രകടവും, രൂക്ഷവുമാകുന്നതും ഇക്കാലത്താണ് എന്നതാണ്. ആധുനി കതയ്ക്ക് ജന്മം നൽകിയ നവോത്ഥാനകാലത്തുണ്ടായിരുന്ന സാമൂഹി കമായ മേൽക്കൈയും രാഷ്ട്രീയമായ ഇച്ഛാശക്തിയും സാംസ്കാരികമായ മൈലേജും ഇക്കാലമായപ്പോഴേക്കും ചോർന്നുപോയിരുന്നു. പകരം പ്രശ്നങ്ങളുടെ പരിസരം ആധുനികതയായതുകൊണ്ട് മുതലാളിത്ത ത്തിന്റെ ഈ ക്ലാസിക്കൽഘട്ടത്തോടുള്ള നവോത്ഥാനാനന്തര തലമുറ യുടെ ഏറ്റുമുട്ടലും അതു സൃഷ്ടിച്ച തിരുത്തൽ പ്രക്രിയയുമായിരുന്നു ഇക്കാലഘട്ടത്തിന്റെ മുഖമുദ്ര. ഇതു രണ്ടുമാണ് ആധുനികതയിൽനിന്ന് ആധുനികോത്തരമെന്നു വിളിക്കപ്പെടാവുന്ന ഒരു സാമൂഹികാന്തരീക്ഷ ത്തിലേക്കു കേരളത്തെ എത്തിച്ചത്. ഈ പ്രക്രിയയുടെ പ്രതിനിധിയും സ്രഷ്ടാവും എന്നതാണ് ഈ ചരിത്രപ്രക്രിയയിൽ മോഹൻലാൽ എന്ന താരത്തിന്റെ റോൾ. അതുതന്നെയാണ് കേരളചരിത്രത്തിൽ, അദ്ദേഹത്തെ അടയാളപ്പെടുത്തുന്നതും.

ഈ പ്രക്രിയയെ വിശകലനം ചെയ്യുന്നതിന് മുമ്പ് താരവ്യക്തിത്വം എന്നാൽ എന്താണെന്ന് പരിശോധിക്കേണ്ടതുമുണ്ട്. കാരണം മോഹൻലാ ലിന്റെ താരവ്യക്തിത്വമാണ് ഇവിടെ ഈ ചരിത്രപരമായ ധർമം നിർവ ഹിക്കുന്നത്. താരവ്യക്തിത്വം എന്നത് ഇതുവരെ വന്നിട്ടുള്ള ജനപ്രിയ കലാരൂപങ്ങളിൽ സിനിമയ്ക്ക് മാത്രമുള്ള ഒരു പ്രത്യേകതയാണ്. ഇതിന്റെ അടിസ്ഥാനത്തിലാണ് സൂപ്പർ-മെഗാ തുടങ്ങിയ താരപദവികൾ രൂപം കൊണ്ടുവന്നിട്ടുള്ളത്. ഫാൻ ക്ലബുകൾ തുടങ്ങിയ പല പ്രത്യേകതകളും ഇതിനുണ്ട്. താരവ്യക്തിത്വം എന്നത് നടനും പ്രേക്ഷകനും ഉൾപ്പെടുന്ന ഒരു പ്രക്രിയയിൽനിന്നുണ്ടാകുന്നതാണ്. ഇതിനുള്ള അന്തരീക്ഷമൊരു

ക്കാൻ സിനിമയ്ക്കേ കഴിയുള്ളൂ. സിനിമയുടെ ഒരു പ്രത്യേകത അതിൽ കഥാപാത്രങ്ങൾ ഓരോ പ്രേക്ഷകനും സ്വന്തമാണെന്നതാണ്. ഇവിടെ യാണ് പ്രധാനമായും ടെലിവിഷൻ-സ്പോർട്സ് താരങ്ങളിൽനിന്ന് സിനി മാതാരം വ്യത്യസ്തനാവുന്നത്. അതായത്, സിനിമ കാണുമ്പോൾ തിയേ റ്ററിലെ ബഹളത്തിലും താൻ ഒരേകാന്തതീരത്താണെന്നും, നടന്മാർ നേരിട്ട് സംവദിക്കുന്നത് തന്നോട് മാത്രമാണെന്നും പ്രേക്ഷകന് തോന്നും. ഈ ഏകാന്തതീരത്ത് പ്രേക്ഷകനും പിന്നെ സിനിമയിലെ കഥാപാത്ര ങ്ങളുമാണുണ്ടാവുക. ഈ കഥാപാത്രങ്ങളിലോരോരുത്തരും പ്രേക്ഷകന്റെ ജീവിതത്തിലെ ഓരോ ഭാഗമോ, അയാളുമായി ബന്ധപ്പെട്ട ഏതെങ്കിലും വ്യക്തിത്വത്തെയോ ആണ് പ്രതിനിധീകരിക്കുക. നായകനാകട്ടെ അയാൾ തന്നെയും. ഈ താദാത്മ്യം പ്രാപിക്കൽ സിനിമയുടെ സാങ്കേതിക മിക വുമൂലം ജീവസുറ്റ ഒന്നാണ്. അപ്പോൾ പ്രേക്ഷകൻ അയാളുടെ സ്വപ്ന ങ്ങൾകൊണ്ട് നായകനെ അലങ്കരിക്കുകയും, ആദരിക്കുകയും ചെയ്യു ന്നു. നടൻ തന്റേതായ 'സിനിമാറ്റിക്' ആയ ഏതെങ്കിലും പ്രത്യേകതകൊ ണ്ട് മുൻപറഞ്ഞ താദാത്മ്യ പ്രക്രിയയെ കലർപ്പറ്റതാക്കുന്നു. ഈ ഇരട്ട പ്രവർത്തനം നടക്കുമ്പോൾ പ്രേക്ഷകന്റെ ബോധമണ്ഡലം തനിക്കുചു റ്റുമുള്ള യഥാർഥ (real) സമൂഹത്തെ മറക്കുകയും നായകന്റെ പ്രശ്ന ങ്ങളിൽ പങ്കുചേർന്ന് കൈയടിക്കുകയോ, കരയുകയോ, ചിരിക്കുകയോ ചെയ്യും. ഇവിടെ പ്രേക്ഷകൻ വിഷയി (Subject) ആണ്. സിനിമ വിഷ യവും (Object). എന്നാൽ സിനിമയുടെ ജനനപ്രക്രിയയിൽ ഈ ബന്ധം നേരെ തിരിച്ചാണ്. അതുകൊണ്ടുതന്നെ സിനിമ – പ്രേക്ഷക ബന്ധ ത്തിന്റെ ഈ അന്യോന്യ സ്വഭാവം നിമിത്തം ചെറിയൊരു മേൽക്കൈ ഇവിടെ സിനിമയ്ക്കുണ്ട്. സിനിമ സാങ്കേതികമായി വളരുന്നതിനനുസ രിച്ച് ഈ പ്രക്രിയ ശക്തിപ്പെട്ടുവരും. അതുകൊണ്ടാണ് കരി-വെള്ളക്കാ ലത്ത് (Black and White age) സത്യൻ താരമാകാതെ പോയതും, കള റിന്റെ കാലത്ത് നസീർ താരമായതും, സിനിമാസ്കോപ്പ്-മൾട്ടികളർ ഡി ടി എസ് കാലത്ത് മോഹൻലാലും മമ്മൂട്ടിയുമെല്ലാം സൂപ്പർ-മെഗാതാര ങ്ങളാകുന്നതും. ഈ സാങ്കേതികമായ വളർച്ച സിനിമയ്ക്ക് പ്രേക്ഷകന്റെ ചിന്തകളെ രൂപപ്പെടുത്തുന്നതിൽ കൂടുതൽ കൂടുതൽ ഇടപെടാൻ സാഹ ചര്യമൊരുക്കുകയും ചെയ്യും. ഇങ്ങനെ നടക്കുന്ന താരസൃഷ്ടി പ്രക്രിയ യിൽ നടന്റെ സംഭാവന അയാളുടേതായ ചില പ്രത്യേകതകളായിരിക്കും. അമിതാഭ് ബച്ചനത് ശബ്ദമാണ്. രജനീകാന്തിനത് സ്റ്റൈൽ ആണ്. ആർനോൾഡ് ഷ്വാസ്നഗറിനത് ശരീരസൗന്ദര്യമാണ്. മോഹൻലാലിനാ കട്ടെ സ്വാഭാവികതയാണ്. അതായത് മുഖ-ശരീരചലനങ്ങളിലുള്ള സ്വാ ഭാവികത. ചുരുക്കിപ്പറഞ്ഞാൽ അഭിനയത്തികവ്. സിനിമ നാട്യപ്രധാന മായ ഒരു കലാരൂപമായതിനാൽ അഭിനയം അതിന്റെ മർമമാണ്. മറ്റേ തൊരു പ്രത്യേകതയേക്കാളും ശ്രദ്ധിക്കപ്പെടുകയും വിലയിരുത്തപ്പെടു കയും, അംഗീകരിക്കപ്പെടുകയും ചെയ്യുക അഭിനയമാണ്. ഇതാണ് മോഹൻലാലിന്റെ നേട്ടവും. തന്റെ താരവ്യക്തിത്വം രൂപംകൊണ്ട പ്രക്രി

യയിൽ അദ്ദേഹത്തിന്റെ നിക്ഷേപം അഭിനയത്തികവായതിനാൽ പ്രേക്ഷ
കനെ സംബന്ധിച്ചിടത്തോളം ആ താരവ്യക്തിത്വത്തിന് മറ്റെന്തിനേക്കാളും
പ്രാധാന്യമുണ്ട്. അഭിനയം എന്ന ഈ വജ്രായുധത്തിന്റെ സൂക്ഷ്മമായ
പ്രയോഗം വഴിയാണ് ലാൽ എന്ന താരം പ്രേക്ഷകനെ താനാഗ്രഹിക്കുന്ന
രീതിയിൽ ചിന്തിപ്പിച്ചോ, അവന്റെ ചിന്താപ്രക്രിയയെ പ്രചോദിപ്പിച്ചോ
ഒരു സാമൂഹികമാറ്റത്തിന് കാരണമാകുന്നത്. സംഘട്ടനരംഗങ്ങളെ
പ്പോലും ആംഗികാഭിനയത്തിന്റെ തലത്തിലേക്കുയർത്തുന്ന ഈ മിക
വാണ് ലാൽ എന്ന നടന്റെയും താരത്തിന്റെയും ആത്മാവ്.

താരവ്യക്തിത്വം ഇന്ന് പടിഞ്ഞാറൻ രാജ്യങ്ങളിലെ സിനിമാ നിരൂപ
ണരംഗത്തും സിനിമയെ അടിസ്ഥാനപ്പെടുത്തിയുള്ള സാമൂഹ്യശാസ്ത്രാ
ന്വേഷണങ്ങളിലും ഒരു പ്രധാന ഘടകമാണ്. പക്ഷേ, ടി മുരളീധരനെ
പ്പോലെയുള്ള ചിലരൊഴിച്ച് നമ്മുടെ അക്കാദമികലോകത്തിന് അതെല്ലാം
വെറും ചാപല്യങ്ങൾമാത്രമായിക്കാണാനാണ് താൽപ്പര്യവും ശീലവും.

മോഹൻലാലിന്റെ സിനിമകളിലെ അഞ്ചു ശ്രദ്ധേയമായ പ്രവണത
കളിലൂടെയാണ് ഈ അന്വേഷണം നമ്മൾ നടത്തുന്നത്. തൊഴിൽ രഹി
തനായ ചെറുപ്പക്കാരൻ, ഇടതുപക്ഷ രാഷ്ട്രീയക്കാരൻ, ഗൾഫുകാരൻ,
അച്ഛനുമായി തീവ്രസംഘട്ടനത്തിലേർപ്പെട്ട ജന്മിത്വത്തിന്റെ കൊച്ചുമോൻ,
നവമാടമ്പി തുടങ്ങിയവയാണ് ഈ പ്രവണതകൾ. ഇതുകൊണ്ട് ഇത്തരം
കഥാപാത്രങ്ങളെ മാത്രമേ അദ്ദേഹം അവതരിപ്പിച്ചിട്ടുള്ളൂ എന്നു അർഥ
മാക്കുന്നില്ല. അദ്ദേഹത്തിന്റെ സിനിമകളെടുത്ത് പരിശോധിച്ചാൽ അവ
യിൽ ഇത്തരം കഥാപാത്രങ്ങൾക്ക് പ്രാമുഖ്യമുണ്ടെന്നുകാണാം. അവ
അദ്ദേഹത്തിന്റെ താരവ്യക്തിത്വത്തിന്റെ വിവിധ ഘട്ടങ്ങളെ കൃത്യമായി
അടയാളപ്പെടുത്തുന്നുണ്ട് എന്നതിനാലാണ് ഈ കഥാപാത്രങ്ങളെ പ്രസ
ക്തമായി കരുതുന്നത്.

ആദ്യം പരാമർശിച്ച മൂന്ന് പ്രവണതകളും ആധുനികകേരളസമൂഹ
ത്തിൽ നടക്കുന്ന ഒരു സ്വാംശീകരണ പ്രക്രിയയെ അടയാളപ്പെടുത്തുക
വഴി കേരളത്തിലെ ആധുനികസമൂഹത്തിന് ആധുനികപടിഞ്ഞാറൻ സമൂ
ഹത്തിൽനിന്നുള്ള വ്യതിരിക്തത വ്യക്തമാക്കുന്നുണ്ട്. ആധുനികോത്ത
രതയിലേക്കുള്ള നമ്മുടെ സമൂഹത്തിന്റെ പരിണാമം അതുകൊണ്ടുതന്നെ
വിശദാംശങ്ങളിൽ കുറച്ച് വ്യത്യസ്തമാണ്. ആധുനികതയുടെ ഉത്തര
ഭാഗത്തെക്കുറിച്ചുള്ള പ്രയാണത്തിനിടക്ക് ആന്തരികമായി നമ്മുടെ
സമൂഹം വിധേയമാകുന്ന ചിട്ടപ്പെടുത്തലുകൾക്കും അതു നടത്തുന്ന
സ്വാംശീകരണ പ്രക്രിയക്കും ഏറ്റവും നല്ല ഉദാഹരണമായിവേണം സത്യൻ
അന്തിക്കാട്–ശ്രീനിവാസൻ ടീം ഒരുക്കിയ ആദ്യ വിഭാഗത്തിൽപ്പെട്ട സിനി
മകൾ പരിഗണിക്കേണ്ടത്. ആദ്യകാലത്തെ നെഗറ്റീവ് വേഷങ്ങൾക്കു
ശേഷം ചെയ്ത ഈ ചിത്രങ്ങളിലൂടെയാണ് കുടുംബപ്രേക്ഷകർക്ക് പ്രിയ
ങ്കരനായി മാറുകവഴി മോഹൻലാലിന്റെ താരവ്യക്തിത്വം രൂപംകൊണ്ടതും
ബലപ്പെട്ടതും.

'ടി പി ബാലഗോപാലൻ എം എ', 'ഗാന്ധിനഗർ സെക്കന്റ് സ്ട്രീറ്റ്', 'സന്മനസുള്ളവർക്ക് സമാധാനം', 'നാടോടിക്കാറ്റ്' തുടങ്ങിയവയാണ് ഈ ഗണത്തിലെ ശ്രദ്ധേയമായ സിനിമകൾ. ഇതിൽ ബാലഗോപാലന് ചെറിയൊരു ജോലിയുണ്ടെങ്കിലും അത് അസ്ഥിരവും അവസാനം നഷ്ടപ്പെട്ടു പോകുന്നതുമാണ്. അതുപോലെ 'സന്മനസി'ലെ പണിക്കർ ജോലി അന്വേഷിക്കുന്നില്ലെങ്കിലും അയാൾ തൊഴിൽരഹിതനാണ്. അതുകൊണ്ട് ഈ രണ്ടു കഥാപാത്രങ്ങളും ഫലത്തിൽ അക്കാലത്തെ തൊഴിലില്ലാപ്പടയിലെ അണികൾ തന്നെയാണ്. ഈ നായകന്മാരെല്ലാംതന്നെ ആധുനിക കാലത്തിന്റെ സൃഷ്ടിയാണെന്നും കാണാം. അവരുടെ ശത്രുവും പ്രശ്നവും അതുകൊണ്ട് ആധുനികതതന്നെ. പിന്തിരിപ്പനായിരുന്ന പഴയ നാടുവാഴിത്തകാലത്തെക്കുറിച്ചവർക്കറിയില്ല. അതിനേക്കാൾ മെച്ചമാണ് പുതിയ കാലം എന്നുള്ള വിശ്വാസവും അവർക്കില്ല. അവരെ സംബന്ധിച്ചിടത്തോളം സാമ്പത്തികം എന്ന അവരുടെ പ്രശ്നമാരംഭിക്കുന്നത് അവരുടെ കുട്ടിക്കാലത്താണ്. അതായത് ക്രിസ്ത്യൻ മിഷണറിമാരും നവോത്ഥാനവും ഇടതുപക്ഷവും ചേർന്ന് രൂപപ്പെടുത്തിയ കേരളത്തിലെ ആധുനികതയുടെ രംഗപ്രവേശത്തോടെ. അതുകൊണ്ട് അവരുടെ മുന്നിൽ രണ്ടു വഴികളാണുള്ളത്. ഒന്ന് പഴയകാലത്തേക്ക് തിരിച്ചുപോകുക. അതല്ലെങ്കിൽ ആധുനികത നൽകുന്ന സാധ്യതകൾ ഉപയോഗപ്പെടുത്തുകയും കൂടെ പഴയ ചില മൂല്യങ്ങൾ കാത്തുസൂക്ഷിക്കുകയും അങ്ങനെ തങ്ങളുടേതായ രീതിയിൽ ആധുനികതയെ പരുവപ്പെടുത്തുകയും ചെയ്യുക. മുകളിൽ പറഞ്ഞ സിനിമകളിൽ 'ബാലഗോപാല'നൊഴിച്ചുള്ള എല്ലാ നായകന്മാരും ഈ രണ്ടാമത്തെ മാർഗമാണ് അവലംബിക്കുന്നത്.

ആധുനികതയുടെ സൃഷ്ടിയായ നഗരത്തോടും തൊഴിലാളി സംഘടനകളോടും നേരും നെറിയുമില്ലാത്ത മുതലാളിയോടും, കാമുകിയുടെ അച്ഛനോടും തോറ്റ് ബാലഗോപാലൻ അമ്മയെയും കൂട്ടി നേരും നെറിയുമുള്ള തന്റെ ഗ്രാമത്തിലേക്ക് മടങ്ങിപ്പോവുകയാണ് (നേരും നെറിയും ഗ്രാമവുമെല്ലാം ഫ്യൂഡലിസത്തിന്റെ അടയാള ചിഹ്നങ്ങളാണല്ലോ). ഫ്യൂഡൽ–ആധുനിക ദ്വന്ദ്വത്തിന് ഇടയിൽപ്പെട്ട് ബുദ്ധിമുട്ടിയ കാമുകിയും അവസാനം ബാലഗോപാലനോടൊപ്പം ചേരുന്നുണ്ട്. പക്ഷേ, 'ഗാന്ധിനഗറി'ലെ അംശാധികാരിയുടെ മകൻ ഗൾഫിലേക്കും 'സന്മനസിലെ പണിക്കർ സകുടുംബം നഗരത്തിലേക്കും. 'നാടോടിക്കാറ്റി'ലെ രാംദാസ് സുഹൃത്ത് വിജയനോടൊപ്പം (ഗൾഫിലേക്ക് പുറപ്പെട്ട്) ചെന്നൈ നഗരത്തിലേക്കുമാണ് പോകുന്നത്. അതായത് പ്രശ്നങ്ങളുണ്ടെങ്കിലും ആധുനികതയുടെ കൂടെ നിൽക്കാനാണ് ഈ ഭൂരിപക്ഷത്തിന്റെ താൽപ്പര്യം. ഇത്തരം ഒരു തെരഞ്ഞെടുപ്പാണ് അക്കാലത്തെ മലയാളി യുവത്വത്തിൽ ഭൂരിപക്ഷവും നടത്തിയത്. അങ്ങനെയാണ് ഇന്ത്യക്കകത്തും പുറത്തുമുള്ള നഗരങ്ങളിൽ മലയാളി യുവത്വം വന്നടിഞ്ഞത്. പക്ഷേ, ആധുനികതയുമായിങ്ങനെ പൊരുത്തപ്പെടാൻ ശ്രമിക്കുമ്പോഴും അതിനെ വെറുക്കാൻ അവർക്ക് കൂടുതൽ കൂടുതൽ കാരണങ്ങളുണ്ടായിരുന്നു. ഗൂർഖയായി വേഷം കെട്ടിയ

അംശാധികാരിയുടെ മകനെയും അയാളുടെ സംരക്ഷകയായ നഴ്സറി ടീച്ചറെയും കുറിച്ച് സൊസൈറ്റിലേഡികൾ നടത്തുന്ന അപവാദപ്രചാര ണവും, പണിക്കരെ കുഴയ്ക്കുന്ന കോടതി നടപടിക്രമങ്ങളും, രാംദാ സിനെ വട്ടംകറക്കുന്ന വ്യവസായ – അധോലോക–രാഷ്ട്രീയ ത്രയവും ഇതിനു തെളിവാണ് (ഇവരെല്ലാം ആധുനികതയുടെ സൃഷ്ടിയാണ്). ഇതിനെ അതിജീവിക്കാനുള്ള അവരുടെ ശ്രമമാണ് ആധുനികതയുടെ കേരളീയമായ മൗലികത അടയാളപ്പെടുത്തുന്നതും അവിടന്നുള്ള പരി ണാമത്തെ സൂചിപ്പിക്കുന്നതും. അതായത് സത്യം, നേരും നെറിയും തുട ങ്ങിയ ചില പഴയ മൂല്യങ്ങളെ മുറുകെപ്പിടിച്ചതുകൊണ്ടാണ് ഗുർഖയ്ക്ക് നഴ്സറി ടീച്ചറുമായുള്ള ബന്ധം അതിരുവിടാതെ കാക്കാനും അങ്ങനെ അവരുടെ ഭർത്താവിന്റെ സ്നേഹത്തിന് പാത്രീഭവിച്ച് ഗൾഫിലേക്കു പോകാനുമാകുന്നത്. പണിക്കർ താൻ കുടിയിറക്കിവിട്ട പെൺകുട്ടിയെയും അവളുടെ കുടുംബത്തെയും ഏറ്റെടുത്തശേഷമാണ് ബിസിനസ് ചെയ്യാൻ തുടങ്ങുന്നത്. രാംദാസാകട്ടെ പിണക്കങ്ങളുണ്ടെങ്കിലും തന്റെ സുഹൃത്ത് വിജയനെ ഒരിക്കലും കൈവിടുന്നില്ല. മാത്രമല്ല, 'നാടോടിക്കാറ്റി'ന്റെ രണ്ടാംഭാഗമായ 'പട്ടണപ്രവേശ'ത്തിൽ മരിച്ചുപോയ തന്റെ സഹപ്ര വർത്തകന്റെ ഭാര്യയോടും കുട്ടിയോടും അമ്മയോടുമെല്ലാം അയാൾ നിർവ്യാജവും അതിരുവിടാത്തതുമായ സ്നേഹം പ്രകടിപ്പിക്കുന്നതും കാണാം. ഇതെല്ലാം സൂചിപ്പിക്കുന്നത് ഒരു സാകല്യം (synthesis) ആണ്. ഇതിൽ പഴയ ഫ്യൂഡൽ കാലഘട്ടം തീസിസും ആധുനിക കാലഘട്ടം ആന്റി–തീസിസുമാണ്. സാകല്യമാകട്ടെ ആധുനികോത്തരതയുടെ ജന നപരിസരവും.

ഈ പ്രക്രിയയിൽ ലാലിന്റെ താരവ്യക്തിത്വം നടത്തിയ ഇടപെടൽ അതിന്റെ വേഗം കൂട്ടുകയും സാമൂഹികമായ സാധുകരണം ഉണ്ടാക്കി ക്കൊടുക്കുകയും ചെയ്തു. ഈ ഇടപെടലിന് ഏറ്റവും നല്ല ഉദാഹരണം ഈ സിനിമകളുടെ കഥാന്ത്യമാണ്. അതായത് നായകർ തങ്ങളുടെ നില പാടുകളുടെ പുറത്ത് രക്ഷപ്പെട്ടോ എന്ന് 'ഗാന്ധിനഗറോ', 'ബാലഗോപാ ലനോ', 'സന്മനസോ' പറയുന്നില്ല. അതു പ്രേക്ഷകർക്ക് തീരുമാനിക്കാ നായി എറിഞ്ഞുകൊടുക്കുകയാണ്. അതായത് ചില സാധ്യതകൾ ഭാവി യിലേക്കായി തുറന്നിട്ടുകൊണ്ട് പ്രേക്ഷകരോട് ആലോചിക്കാനാവശ്യ പ്പെടുന്നു സിനിമ. ഈ ആലോചന എപ്പോഴെങ്കിലും തന്റെ ബോധപരി സരത്തുവെച്ച് ഇവരുടെ ആരുടെയെങ്കിലും വേഷമോ പ്രതിവേഷമോ കെട്ടേണ്ടിവരുമ്പോൾ പ്രേക്ഷകൻ നടത്തിക്കൊള്ളും. അതിന്റെ ഫലമെ ന്താണെന്ന തന്റെ പക്ഷം താരം വ്യക്തമാക്കുന്നത് ഈ നിരയിൽ അവ സാനം വന്ന 'നാടോടിക്കാറ്റി'ലാണ്. രാംദാസിന്റെ നിലപാടിനെ ശരിവ ച്ചുകൊണ്ട് അയാൾ രക്ഷപ്പെടുന്നതിനെ 'പട്ടണപ്രവേശ'വും 'അക്കര ക്കരെ'യും സാക്ഷ്യപ്പെടുത്തുന്നുണ്ട്. ഇങ്ങനെ പ്രേക്ഷകർ എടുത്ത ഭൂരി പക്ഷാഭിപ്രായത്തെ അതെടുക്കാൻ അവനെ പ്രചോദിപ്പിച്ച താരം പര സ്യമായി സാധുകരിക്കുകയാണ്. ഇതിൽ 'അക്കരെയക്കരെ'യുടെ പശ്ചാ

ത്തലം ആധുനികോത്തരതയുടെ പറുദീസയായ അമേരിക്കയാണെന്നത് യാദൃച്ഛികമല്ല. അവിടെ വെച്ചാണ് വിജയനും രാംദാസും തങ്ങളുടെ 'ലോക വിജയം' നേടുന്നതുമെന്നോർക്കുക.

ഇവിടെ ശ്രദ്ധിക്കേണ്ട മറ്റൊരു കാര്യം ബാലഗോപാലന്റെ നിലപാ ടാണ്. അയാൾ ഗ്രാമത്തിൽ ആധുനികതയുടെ നടുക്ക് പഴമയുടെ ഒരു ദ്വീപ് സൃഷ്ടിച്ച് കൃഷിയും ക്ഷേത്രവും ഒക്കെയായി കഴിഞ്ഞുകൂടാനാണ് സാധ്യത. ആധുനികോത്തര കേരള പരിസരത്തിന്റെ മറ്റൊരു ലക്ഷണ മായ ഐഡന്റിറ്റി പൊളിറ്റിക്സിന്റെയും പുനരുദ്ധാരണ–വർഗീയവാദങ്ങ ളുടെയും വേരുകൾ നമുക്കിവിടെ കണ്ടെത്താം. പക്ഷേ, ലാലിന്റെ താര വ്യക്തിത്വം അയാളോടൊപ്പമല്ല താനെന്നും രാംദാസിനോടൊപ്പമാണ് ചരി ക്കേണ്ടതെന്നും പ്രേക്ഷകനെ നിരന്തരം രാംദാസിന്റെ വിജയങ്ങളിലൂടെ ഓർമപ്പെടുത്തുന്നുണ്ട്. ഈ കഥാപാത്രങ്ങളെല്ലാം കുടുംബപശ്ചാത്തലം വെച്ചുനോക്കുമ്പോൾ വരേണ്യരല്ലേ എന്ന് ചിലർ വാദിച്ചേക്കാം. പക്ഷേ അതല്ലല്ലോ പ്രശ്നം. മറിച്ച് ആരുടെ പ്രശ്നങ്ങളാണ് അവർ പ്രതിനിധീ കരിച്ചതെന്നതാണ്. അത് തൊഴിൽരഹിതരായ അക്കാലത്തെ മുഴുവൻ യുവജനങ്ങളുടെയും പ്രശ്നമാണ്. വിദ്യാസമ്പന്നരോ അല്ലാത്തതോ ആയ ഭൂരിപക്ഷം ദളിത്, ഒ ബി സി യുവത്വത്തിനും തൊഴിൽ നൽകാൻ ആധുനികതയ്ക്ക് കഴിഞ്ഞിരുന്നില്ലല്ലോ.

തൊഴിൽരഹിതന്റെ പ്രശ്നങ്ങളുടെ രാഷ്ട്രീയമായ പ്രത്യാഘാതവും തുടർച്ചയുമായി വേണം മോഹൻലാലിന്റെ കഥാപാത്രങ്ങളെ പരിഗണി ക്കേണ്ടത്. എൺപതുകളുടെ ഒടുവിൽ പുറത്തിറങ്ങിയ 'ലാൽസലാ'മും തൊണ്ണൂറുകളുടെ അവസാനം പുറത്തിറങ്ങിയ 'രക്തസാക്ഷികൾ സിന്ദാ ബാദു'മാണ് ഈ നിരയിലെ പ്രധാന സിനിമകൾ.

മോഹൻലാൽ എന്ന താരം പ്രേക്ഷകന്റെ ഉപബോധ മനസിൽ തനി ക്കുള്ള സ്ഥാനം തന്റെ അഭിനയമികവിന്റെ ബലത്തിൽ സൂക്ഷ്മമായി ഉപയോഗിച്ചാണ് കൃത്യമായി രാഷ്ട്രീയവൽക്കരിക്കപ്പെട്ട ഒരു വലിയ വിഭാ ഗം പ്രേക്ഷകരെപ്പോലും സ്വാധീനിച്ചത്.

സത്യത്തിൽ 'രക്തസാക്ഷികൾ സിന്ദാബാദി'ലേതുപോലുള്ള ഒരു കഥാന്ത്യം സ്വീകരിക്കാൻ സംവിധായകനു ബലം നൽകിയത് ലാലിന്റെ താരവ്യക്തിത്വമാണ്. കാരണം സഹിച്ചത്യാഗങ്ങളുടെ പേരിൽ നായകൻ വലിയ സ്ഥാനത്തെത്തുന്നത് കാണാനാണ് പ്രേക്ഷകനാഗ്രഹിക്കുക. അപ്പോൾ മറിച്ചൊരു ക്ലൈമാക്സ് പ്രേക്ഷകനിലുണ്ടാക്കുന്ന അസം തൃപ്തി ചില്ലറയായിരിക്കില്ല. പക്ഷേ, മോഹൻലാൽ എന്ന താരത്തിന്റെ അഭിനയത്തികവ് സിനിമ നിർവഹിക്കുന്ന ഈ ചരിത്രദൗത്യത്തെ പ്രേക്ഷ കർക്ക് മനസിലാക്കിക്കൊടുക്കും എന്ന വിശ്വാസമാണ് പ്രേക്ഷകന്റെ മന സിലെ അസംതൃപ്തിയെ താണ്ടാൻ സംവിധായകനു പ്രേരണ നൽകു ന്നത്.

ഈ സിനിമകളുടെ പശ്ചാത്തലം പ്രധാനമായും കൊളോണിയൽ കാലമല്ലേയെന്നു ചിലർ ചോദിച്ചേക്കാം. പക്ഷേ, അതിൽ കാര്യമില്ല. പറ

യുന്നത് ഏതു കാലത്തെ രാഷ്ട്രീയമാണ് എന്നതാണ് പ്രധാനം. അത് എൺപതുകളിലേയും തൊണ്ണൂറുകളിലേയുമാണ്. ബങ്കിം ചന്ദ്രചാറ്റർജി യെക്കുറിച്ചുള്ള ഒരു ചരിത്രനിരീക്ഷണം പോലെയാണത്. ചാറ്റർജി ദേശീയവികാരമുയർത്താൻവേണ്ടി മുഗളരെ വില്ലന്മാരാക്കിയത് ബ്രിട്ടീഷ് ഉദ്യോഗസ്ഥനായ തന്റെ തൊഴിലിന്റെ സുരക്ഷിതത്വത്തിന് വേണ്ടിയാണ് എന്നാണ് ഈ നിരീക്ഷണം. അതുപോലെ, കാര്യങ്ങൾ നേരിട്ടു പറ ഞ്ഞാൽ വളരെ സെൻസിറ്റീവായ ഒരു സംഘടിത പ്രസ്ഥാനത്തിൽനി ന്നുണ്ടായേക്കാവുന്ന അതൃപ്തിയും വിദ്വേഷവും സിനിമയുടെ സാമ്പ ത്തിക വിജയത്തെ തകർക്കാതിരിക്കാൻ വേണ്ടിയാണ് ഇവിടെ സംവി ധായകൻ അത്തരം ഒരു സൂത്രം പ്രയോഗിച്ചത് എന്നുവേണം കരുതാൻ.

<h1 style="text-align:center">2
കേരളചരിത്രത്തിൽ ഒരിടം</h1>

കേരളത്തിലെ ആധുനികതയ്ക്ക് അതിന്റെ അവസാന കുതിപ്പ് പകർന്നുനൽകിയ സംഭവമായതുകൊണ്ട് ഗൾഫ് ബൂമിന്റെ പ്രതിനിധി എന്ന നിലയിൽ മുമ്പ് സൂചിപ്പിച്ച പ്രവണതകളുടെ ഒരു തുടർച്ച മോഹൻ ലാലിന്റെ പ്രവാസി (ഗൾഫ്)കഥാപാത്രങ്ങൾക്കുണ്ട്. കേരളത്തിന്റെ ആധു നികതയെ രൂപപ്പെടുത്തിയ അവസാനത്തെ തള്ളാണ് ഗൾഫ് ബൂം. കാ രണം രാഷ്ട്രീയ ഇച്ഛാശക്തിയും സാമൂഹിക സാഹചര്യവുമുണ്ടായിരു ന്നിട്ടും മലയാളിയെ ഒരു കുതിച്ചുചാട്ടത്തിൽനിന്നും തടഞ്ഞത് സാമ്പ ത്തികമാണ്. ഗൾഫ് ബൂം ആണ് ഈ അപര്യാപ്തത പരിഹരിച്ചത്. അങ്ങ നെയാണ് കേരളത്തിലെ ഓണംകേരാമൂലകളിലേക്ക് ജീപ്പും ടു ഇൻ വണ്ണും ടി വിയും ടെലിഫോണുമെല്ലാമായി കയറിയെത്തിയത്. മോഹൻ ലാലിന്റെ ഈ കഥാപാത്രങ്ങൾ പ്രസക്തമാകാൻ മറ്റൊരു കാരണം അദ്ദേ ഹത്തിന്റെ താരജീവിതം ആരംഭിച്ച എൺപതുകളിലും തൊണ്ണൂറുകളിലും ആധുനിക കേരളത്തെ രൂപപ്പെടുത്തിയ ഘടകങ്ങളിൽ സജീവമായിരു ന്നത് ഇടതുപക്ഷത്തോടൊപ്പം ഗൾഫ് ബൂമും ആയിരുന്നു എന്നതുകൂടി യാണ്.

മോഹൻലാലിന്റെ പ്രവാസി ചിത്രങ്ങളിൽ പ്രധാനപ്പെട്ടവ 'വര വേൽപ്പും' അടുത്ത കാലത്തിറങ്ങിയ 'മാമ്പഴക്കാല'വുമാണ്. ഇതിൽ 'വര വേൽപ്പി'ലെ നായകൻ ആദ്യകാല ഗൾഫുകാരനായ ആധുനികനാണ്. തൊഴിലില്ലായ്മയ്ക്കും പ്രാരാബ്ധങ്ങൾക്കും മുമ്പിൽ പകച്ചു നിന്നയാൾ. അതുകൊണ്ടുതന്നെ കേരളത്തിലെ സവിശേഷമായ ആധുനികത പരി സരത്ത് അയാൾ കുടുംബത്തെ മാത്രമേ കണ്ടുള്ളൂ. (ഇങ്ങനെ മറ്റുള്ള വർക്കു വേണ്ടി കഷ്ടപ്പെട്ട് തോടായിത്തീർന്ന ഗൾഫുകാർ ഒരുപാടു ണ്ടല്ലോ നമ്മുടെ ചുറ്റും.) ഈ സിനിമയിലെ ഒരു പ്രധാന സവിശേഷത

ആധുനികതയും ആധുനികതയും തമ്മിലുള്ള ഏറ്റുമുട്ടലാണ്. ഇത് നായ കന്റെ വ്യക്തിബന്ധങ്ങളിലും സാമൂഹിക ബന്ധങ്ങളിലും ഒരുപോലെ നടക്കുന്നുണ്ട്. ആദ്യത്തേത് നായകനും അയാളുടെ പണംകൊണ്ട് ആധു നികരായ അബ്കാരിയും ഹോട്ടൽ മുതലാളിയുമായി മാറിയ ഏട്ടന്മാ രും, രണ്ടാമത്തേത് നായകനും രാഷ്ട്രീയക്കാരനും ബ്യൂറോക്രസിയും തമ്മിലാണ്. ഇതിൽ അയാൾക്ക് മൂലധനം ആധുനികനായിരിക്കുമ്പോഴും കൈവിടാത്ത ചില മൂല്യങ്ങളും, ആധുനികനായ ഗൾഫുകാരനെന്ന നില യ്ക്കു പ്രവാസ ജീവിതം നൽകിയ ധൈര്യവുമാണ്. എന്നിട്ടും അയാൾ പരാജയപ്പെടുന്നു. അവസാനം പുതിയ കാലത്ത് മനുഷ്യബന്ധങ്ങൾക്ക് സംഭവിച്ച വരൾച്ചയിൽ മനംനൊന്ത് പുതിയ അനുഭവങ്ങളുമായി അയാൾ വീണ്ടും ഒരു പ്രവാസി ജീവിതം തുടങ്ങുകയാണ്.

ഈ പ്രവാസിയാണ് 'മാമ്പഴക്കാല'ത്തിലെ പുരമനക്കൽ ചന്ദ്രൻ. അയാൾ മറ്റുള്ളവരെ ശ്രദ്ധിക്കുന്നുണ്ട്. പക്ഷേ, ഒന്നും കൈവിട്ടു കളി ക്കുന്നില്ല. ആരോടും മുഖത്ത് നോക്കി പറയേണ്ടത് പറയാൻ മടിക്കുന്നു മില്ല. അതുകൊണ്ടുതന്നെ എല്ലാവരെയും തന്റെ ഇച്ഛക്കൊത്ത് നിർത്താ നയാൾക്കാവുന്നു. വിദ്യാഭ്യാസമേഖല തുടങ്ങിയ അയാൾ നടത്തുന്ന നിക്ഷേപങ്ങളിലുമുണ്ട് ആധുനികോത്തര ഗൾഫുകാരന്റെ നിക്ഷേപ സ്വഭാവത്തിന്റെ സ്പർശം. അങ്ങനെ 'വരവേൽപ്പ്' ആധുനിക ഗൾഫു കാരന്റെ യാത്രയയപ്പ് ആകുമ്പോൾ 'മാമ്പഴക്കാലം' ആധുനികോത്തര ഗൾഫുകാരന്റെ വരവേൽപ്പുകൂടിയാണ് അടയാളപ്പെടുത്തുന്നത്.

ആധുനിക-ആധുനികോത്തര പ്രവാസിയുടെ വിവിധ തരത്തിലുള്ള പ്രതിനിധാനങ്ങൾ അദ്ദേഹത്തിന്റെ അനേകം സിനിമകളിലുണ്ട്. 'അയാൾ കഥയെഴുതുകയാണ്' എന്ന സിനിമയിൽ പ്രതിശ്രുത വധുവിന്റെ ഫോട്ടോ പോലും കാണാതെ മുഹൂർത്തത്തിന് താലി കെട്ടാനെത്തുന്ന ആധു നികോത്തര വരനാണ്. 'നാടോടിക്കാറ്റി'ലെ രാംദാസ് ഗൾഫ് മോഹം മൂലം തട്ടിപ്പിനിരയായ അനേകം ആധുനിക മലയാളിയുവാക്കളിൽപ്പെ ടുന്നയാളാണ്. 'കാക്കക്കുയിലും' അങ്ങനെതന്നെ. കേരളത്തിൽ തട്ടിപ്പു കളുടെ മാമ്പഴക്കാലം ആരംഭിക്കുന്നത് വിസാത്തട്ടിപ്പുകളോടു കൂടിയാ ണെന്നോർക്കുക. 'കിളിച്ചുണ്ടൻ മാമ്പഴം' ഗൾഫ് പറുദീസയായ മലബാ റിലെ സാധാരണക്കാരായ മുസ്ലിങ്ങളുടെ ജീവിതത്തിൽ ഗൾഫ് വരുത്തിയ വിപ്ലവകരമായ മാറ്റം ആണ് അടയാളപ്പെടുത്തുന്നത്. 'രാവണപ്രഭു'വിലാ ണെങ്കിൽ ഗൾഫ് പണം സൃഷ്ടിച്ച കോർപ്പറേറ്റ് അധോലോക ബന്ധ മാണ് പ്രതിപാദ്യം. ഇതിനു പുറമെയാണ് ഉപഭോഗ സംസ്കാരം എന്ന മാന്ത്രികവടി പിടിച്ച് എങ്ങനെയാണ് ഗൾഫ് ബൂം ആധുനികതയെ മൂപ്പെ ത്തിച്ച് അങ്ങനെ അതിനെ തകർത്തുകൊണ്ട് ആധുനികോത്തര പരിസ രത്തിന് ജന്മം നൽകിയതെന്ന് ഈ സിനിമകൾ വ്യക്തമാക്കുന്നത്. 'വര വേൽപ്പി'ലെ ബൂസ്റ്റ് കുടിക്കുന്ന നാട്ടിൻപുറത്തുകാരിയിൽ നിന്നും അത് 'മാമ്പഴക്കാലത്ത്' ആമ്യൂസ്മെന്റ് പാർക്കും ആഡംബരക്കാറുമിഷ്ടപ്പെടുന്ന മുത്തശ്ശിയിൽ എത്തിനിൽക്കുന്നു.

ഇവ തിരക്കഥാകൃത്തിന്റെ – സംവിധായകന്റെ – സൃഷ്ടിയല്ലേ എന്ന വാദം തികച്ചും ബാലിശമാണ്. കാരണം നടന്റെ താരമൂല്യം പാത്രസൃ ഷ്ടിയെ സ്വാധീനിക്കും. മറിച്ചുള്ള തിരക്കഥകൾ ഇല്ല എന്നല്ല. മുഖ്യധാര യിൽ സൂപ്പർതാരങ്ങൾക്കുവേണ്ടി എഴുതുമ്പോൾ ഇതൊരു യാഥാർഥ്യ മാണ്. കാരണം കുതറിമാറാൻ ശ്രമിച്ചാൽപോലും തിരക്കഥാകൃത്തിന്റെ ഉപബോധമനസിൽനിന്നു താരവ്യക്തിത്വം സ്വന്തം കഥാപാത്രത്തിന്റെ സൃഷ്ടി നടത്തുന്ന പണി തുടർന്നുകൊണ്ടിരിക്കും.

ആധുനികതയിൽ ആന്തരികമായി നടത്തുന്ന ഫ്യൂഡലിസവുമാ യുള്ള നീക്കുപോക്കിൽനിന്നും വ്യത്യസ്തമായി അത് ആധുനികോത്ത രതയ്ക്കു വഴിമാറുന്നതിന്റെ കൃത്യമായ സൂചന നൽകുന്നവയാണ് ഇനി പരിശോധിക്കാൻ പോകുന്ന രണ്ടു പ്രവണതകൾ. ഇതിൽ ഒന്നാമതു വരു ന്നത് അച്ഛൻ–മകൻ സംഘർഷമാണ്. അത് ഒരുതരം ഈഡിപ്പസ് കോംപ്ല ക്സിനെ പ്രതിനിധീകരിക്കുന്നുണ്ട്. ഈ നിരയിൽപ്പെട്ട സിനിമകളായ 'സ്ഫടിക'വും 'നരസിംഹവു'മാണ് ഇവിടെ പരിശോധിക്കുന്നത്. യഥാ ക്രമം ഈ സിനിമകളിലെ അച്ഛൻ കഥാപാത്രങ്ങളായ തോമസ് മാഷും, ജസ്റ്റിസ് എം കെ മേനോനും മലയാളിയുടെ ആധുനികതയുടെ കലർപ്പറ്റ പ്രതീകങ്ങളാണ്. ആധുനികതകൊണ്ടുവന്ന എല്ലാ ജാഡകളുടെയും കാഴ്ചബംഗ്ലാവാണിവർ. ചുരുക്കത്തിൽ രൂപത്തിലും പെരുമാറ്റത്തിലും ആധുനികതയുടെ പ്രതീകമായ ചതുരവടിവിന്റെ കാർക്കശ്യം പ്രകടിപ്പി ക്കുന്നവർ. അതേസമയം നമ്മുടെ സവിശേഷമായ, കമ്പ്യൂട്ടറിന് പൂജ നടത്തുന്ന ആധുനിക പരിസരം മക്കൾ തങ്ങൾ ആഗ്രഹിക്കുന്നതുപോലെ വളരണമെന്ന ഫ്യൂഡൽ ശാഠ്യവും ഈ അച്ഛന്മാരിൽ ബാക്കിവെച്ചിട്ടു ണ്ട്. ഇങ്ങനെ ഒരുവിധത്തിലും പൊരുത്തപ്പെടാതെ പോകുന്ന പിതൃ–പു ത്രബന്ധം വല്യച്ഛനോടുള്ള അനുഭാവമായാണ് സിനിമയിൽ പ്രകടമാ കുന്നത്. അനുഭാവം എന്നുപറയുമ്പോൾ വല്യച്ഛനെ അങ്ങനെത്തന്നെ സ്വീകരിക്കുകയല്ല. മറിച്ച് ആധുനികതയുടെ അങ്ങേയറ്റത്തുനിന്നുകൊണ്ട് അച്ഛന്റെ തെറ്റുകൾ മക്കൾ തിരുത്തുകയാണ്. അവസാനം അച്ഛനും അവരെ അംഗീകരിക്കുന്നു. 'നരസിംഹ'ത്തിൽ അവസാനം നീയാണ് ശരി യെന്ന് അച്ഛൻ മകനോട് പറയുന്നതോർക്കുക. അതായത് പഴമയുടെ പ്രതീകമായ ഗോളാകൃതിയും, ആധുനികതയുടെ ചതുരവടിവും ഉരുകി ഒന്നായി ജല്ലീബീംകാറുകൾ ഉണ്ടായതുപോലെ (ജല്ലീബീംകാറുകൾ പോസ്റ്റ് മോഡേൺ സമൂഹത്തിന്റെ ലക്ഷണമൊത്ത അടയാളമാണ്). ഇങ്ങനെ വല്യച്ഛനിലേക്കുള്ള സൈദ്ധാന്തികമോ സാമൂഹികമോ ആയ മടക്കം ആധുനികോത്തരത യാഥാർഥ്യമായിത്തീർന്ന എല്ലാ സമൂഹ ത്തിലും സംഭവിച്ചതാണ്. ഇതിനൊരു കാരണം മറ്റിടങ്ങളിലെന്നപോലെ കേരളത്തിലും ആധുനികത ദുരിതത്തിന്റെ നെരിപ്പോടിൽ രൂപംകൊണ്ടു വന്നപ്പോൾ ആധുനികോത്തരതയുടെ പരുവപ്പെടൽ പൊതുവെ സമൃ ദ്ധിയിൽനിന്നായിരുന്നു എന്നതാണ്. അതായത് ജീവിതം കെട്ടിപ്പടുക്കാ നുള്ള പരക്കംപാച്ചിലിൽ അച്ഛനമ്മമാരെ ആധുനികർ വൃദ്ധസദനങ്ങളിൽ

തള്ളി. ഈ മക്കൾ സൃഷ്ടിച്ച മെച്ചപ്പെട്ട അന്തരീക്ഷത്തിൽ വളർന്ന അവ
രുടെ മക്കൾ വല്യച്ചനെ ഓർക്കാനും,. അവരുടെ കഥകൾ കേൾക്കാനും
അങ്ങനെ അച്ഛൻ പറയുന്ന കറുത്ത കഥകളുമായി വല്യച്ഛന്റെ വെളുത്ത
കഥകൾ താരതമ്യം ചെയ്ത് പഴയ രണ്ടിൽ നിന്നും ചിലത് ഫ്യൂഷൻ
ചെയ്ത് ചേർക്കാനും ശ്രമിക്കുന്നു. 'രാവണപ്രഭു'വിലെ സെമിഫ്യൂഡ
ലായ അച്ഛനുമായി അതിലെ നായകന് വലിയ പ്രശ്നങ്ങളില്ല എന്നത്
ഇതിനു തെളിവാണ്.

തീക്ഷ്ണമായ പിതൃപുത്രസംഘർഷം എല്ലാ പുതിയ കാലഘട്ടങ്ങ
ളുടെയും പിറവി വിളംബരം ചെയ്യുന്നതായിരുന്നു. ഇ എം എസിന്റെ കാല
ത്ത് സംഭവിച്ച അത്തരം ഒന്നാണ് ജന്മിത്വത്തെ തകർത്തത്. അന്നു
സ്ത്രീകൾ നിശ്ശബ്ദമായി തങ്ങളുടെ കൂടി ദുരിതങ്ങളവസാനിപ്പിക്കാൻ
മക്കൾക്ക് മനസാ സമ്മതം നൽകിയിരുന്നു. ക്രൊച്ചേ (croce) യും മറ്റും
പറയുന്നതുപോലെ ചരിത്രം സ്വാതന്ത്ര്യത്തിലേക്കുള്ള മനുഷ്യന്റെ പ്രയാ
ണത്തിന്റെ കഥയാകുമ്പോൾ അതിന്റെ ഗുണം ഏറ്റവും കൂടുതലനുഭവി
ക്കുക എന്നും കീഴ്പ്പെട്ടു ജീവിക്കാൻ വിധിക്കപ്പെട്ട സ്ത്രീകളാണല്ലോ
(പ്രത്യേകിച്ചും ആചാരാനുഷ്ഠാനങ്ങളുടെ 'സ്വർണക്കയർ'കൊണ്ട് വരി
ഞ്ഞിടപ്പെട്ട സവർണസ്ത്രീകൾ.) ഇതൊരു ഈഡിപ്പൽ ബന്ധമാണ്.
കാരണം അമ്മമാർക്ക് പലപ്പോഴും ജസ്റ്റിസ് എം കെ മേനോനെപ്പോലെ
ഒരു ഭർത്താവുമായി പൊരുത്തപ്പെടാനാവില്ല. തോമസ് മാഷുടെ ഭാര്യ
അദ്ദേഹത്തോട് ദേഷ്യപ്പെട്ടു സംസാരിക്കുന്നതും ജസ്റ്റിസിന്റെ ഭാര്യ അദ്ദേ
ഹത്തോട് സംസാരിക്കാൻപോലും ഭയക്കുന്നതുമിതുകൊണ്ടാണ്. പക്ഷേ
മക്കളുമായി അവർക്കു നല്ല ബന്ധമാണ്. ഈ ബന്ധമാണ് അപ്പൂപ്പനോ,
അതിനു തുല്യമായവരോ ആയവരോടുള്ള ഈ നായകന്മാരുടെ ബന്ധ
ത്തിനുമടിസ്ഥാനം. ആടുതോമയുടെ ചെറിയച്ചനും (സ്ഫടികം), ഇന്ദു
ചൂടന്റെ അമ്മാവനും (നരസിംഹം) ഇങ്ങനെ അപ്പൂപ്പനു തുല്യമായ ഭാഗ
മാണ് നായകന്റെ ജീവിതത്തിൽ വഹിക്കുന്നത്. ഈ അപ്പൂപ്പനോ പ്രതി
നിധാനം ചെയ്യുന്നത് അമ്മയുടെ വികാരവിചാരങ്ങളും. അങ്ങനെ നോക്കു
മ്പോൾ ആത്യന്തികമായി സാമൂഹികമായ മാറ്റങ്ങൾക്ക് പിറകിൽ ഒരു
ഈഡിപ്പൽ ചാലകശക്തിയുണ്ടെന്നു കാണാം. മകനുമായി ഐക്യപ്പെ
ടുന്നതോടുകൂടി അച്ഛൻ മരണമടയുന്നത് ('സ്ഫടിക'ത്തിലും 'നരസിംഹ'
ത്തിലും ഇതു സംഭവിക്കുന്നുണ്ട്) ഇതിനു തെളിവാണ്. ഈ ഐക്യപ്പെ
ടലിന്റെ പരിസരം ആധുനികോത്തരതയെ സാമൂഹികമായി സിനിമയിൽ
അടയാളപ്പെടുത്തുന്നുണ്ട്. അതായത് അച്ഛന്റെ മരണത്തോടുകൂടി ആധു
നികത മരിക്കുകയും ഐക്യപ്പെടലിൽ നിന്നും ആധുനികോത്തരത ജനി
ക്കുകയും ചെയ്യുന്നു. ഇതോടുകൂടി താൽക്കാലികമായി അമ്മ ചരിത്ര
ത്തിൽനിന്നും വിടവാങ്ങുന്നു. അടുത്ത ചരിത്രഘട്ടം ആസന്നമാകുന്നതു
വരെ 'സ്ഫടിക'ത്തിലും 'നരസിംഹ'ത്തിലും പ്രത്യേകിച്ചും അമ്മയുടെ
ഈ തിരോധാനം വളരെ പ്രകടമാണ്. കാരണം അച്ഛന്റെ മരണശേഷം
മക്കൾക്ക് ധൈര്യവും, പ്രചോദനവും നൽകാനാവാത്ത അമ്മമാർ തിര

ശ്രീലയിൽ നിർജീവമാകുന്നു. എന്നാൽ ഇങ്ങനെ ഒരു തീക്ഷ്ണമായ സംഘട്ടനം നടത്താതെ മകൻ ആധുനികോത്തരനാകുകയും (ഗൾഫാ ണതിനു കാരണം) അച്ഛൻ മുക്കാലും ഫ്യൂഡൽ തന്നെയായിരിക്കുകയും ചെയ്യുന്ന 'രാവണപ്രഭു'വിൽ സംഗതി തിരിച്ചാണ്. അതായത് ഭൗതിക മായ മരണം അമ്മയ്ക്ക് സിനിമയിൽ ഒന്നാംപകുതിയിലേ സംഭവിക്കു ന്നുള്ളുവെങ്കിലും സംഭവങ്ങളെ വിളക്കിച്ചേർക്കുന്ന അന്തർധാര എന്ന നിലയിൽ സിനിമയിൽ അവർ നിർണായകമായ സാന്നിധ്യമാണ്. അവ സാനംവരെയും 'നരസിംഹ'ത്തിലും 'സ്ഫടിക'ത്തിലും പ്രതികാരം അച്ഛനു വേണ്ടിയാകുമ്പോൾ 'രാവണപ്രഭു'വിൽ അതമ്മയ്ക്കുവേണ്ടിയാ ണ്. അമ്മയെ ചികിത്സിക്കാൻ വിസമ്മതിച്ച ആശുപത്രി തകർക്കുന്നതും അമ്മയെ സംസ്കരിച്ച പറമ്പിനുവേണ്ടിയുള്ള പോരാട്ടവും വിജയവും ഇതിനുദാഹരണമാണ്. ഈ ആശുപത്രി തച്ചുതകർക്കൽ രംഗത്ത് നായ കൻ ഉപയോഗിക്കുന്നത് ആധുനികോത്തരത ഇവിടെ പതുക്കെ പ്രചരി പ്പിച്ചുകൊണ്ടിരിക്കുന്ന ബേസ് ബോൾബാറ്റാണ്. മുമ്പ് ഇത്തരം രംഗങ്ങ ളിൽ സ്ഥിരം ഉപയോഗിക്കാറ് ക്രിക്കറ്റ് ബാറ്റും ഹോക്കിസ്റ്റിക്കുമായിരുന്നു. (ഈ രണ്ടു കളികളും ഇവിടെ കൊണ്ടുവന്നത് ആധുനികതയാണ്.) ഈ മാറ്റം നാം പറഞ്ഞു വരുന്ന സാമൂഹിക മാറ്റത്തെ സിനിമയിൽ പ്രത്യ ക്ഷമായി അടയാളപ്പെടുത്തുന്നതായി കാണാം. എന്നാൽ അച്ഛനുവേണ്ടി മറ്റൊരു പ്രതികാരം ചെയ്യാൻ നായകൻ ശ്രമിക്കുമ്പോൾ പരാജയപ്പെടു കയും ഐക്യപ്പെടുകയുമാണ്. ഇത് സൂചിപ്പിക്കുന്നത് ഈഡിപ്പൽ ഘട കത്തിന്റെ പ്രസക്തിയും, സിനിമയിലും ചരിത്രത്തിലും അതു ചെലു ത്തുന്ന സ്വാധീനവുമാണ്.

ഇതുമായി ബന്ധപ്പെട്ടുതന്നെയാണ് അടുത്ത നവ–മാടമ്പിത്തരം എന്നു വിശേഷിപ്പിക്കാവുന്ന പ്രവണതയും വരുന്നത്. 'ദേവാസുരം' എന്ന സിനിമയിൽക്കൂടി ശക്തിപ്രാപിച്ച ഈ പ്രവണത 'ആറാം തമ്പുരാൻ' 'നരസിംഹം', 'രാവണപ്രഭു', 'താണ്ഡവം' തുടങ്ങിയ പല സിനിമകളി ലൂടെയും സാന്നിധ്യമറിയിച്ചുകഴിഞ്ഞു. ഈ സിനിമകൾ പ്രതിഫലിപ്പി ക്കുന്നത്, ഈ യുഗസംക്രമണ കാലത്തെ സാമൂഹിക മനഃശാസ്ത്രമാണ്. (ടെക്നോളജി മാനംമുട്ടെ വളർന്ന ഇന്ന് 50 വർഷമൊക്കെ ഒരു യുഗം തന്നെയാണ്.) അതായത് ഇക്കാലത്ത് ഒരു തികഞ്ഞ അനിശ്ചിതത്വവും അരക്ഷിതത്വവും ഉണ്ടാകും. അത് എത്രത്തോളം നമ്മുടെ സമൂഹത്തെ ഗ്രസിച്ചിരിക്കുന്നു എന്നു മനസിലാക്കാൻ ദിവസവും റിപ്പോർട്ട് ചെയ്യപ്പെ ടുന്ന കൊലപാതകങ്ങളുടെയും ആത്മഹത്യകളുടെയും തട്ടിപ്പുകളുടെയും ഒരു ലിസ്റ്റു എടുത്താൽ മതി. ലോകത്തെല്ലായിടത്തും ഇത്തരം ഒരവ സ്ഥയിൽ ഒരു സേഫ്റ്റിവാൽവിന്റെ രൂപീകരണം നടന്നിട്ടുണ്ട്.

യൂറോപ്പിൽ ഇതേറ്റവും പ്രകടം നവോത്ഥാന കാലത്തായിരുന്നു. അതായത് ഫ്യൂഡലിസത്തിന്റെ അസ്തിവാരത്തിൽനിന്നു ആധുനികത യെന്ന ക്ലാസിക്കൽ മുതലാളിത്തം ഉയർന്നുവന്നകാലം. അന്ന് ഈ ജന

കീയ മനഃശാസ്ത്രം ആദ്യം പ്രതിഫലിച്ചത് അന്നത്തെ ഏറ്റവും ജന പ്രിയ കലാരൂപങ്ങളായ നാടകങ്ങളിലും കാൽപ്പനിക കവിതകളിലുമാ യിരുന്നു. പ്രശസ്ത കാൽപ്പനിക കവി വേർഡ്സ്‌വർത്ത് തനിക്ക് ആധു നിക യുക്തിവാദത്തേക്കാളിഷ്ടം പൗരാണിക ബഹുദൈവാരാധനയ്ക്കാ ണെന്നു പാടി. വിക്ടോറിയൻ സന്ദിഗ്ധതയുടേതെന്ന് വിളിക്കപ്പെടുന്ന അക്കാലത്ത് ഓപ്പറക്കാർ പഴയ ഷേക്സ്പിയറിയൻ നാടകങ്ങളിലെ പ്രേതങ്ങളുടെ അത്ഭുതസിദ്ധികളെയും കവികൾ പഴയ യോദ്ധാക്കളെയും അവരുടെ ധീരോദാത്തതയെയും ഒക്കെയാണ് ജനങ്ങളുടെ ആധിയക റ്റാനുള്ള മനഃശാസ്ത്ര ഉപാധികളായി ഉയർത്തിക്കൊണ്ടുവന്നത്. ഇതി നേറ്റവും നല്ല ഉദാഹരണമാണ് കീറ്റ്സിന്റെ 'ല ബേൽ ദാം സാൻസ് മേർസി' എന്ന കവിത. അതുപോലെ ഇവിടെ ആധുനികോത്തരതയെ കൈപിടിച്ചാനയിക്കുന്നതിൽ മോഹൻലാൽ സിനിമകൾ വലിയ പങ്കുവ ഹിച്ചെന്ന് നാം കണ്ടുകഴിഞ്ഞു. പക്ഷേ, ആ ചരിത്രഘട്ടവുമായി മുഖാ മുഖം നിന്നപ്പോൾ ഭയന്നുപോയ പ്രേക്ഷകന് ഒരു മനഃശാസ്ത്രപരമായ ഇടപെടലാവശ്യമാണ്. ഈ പുതിയ പ്രവണത അത്തരം ഒന്നാണ്. അതാ യത് യൂറോപ്പിലെ യോദ്ധാക്കളെപ്പോലെ ഈ നായകന്മാർ നേരും നേരി യുമുള്ള പഴയ ചേകോന്മാരെയാണ് പ്രതിനിധീകരിക്കുന്നത്. ഈ സിനി മകളുടെ സ്വഭാവം അതു വെളിപ്പെടുത്തുന്നുണ്ട്. നൂറുകണക്കിനാളുകളെ ഒറ്റക്ക് തല്ലിയിടുന്ന നായകൻ, അയാളുടെ സിൽബന്ധികൾ, സംഘന്യൃ ത്തങ്ങൾ, ചില ജനകീയപ്രയോഗങ്ങൾ എന്നിവ. ചുരുക്കിപ്പറഞ്ഞാൽ അഭിനവ ഒതേനന്മാർതന്നെ.

നേരത്തെ പറഞ്ഞതുപോലെ നമ്മുടെ ആധുനികത പടിഞ്ഞാറിൽ നിന്നു വ്യത്യസ്തമായി ജന്മിത്തത്തിന്റെയും ആധുനികതയുടെയും രണ്ടാ മത്തേതിന് മുൻതൂക്കമുള്ള ഒരു സങ്കരമാണ്. ഇത് ഈ സിനിമകളിലെ വില്ലൻ കഥാപാത്രങ്ങളുടെ കഥാപാത്രാവിഷ്കാരത്തിൽ കാണാൻ കഴി യും. 'ദേവാസുര'ത്തിൽ വില്ലൻ മാടമ്പിയാണ്. 'ആറാം തമ്പുരാ'നിലാ വട്ടെ മാടമ്പിയും അധോലോക ബന്ധമുള്ള ബിസിനസുകാരും. 'നര സിംഹ'ത്തിൽ അത് ബിസിനസുകാരനും രാഷ്ട്രീയക്കാരനുമാണ്. 'താണ്ഡ വ'ത്തിലും അങ്ങനെതന്നെ. ഇതു സൂചിപ്പിക്കുന്നത് ഈ പ്രതിനായക രുടെ സമ്മിശ്രസ്വഭാവം ക്രമാനുഗതമായി കൂടുതൽ ശുദ്ധമായ ആധുനി കതയുടേതാവുന്നു എന്നതാൺ. 'രാവണപ്രഭു' വിലെത്തുമ്പോൾ 'ദേവാ സുര'ത്തിലെ മാടമ്പിയായ മുണ്ടക്കൽ ശേഖരനും, മരുമകനും ബിസിന സുകാരനാകുന്നതിതാണ് കാണിക്കുന്നത്. നമ്മുടെ ആധുനികതയുടെ ചരിത്രപരമായ ഈ സവിശേഷതകൊണ്ടാണ് യൂറോപ്പിലേതിനു വ്യത്യ സ്തമായി ഈ ആധുനികതയുമായി പൊരുതുന്ന നമ്മുടെ ചേകോന്മാർ ലാപ്പ്ടോപ്പും മൊബൈലും ജീപ്പുമുപയോഗിക്കുന്ന ആധുനികരാകുന്നത്. യൂറോപ്പിൽ ഈ പ്രക്രിയ നടന്നത് ഒരു വ്യവസ്ഥിതി മറ്റൊന്നിന് വഴിമാ റുമ്പോഴാണെങ്കിൽ ഇവിടെ ഒരു വ്യവസ്ഥിതി (മുതലാളിത്തം) അതിന്റെ

ഒരു ഘട്ടത്തിൽ നിന്നു മറ്റൊന്നിലേക്ക് കടക്കുമ്പോഴാണ് [ആധുനികത (മോഡേണിറ്റി)യിൽ നിന്നു ആധുനികോത്തരത (പോസ്റ്റ് മോഡേണി റ്റി)യിലേക്ക്] ഇവിടെ ഇതു സംഭവിക്കുന്നത്. ആ വ്യത്യാസം കീറ്റ്സിന്റെ കുതിരപ്പുറത്ത് പടച്ചട്ട കെട്ടി തളർന്നുവരുന്ന നായകനിൽനിന്ന് ലാൻസ് ക്രൂയിസറിൽ ഊർജസ്വലനായി പാഞ്ഞു വരുന്ന മോഹൻലാലിൽ നമുക്ക് കാണാം. ആധുനികോത്തര സമൂഹത്തിന്റെ ഒരു പ്രധാന സവിശേഷത യുവത്വത്തിന്റെ പ്രസരിപ്പാണ്. ഊർജസ്വലത സാമൂഹിക ജീവിതത്തി ന്റെയും അതിജീവനത്തിന്റെയും ആണിക്കല്ലായിമാറി മധ്യവയസ്കരെ പ്പോലും ആഴ്ചക്കാഴ്ചക്ക് ബ്യൂട്ടിപാർലറുകളിലേക്കും ദിനംപ്രതി ജിമ്മു കളിലേക്കും പ്രീമിയം ബ്രാൻഡുകളുടെ എക്സ്ക്ലൂസീവ് ഷോറൂമുകളി ലേക്കും നെറ്റ് കഫേകളിലേക്കും തള്ളിവിടുന്ന സാംസ്കാരികമായ അവ സ്ഥാവിശേഷം. ആധുനികോത്തരതയുടെ ഈയൊരു സവിശേഷത ലാൽ ഇരുപതുകാരനായി വരുന്ന 'ചോട്ടാ മുംബൈ', 'ഹലോ' തുടങ്ങിയ ഏറ്റവും പുതിയ സിനിമകളിൽ കാണാമെന്നത് ഈ സന്ദർഭത്തിൽ ചേർത്തുവായിക്കേണ്ടതാണ്.

മോഹൻലാലിന്റെ താരവ്യക്തിത്വത്തിന് ജനമനസിലുള്ള സ്വാധീന ത്തിന്റെ ആഴം മനസിലാക്കണമെങ്കിൽ അദ്ദേഹത്തിന്റെ അധോലോക സ്വഭാവമുള്ള കഥാപാത്രങ്ങളെയും, പത്മരാജന്റെ സിനിമകളെയുംകൂടി പരിഗണിക്കണം. ഇതിൽ പ്രധാനം 'രാജാവിന്റെ മകൻ' എന്ന സിനിമ യാണ്. ലാലിനെ സൂപ്പർതാരം എന്ന പദവിയിലെത്തിച്ച സിനിമയാണത്. ഈ സിനിമയിലെ വില്യം ഗോമസ് എന്ന നായകൻ നമ്മുടെ പതിവുനാ യകന്മാരിൽ നിന്നു പലതുകൊണ്ടും വ്യത്യസ്തനാണ്. അയാൾ ഒരു തികഞ്ഞ ക്രിമിനലാണ്. വില്ലന്മാർക്കുപോലും തങ്ങളുടെ ചെയ്തികൾ ന്യായീകരിക്കാൻ തക്കതായ കാരണങ്ങൾ ഉണ്ടാകുമ്പോൾ ഇയാൾക്കതു പോലുമില്ല. ഒരു നായികയുമില്ല. അച്ഛനില്ലാത്ത ഒരു കുട്ടിയുടെ അമ്മയും അനാഥയുമായ സ്വന്തം ജോലിക്കാരിപോലും അയാളുടെ പ്രണയാ ഭ്യർഥന നിഷേധിക്കുകയാണ്. കഥാന്ത്യത്തിൽ ലക്ഷ്യം നേടുന്നതിലും അയാൾ പരാജയപ്പെടുന്നു. പക്ഷേ, എന്നിട്ടും ആ സിനിമ സൂപ്പറായി. ലാൽ സൂപ്പർതാരവും. ഇത് മലയാളസിനിമയിൽ ലാലിന്റെ മാത്രം സവി ശേഷതയാണ്. കാരണം തളർച്ചയിൽ മമ്മൂട്ടിക്ക് താങ്ങായ 'ന്യൂഡൽഹി' യിലെയും, സുരേഷ്ഗോപിയെ സൂപ്പറാക്കിയ 'ഏകലവ്യൻ', ജയറാമിന്റെ 'ദില്ലിവാലാ രാജകുമാരൻ', 'തൂവൽക്കൊട്ടാരം', ദിലീപിനെ അടുത്തിടെ ശ്രദ്ധേയനാക്കിയ 'മീശമാധവൻ' തുടങ്ങിയ സിനിമകളിലെല്ലാം നായക ന്മാർ മര്യാദരാമന്മാരും ലക്ഷ്യം നേടുന്നവരുമാണ്. 'ന്യൂഡൽഹി'യിൽ നായകൻ കൊലചെയ്യുന്നുണ്ടെങ്കിലും അതിനു തക്കതായ കാരണമു ണ്ട്. മീശമാധവന്റെ കളവിനുമുണ്ടിത്. ഇതുപോലെതന്നെയാണ് പത്മരാ ജന്റെ മോഹൻലാൽ സിനിമകളും. 'നമുക്ക് പാർക്കാൻ മുന്തിരിത്തോപ്പു കളും', 'തൂവാനത്തുമ്പികളു'മാണിതിൽ പ്രധാനം. രണ്ടും ലൈംഗികത

യെക്കുറിച്ചുള്ള നമ്മുടെ പതിവ് സങ്കല്പങ്ങളും സാമ്പ്രദായിക ധാരണ
കളും തകർത്ത സിനിമകളാണ്. നായകന് കന്യകയെത്തന്നെ ഭാര്യയാ
യിക്കിട്ടണമെന്ന് വാശിപിടിക്കുന്ന പ്രേക്ഷകരാണ്, 'മുന്തിരിത്തോപ്പി'ലെ
സോളമൻ എന്ന കേന്ദ്രകഥാപാത്രം മാനഭംഗം ചെയ്യപ്പെട്ട ഒരു പെൺകു
ട്ടിയെ തന്റെ ജീവിതത്തിലേക്ക് കൈപിടിച്ച് കൊണ്ടുപോകുമ്പോൾ എഴു
ന്നേറ്റു നിന്നു കൈയടിച്ചത്. അതിനുമുമ്പ് അത്തരം ഒരു സ്ത്രീക്ക്
ഒരുചാൺ കയറോ, ആജീവനാന്ത വൈധവ്യമോ വിധിച്ചു ശീലിച്ചവരാ
ണിവർ. അതുപോലെ 'തുവാനത്തുമ്പികളി'ലെ നായികയും. ലൈംഗി
കതയെ സ്ത്രീയുടെ വീക്ഷണത്തിൽക്കൂടി നോക്കിക്കാണുകയും അത്
തുറന്നുപറയുകയും ചെയ്ത ഈ സിനിമയെയും, അതിലെ മനസുറ
പ്പുള്ള നായികയെയും കടുകട്ടിയായ സദാചാരബോധത്തിന്റെ മുശയിൽ
വാർത്തെടുത്ത നമ്മുടെ കുടുംബ പ്രേക്ഷകർ രണ്ടു കൈയും നീട്ടി സ്വീക
രിച്ചതാണ് അത്ഭുതം. സ്ത്രീകളെ കയറൂരിവിട്ടതിന്റെ പേരിൽ പല നല്ല
സിനിമകളും നിഷ്കരുണം തിരസ്കരിച്ചവരാണവർ. കമലിന്റെ പുതിയ
ചിത്രങ്ങളിലൊന്നായ 'മഞ്ഞുപോലെ ഒരു പെൺകുട്ടി' ഇതിന് ഒടുവി
ലത്തെ ഉദാഹരണമാണ്. എന്നിട്ടുമെന്തുകൊണ്ടാണ് ലാലിന്റെ ഈ സിനി
മകൾ പ്രേക്ഷകർ സ്വീകരിച്ചത്?

ലാലിന്റെ അഭിനയത്തികവ് പ്രേക്ഷകന് അപരിചിതവും യാന്ത്രിക
മെന്ന് തോന്നിയേക്കാവുന്ന കഥാപാത്രങ്ങളെപ്പോലും സ്വാഭാവികമായ
വതരിപ്പിക്കുകയും, ആഖ്യാനത്തിലും കഥാപാത്രാവിഷ്കാരത്തിലുമുള്ള
സ്ഥിരം ശൈലികളിൽ നിന്നും സിനിമ മാറുമ്പോൾപോലും പ്രേക്ഷകരെ
അറിയിക്കാതെ പുതിയ കാഴ്ചാശീലവുമായി അവരെ സമരസപ്പെടുത്തു
കയും ചെയ്യുന്നു. അതുകൊണ്ടാണ് പുതിയ പുതിയ കഥാപാത്രങ്ങളെ
യും പ്രവണതകളെയും സൃഷ്ടിക്കാനദ്ദേഹത്തിനു കഴിഞ്ഞത്. ഈ അഭി
നയവൈദഗ്ധ്യത്തിന്റെ അടിസ്ഥാനം അദ്ദേഹത്തിന്റെ സവിശേഷമായ
പേഴ്സണേഷൻ എന്ന അഭിനയശൈലിയാണ്. സ്റ്റാനിസ്ലാവിസ്കി ഈ
അഭിനയശൈലിയെക്കുറിച്ച് പറഞ്ഞതനുസരിച്ച് ലാലിന്റെ കഥാപാത്രം
ലാൽ എന്ന നടനിലേക്ക് സന്നിവേശിക്കുകയാണ് ചെയ്യുന്നത്. അതായ
ത്, കഥാപാത്രത്തിന്റെ അനുഭവം ക്യാമറയ്ക്കുമുമ്പിൽ നടന്റെയും സ്ക്രീ
നിൽ താരത്തിന്റെയും അനുഭവമായി മാറുന്നു. അങ്ങനെ വിവിധ സിനി
മകളിലെ കഥാപാത്രങ്ങൾക്ക് താരശരീരത്തിലെ നാഡീഞരമ്പുകളുടെ
സ്ഥിരം തുടർച്ചയ്ക്കപ്പുറം ഒരു ഉറപ്പും ഇഴയടുപ്പവും ഉണ്ടാവുന്നു. ഈ
വ്യത്യസ്തരായ കഥാപാത്രങ്ങളും അവരെ സൃഷ്ടിക്കുകയും അവർ
സൃഷ്ടിക്കുകയും ചെയ്ത പ്രവണതകളും അതത് കാലത്തിന്റെ പ്രതിനി
ധികളാണ്. അതിനു കാരണമായിത്തീരുകവഴി പുതിയ കാലത്തിന്റെ
ശില്പിയാകാൻ കഴിഞ്ഞതിനാലാണ് ആധുനിക കേരളചരിത്രത്തിൽ
മോഹൻലാൽ ഇടം തേടുന്നത്.

വ്യക്തിപരമായ ഒരംശം എല്ലാ ചരിത്രപുരുഷന്മാരെയും രൂപപ്പെടു ത്തുന്നതിലുണ്ട്. അതാണ് സമൂഹത്തിലേക്ക് അയാളുടെ വളർച്ചയുടെ തുടക്കം കുറിക്കുന്നത്. തുടർന്ന് അതതു മേഖലകളിലെ കഴിവും സമൂ ഹത്തിന്റെ പുരോഗമനപരമായ ഇച്ഛകളുമായി താദാത്മ്യം പ്രാപിക്കാനും അതിന് ദിശാബോധം നടത്താനും കഴിയുമ്പോഴാണ് ഒരാൾ ചരിത്രത്തിൽ സ്വയം അടയാളപ്പെടുത്തുന്നത്. മോഹൻലാലിന് ഈ വ്യക്തിപരമായ അംശം നിലനിൽപ്പിന്റെ പ്രശ്നമായ അഭിനയമാണ്. അത് സമൂഹത്തിന്റെ ഇച്ഛകളുമായി താദാത്മ്യപ്പെട്ടപ്പോഴാണ് അദ്ദേഹം താരമായത്. തന്റേതായ രീതിയിൽ ചരിത്രശക്തികളുമായി താൻ പ്രതിനിധാനം ചെയ്യുന്ന സമൂ ഹത്തിന്റെ ഇച്ഛകളെ കൂട്ടിയിണക്കാനായതുകൊണ്ടാണ് സമകാലിക കേരളചരിത്രത്തിൽ അദ്ദേഹം വലിയൊരിടം സ്വന്തമാക്കിയിരിക്കുന്നതും.

3
തിരശ്ശീലയിലെ മലയാളി

നമ്മുടെ സിനിമ പ്രധാനമായും മുഖ്യധാര രൂപം കൊണ്ടുവന്നത് പഴയ ബാലെകളുടെ ചുറ്റുവട്ടത്തിലാണ്. അതുകൊണ്ടുതന്നെയാണ് പല പ്പോഴും തിരിച്ചറിയാൻ കഴിയാത്ത വിധം ഇപ്പോൾ തമിഴ്–മലയാളം താര ശൈലികൾ നമ്മുടെ ജനപ്രിയ ശീലങ്ങളിൽ കുടിച്ചേർന്നു പോകുന്നത്. ഇത്തരം ഒരു പൊതുപരിസരം തന്നെയാണ് നായക കേന്ദ്രീകൃതമായ ഒരു സിനിമാ സംസ്കാരത്തിനും കാരണം. ഈ നായകൻ സകലകലാ വല്ലഭനായിരിക്കണം എന്ന് പൊതുമതം. മനുഷ്യന് സാധ്യമായവ മാത്ര മല്ല, അസാധ്യമായതുകൂടി അവർ പ്രേക്ഷകന് സാധിച്ചുകൊടുക്കണം. അതുകൊണ്ട് തന്നെ സ്വപ്നങ്ങൾ വിൽക്കുന്ന ഈ രംഗത്ത് നൃത്തവും പാട്ടും അനിവാര്യമാകുന്നു. തമാശ വഴങ്ങണം. ഇതിലാദ്യം പറഞ്ഞ രണ്ടും ഇന്ത്യൻ സിനിമകളുടെ ഒരു അനന്യമായ (unique) പ്രത്യേകത യാണ്. അതുകൊണ്ട് തന്നെ ഇവയൊന്നും വഴങ്ങാത്ത ഒരാൾ ഇന്ത്യൻ സിനിമയിൽ വിശിഷ്യാ ദക്ഷിണേന്ത്യൻ സിനിമയിൽ സൂപ്പർസ്റ്റാറായി പത്തിരുപതുകൊല്ലം മുൻനിരയിൽ നിൽക്കുക എന്നത് ഒരു സംഭവമാണ്. ഇതാണ് സൂപ്പർസ്റ്റാർ മമ്മൂട്ടിയെ വ്യത്യസ്തനാക്കുന്നത്.

മമ്മൂട്ടി ഒരു മികച്ച നർത്തകനല്ല. നല്ല തമാശക്കാരനല്ല. പക്ഷേ കഴിഞ്ഞ കാൽനൂറ്റാണ്ടായി മമ്മൂട്ടി നമ്മുടെ സ്വപ്നങ്ങളെ നിർണയിക്കു ന്നുണ്ട്. അതും ഇതെല്ലാം നന്നായി വഴങ്ങുന്ന ഇന്ത്യൻ സിനിമയിലെ എക്കാലത്തേയും മികച്ച നടന്മാരിൽ ഒരാളായ മോഹൻലാലുമായി മത്സ രിച്ചുകൊണ്ട്. അത്രമാത്രം അനായാസതയില്ലാത്ത തന്നിലെ അഭിനേ താവിനെ സ്ഥാപിച്ചെടുക്കാൻ മമ്മൂട്ടിക്കു കഴിഞ്ഞതെങ്ങനെയാണ്? പാട്ടും നൃത്തവും അവിഭാജ്യഘടകമായ തമിഴ് സിനിമയിലും അദ്ദേഹം ഒരു മുൻനിര താരമാണെന്നോർക്കുക.

ഇതിനൊരു പ്രധാന കാരണം മമ്മൂട്ടിയുടെ കഥാപാത്രാവിഷ്കാര
ത്തിലെ സവിശേഷതയാണെന്ന് കാണാം. മമ്മൂട്ടിയുടെ ശ്രദ്ധേയമായ
ആദ്യ ചിത്രമായ 'മേള' തൊട്ട് 'വേഷം' വരെയുള്ള ചിത്രങ്ങളിൽ ഈ
യൊരു സവിശേഷതയുണ്ട്. അതായത് ഈ കഥാപാത്രങ്ങളെല്ലാം തന്നെ
തികഞ്ഞ ഗൗരവത്തോടുകൂടി ജീവിതത്തെ സമീപിക്കുന്നവരാണ്. മന
സിലെ ആർദ്രതയുടെ കടലിനെ കാർക്കശ്യംകൊണ്ട് മറച്ചുവെക്കുന്നവർ.
മമ്മൂട്ടിയുടെ ഏറ്റവും മികച്ച വേഷങ്ങളിലൊന്നായ 'വാത്സല്യ'ത്തിലെ
രാഘവൻനായരും ഏറ്റവും ജനപ്രിയമായ വേഷങ്ങളിലൊന്നായ 'വല്ല്യേട്ട'
നിലെ മാധവനുണ്ണിയും ഇതിനുദാഹരണങ്ങളാണ്.

ഈ രണ്ടു കഥാപാത്രങ്ങളും ബാല്യത്തിലേ ജീവിതത്തിന്റെ പരു
ക്കൻ പാതകളിൽ പാടുപെടേണ്ടി വന്നവരാണ്. സ്വന്തം ജീവിതം എന്ന
തിലുപരി താനുമായി ബന്ധപ്പെട്ടു നിൽക്കുന്നവരുടെ ജീവിതത്തിന് അർ
ഥവും അഭിവൃദ്ധിയും ഉണ്ടാക്കുവാൻ ശ്രമിക്കുന്നവർ. ഇവർ പലപ്പോഴും
നായക കഥാപാത്രത്തിന്റെ കൂടപ്പിറപ്പുകൾ തന്നെയാകാറാണ് പതിവ്.
സ്വന്തം ഹൃദയത്തെ അവരുടെ ചെയ്തികൾ മുറിപ്പെടുത്തുമ്പോഴും ഈ
നായക കഥാപാത്രങ്ങൾ ഈ കൂടപ്പിറപ്പുകളുടെ ഭാവിയോർത്ത് അതെ
ല്ലാം സഹിക്കുന്നു. മാധവൻനായരുടെ അനിയന്റെ വിവാഹം ഇതിനുദാ
ഹരണമാണ്. 'വേഷ'ത്തിലെ അപ്പു ജയിലിലാകുന്നതും അങ്ങനെതന്നെ.
അതേസമയം അവരെ ദോഷകരമായി ബാധിക്കാവുന്ന അവരുടെ ചെറിയ
തെറ്റുകൾപോലും ഈ കേന്ദ്രകഥാപാത്രങ്ങൾക്ക് സഹിക്കാനാവില്ല.
പ്രണയിച്ചതിന്റെ പേരിൽ മാധവൻനായർ അനിയത്തിയെ തല്ലിച്ചതക്കു
ന്നതും മാധവനുണ്ണി കൊലപാതകക്കേസിൽ കുടുങ്ങിയതിനു അനിയനെ
മൃഗീയമായി ആക്രമിക്കുന്നതും ഇതുകൊണ്ടാണ്.

മമ്മൂട്ടിയുടെ ഇത്തരം കഥാപാത്രങ്ങളെ ജനങ്ങൾ ആവർത്തിച്ചംഗീ
കരിക്കുകയും ഹൃദയത്തിലേറ്റുകയും ചെയ്തതിന് വ്യക്തമായ ചില ച
രിത്രവസ്തുതകളുണ്ട്. മനഃശാസ്ത്രപരവും. അത് ചരിത്രപരമായ പരി
ണാമങ്ങളുടെ അന്തരാളഘട്ടത്തിലൂടെ കടന്നുപോകുന്ന ഒരു സമൂഹ
ത്തിന്റെ സ്വത്വപ്രതിസന്ധിയുമായി ബന്ധപ്പെട്ടതാണ്. തെളിച്ചു പറ
ഞ്ഞാൽ ഫ്യൂഡലിസത്തിൽനിന്നും മുതലാളിത്തത്തിലേക്ക് ചരിക്കുന്ന
ഒരു വ്യവസ്ഥിതിയുടെ ആന്തരിക സംഘർഷവും അത് സൃഷ്ടിക്കുന്ന
പ്രശ്നങ്ങളും തന്നെ.

മമ്മൂട്ടി തന്നെ ഇടക്കാലത്ത് നിരീക്ഷിച്ച ഒരു വസ്തുത ഇതോട്
ചേർത്തു വായിക്കുന്നത് നന്നായിരിക്കും. താൻ കൂടുതലായും അറിയ
പ്പെടുന്നത് തന്റെ കഥാപാത്രങ്ങളുടെ പേരിലാണെന്നതാണ് മമ്മൂട്ടി പറ
ഞ്ഞത്. അത് ശരിയാണുതാനും. സേതുരാമയ്യർ, ഇൻസ്പെക്ടർ ബൽറാം,
താരാദാസ്, ജി കെ തുടങ്ങിയ മമ്മൂട്ടിയുടെ പല കഥാപാത്രങ്ങളും അവ
പ്രതിനിധാനം ചെയ്യുന്ന ജീവിതമേഖലകളുടെ പര്യായപദമെന്ന മട്ടിൽ
പ്രയോഗിക്കപ്പെടുന്നുണ്ട്. മോഹൻലാലിന് മമ്മൂട്ടിയെക്കാൾ ആരാധകരും
മിനിമം ഗ്യാരണ്ടിയുമുണ്ടെങ്കിലും അദ്ദേഹത്തിന്റെ പല കഥാപാത്ര

ങ്ങൾക്കും ഈയൊരു സവിശേഷതയില്ല. അപവാദം പഴയ ഒരു ലാലേ
ട്ടനും പിന്നീട് ഒരു വിക്ടർഗോമസും (രാജാവിന്റെ മകൻ) മങ്ങലശ്ശേരി
നീലകണ്ഠനുമാണ്. ഈ രണ്ട് കഥാപാത്രങ്ങളുമാകട്ടെ മമ്മൂട്ടിയുടെ മുക
ളിൽ പറഞ്ഞ കഥാപാത്രങ്ങളുടെ ഗണത്തിൽ വരുന്നവയുമാണ്. ഇതു
തെളിയിക്കുന്നതാവട്ടെ ഇത്തരം കഥാപാത്രങ്ങൾക്കുള്ള സ്വീകാര്യതയും
പ്രസക്തിയുമാണ്. അതെന്താണെന്നു നോക്കാം.

ഈ കഥാപാത്രങ്ങളെല്ലാം തന്നെ പഴമയുടെ ഇല്ലായ്മയിൽ നിന്നും
രക്ഷപ്പെടാൻ പാടുപെടുകയും അതിനായി മുതലാളിത്തം വെച്ചുനീട്ടുന്ന
സാധ്യതകൾ ഉപയോഗപ്പെടുത്തുകയും അതേസമയം ഉള്ളിൽ പഴയ
മനസിനെ കെടാതെ കാത്തുസൂക്ഷിക്കുന്നവരുമാണ്. അതുകൊണ്ട് തന്നെ
ആധുനികതയുടെ (മുതലാളിത്തത്തിന്റെ) വഴികളിൽ തങ്ങൾ നേടിയെ
ടുത്ത വിജയങ്ങളുമായി അവരുടെ മനസ്സ് പലപ്പോഴും പൊരുത്തപ്പെടു
ന്നില്ല. വളർച്ചയിൽ നഷ്ടമായ ബന്ധങ്ങൾ, ചുറ്റുപാടുകൾ എല്ലാം അവരെ
വേട്ടയാടുന്നു. അതുകൊണ്ട് തന്നെ മക്കളുടെയും അനിയന്മാരുടെയു
മെല്ലാം പരിഷ്കാരങ്ങൾ അവരെ ഭയപ്പെടുത്തുന്നു. 'ആൾക്കൂട്ടത്തിൽ
തനിയെ', 'തിങ്കളാഴ്ച നല്ല ദിവസം' തുടങ്ങിയ ചിത്രങ്ങളിലെ മമ്മൂട്ടിയുടെ
കഥാപാത്രങ്ങൾ ഇത് കൃത്യമായി അടയാളപ്പെടുത്തുന്നുണ്ട്. 'ആൾക്കൂ
ട്ടത്തിൽ തനിയെ' എന്ന സിനിമയിൽ തന്റെ വളർച്ച നഷ്ടപ്പെടുത്തിയ
പ്രണയത്തെക്കുറിച്ചുള്ള ചിന്ത വേട്ടയാടുന്ന ഒരു കഥാപാത്രമാണ് മമ്മൂ
ട്ടിയുടേത്. അയാൾ ഒരു വലിയ സ്ഥാപനത്തന്റെ മാനേജിംഗ് ഡയറക്ട
റാണ്. എം ബി എക്കാരൻ. പക്ഷേ, ചേച്ചിയുടെ പരിഷ്കാരങ്ങളും ഭാര്യ
യുടെ ന്യായമായ ആവശ്യങ്ങളും അയാൾക്ക് രുചിക്കുന്നില്ല. ഇതിൽനി
ന്നെല്ലാം രക്ഷപ്പെടാൻ ഇന്നലെകളിൽ നഷ്ടമായ കാമുകിയുടെ സാന്നിധ്യം
പരോക്ഷമായി ആഗ്രഹിക്കുകയാണയാൾ. അവസാനം അയാളുടെ ഭാര്യ
യ്ക്കുപോലും തന്റെ വിദേശയാത്രയ്ക്കും മകന്റെ ബോർഡിംഗ് പഠന
ത്തിനും ഭർത്താവിന്റെ അനുവാദം കിട്ടുവാൻ ഈ കാമുകിയെക്കൊണ്ട്
പറയിപ്പിക്കേണ്ടിവരുന്നു. സീമ അവതരിപ്പിച്ച ഈ പഴയ കാമുകിയാവട്ടെ
വേഷംകൊണ്ടും സ്വഭാവംകൊണ്ടും പ്രതിനിധീകരിക്കുന്നത് പഴയ നാലു
കെട്ടുകളുടെ ചുറ്റുപാടാണ്.

തിരിച്ചുപോകാനോ, പറ്റിച്ചേരാനോ ഉള്ള ഈ ത്വര 'തിങ്കളാഴ്ച നല്ല
ദിവസത്തിൽ' കൂടുതൽ വ്യക്തമാണ്. ഈ സിനിമയിലെ നായകൻ മുത
ലാളിത്തത്തിന്റെ ഏറ്റവും ശക്തമായ പ്രതീകമായ മെട്രോവാസിയാണ്.
വേഗം കൂടിയ ജീവിതം നയിക്കുന്നയാൾ. മെട്രോയിൽ ഫ്ളാറ്റു വാങ്ങു
വാൻ തറവാടു വിൽക്കുകയും അമ്മയെ വൃദ്ധസദനത്തിലാക്കുകയും
ചെയ്യുന്ന ആൾ. (തറവാട് പഴയ ജന്മിത്വത്തിന്റെ തിരുശേഷിപ്പും വൃദ്ധ
സദനം ആധുനികതയുടെ സൃഷ്ടിയും ആണെന്നോർക്കുക.) പക്ഷേ,
അമ്മയുടെ മരണം അയാളിലെ പഴയ മനസിനെ ഞെട്ടിച്ചുണർത്തുക
യാണ്. തുടർന്ന് മുന്തിയ പബ്ലിക് സ്കൂളുകളിൽ പഠിച്ചിരുന്ന മക്കളെ

പ്പോലും ഗ്രാമത്തിലെ മൂന്നാംകിട ഗവൺമെന്റ് സ്കൂളിൽ ചേർത്തു കൊണ്ട് അയാൾ തറവാട്ടിൽ സ്ഥിരതാമസമാക്കുന്നു.

മമ്മൂട്ടിയുടെ കരിയറിന്റെ മധ്യാഹ്നത്തിന് ശോഭ നൽകിയ ഭർത്താവ് വേഷങ്ങളും ഇവിടെ പരിശോധിച്ചാൽ ഈയൊരു അന്തർധാര അവയിലും കണ്ടെത്താനാകും. ഈ ഭർത്താക്കന്മാരെല്ലാം ഒന്നുകിൽ പരിഷ്കാരി യായ ഭാര്യയെക്കൊണ്ട് ബുദ്ധിമുട്ടുന്ന സാധാരണക്കാരാണ്. ഉദാഹരണം 'അവിടുത്തെപോലെ ഇവിടെയും.' അതല്ലെങ്കിൽ മരണമടഞ്ഞതോ, ഉപേ ക്ഷിച്ചുപോയതോ ആയ ഭാര്യയുടെ ഓർമയിൽ മറ്റൊരു ജീവിതം സ്വപ്നം കാണാൻ പോലും കഴിയാത്ത ആൾ. ഉദാഹരണം 'മകൻ, എന്റെ മകൻ'. മമ്മൂട്ടി ഇത്തരം കഥാപാത്രങ്ങളുമായി രംഗപ്രവേശം ചെയ്തത് ലോ– വെയ്സ്റ്റ് സാരി ചുറ്റി, മുടി ബോബു ചെയ്ത്, പ്രീമിയർ പത്മിനി സ്വയം ഡ്രൈവ് ചെയ്ത സൊസൈറ്റി നാരിമാരും ഉദ്യോഗസ്ഥകളും വിദ്യാർഥി നികളും നമ്മുടെ ഭാരതസ്ത്രീയെക്കുറിച്ചുള്ള പാവനസങ്കൽപ്പങ്ങളെ ഇടി ച്ചുതകർത്ത ഒരു കാലത്താണ്. 'ശ്രീധരന്റെ ഒന്നാം തിരുമുറിവ്', എന്ന സിനിമയിൽ ഈ നഗര–ഗ്രാമ ആധുനികവനിത – പഴഞ്ചൻ പുരുഷൻ സംഘർഷം വളരെ തീക്ഷ്ണമായിത്തന്നെ ചിത്രീകരിച്ചിട്ടുണ്ട്. അങ്ങനെ ഒരുമ്പെട്ടവളെ പിടിച്ചുകെട്ടുന്ന കലിയുഗ അവതാരമെന്ന രീതിയിലാണ് ഇത്തരം ചിത്രങ്ങളിൽ മിക്കതിലും മമ്മൂട്ടി അവതരിക്കപ്പെട്ടത്. അതല്ലെ ങ്കിൽ ഏകപത്നീവ്രതക്കാരനായ മാതൃകാഭർത്താവായി. ഏതായാലും മോഡേണല്ലാത്ത ഭൂരിപക്ഷം വരുന്ന സ്ത്രീപ്രേക്ഷകർക്കും പുരുഷ ന്മാർക്ക് പൊതുവെയും ഈ ചിത്രങ്ങൾ ക്ഷ പിടിച്ചു. ഈ ചിത്രങ്ങളിലൂ ടെയാണ് കുടുംബ പ്രേക്ഷകർക്ക് വിശിഷ്യാ സ്ത്രീകൾക്ക് പ്രിയങ്കരനും മാതൃകാപുരുഷനുമായിക്കൊണ്ട് മമ്മൂട്ടിയുടെ സ്റ്റാർ ഇമേജ് രൂപംകൊ ണ്ടതും ബലപ്പെട്ടതും. അതായത് ഇക്കാലത്ത് സ്വതഃസിദ്ധമായ ബല ഹീനതകളെ കവച്ചുവെച്ചുകൊണ്ട് മമ്മൂട്ടിയുടെ ശബ്ദവും ശരീരസൗന്ദ രൃവും മികച്ച ഭാവാഭിനയവും മലയാള സിനിമയിൽ മമ്മൂട്ടിയുടേതായ ഒരിടം രൂപപ്പെടുത്തിയെടുക്കുകയായിരുന്നു. 'നിങ്ങൾ മമ്മൂട്ടിയെപ്പോലെ സുന്ദരനായിരുന്നു' എന്ന് 'തലയണമന്ത്ര'ത്തിലെ ഉർവശിയുടെ കഥാ പാത്രം തന്റെ ഭർത്താവായ ശ്രീനിവാസനോട് പറയുന്നത് ഇവിടെ ഓർ ക്കാം. പഴമയും പുതുമയും തമ്മിലുള്ള ഈ സംഘർഷം മമ്മൂട്ടിയെ 'ഭർ ത്താവി'നുശേഷം കൂടുതൽ പ്രിയങ്കരനാക്കിയ പൊലീസ് വേഷങ്ങളിലും കാണാം. ഒരുപക്ഷേ ഇന്ത്യയിൽ മറ്റാർക്കും ഇണങ്ങാത്ത വിധത്തിൽ ഈ വേഷവുമായി മമ്മൂട്ടി താദാത്മ്യം പ്രാപിച്ചിട്ടുണ്ട്. ഈ നിരയിലേക്ക് ഏറ്റവും ശ്രദ്ധേയമായ വേഷമാണ് 'ഇൻസ്പെക്ടർ ബൽറാമിന്റേ'ത്. ഈ കഥാപാത്രത്തിന്റെ പ്രശ്നങ്ങൾ ആരംഭിക്കുന്നത് അയാൾ നിലവിലുള്ള സാമൂഹിക ഘടനയെ പൊട്ടിച്ചെറിഞ്ഞ് കുടിയനും വ്യഭിചാരിയുമായി മാറുമ്പോഴാണ്. ഇയാളെ അലട്ടുന്നതാവട്ടെ തന്റെ കൈകൾകൊണ്ട് കൊലചെയ്യപ്പെട്ട ബ്രാഹ്മണബാലന്റെ ചിതാഭസ്മവും അസ്ഥിയും തേടി യുള്ള ആ കുട്ടിയുടെ അച്ഛന്റെ യാചനയും. മകന്റെ ശേഷക്രിയ ചെയ്യാ

നെങ്കിലും അനുവദിക്കണമെന്നു പറയുന്ന ഈ അച്ഛൻ പഴയൊരു ജന്മി
യാണ്. ചിത്രത്തിലുടനീളം പഴമയുടെ ഈ പശ്ചാത്തലം എടുത്തുകാ
ണിക്കുന്നുമുണ്ട്. ബൽറാമാകട്ടെ ജീവിതംകൊണ്ടും ഇടപെടലു
കൾകൊണ്ടും മുതലാളിത്തത്തെ കൃത്യമായി അടയാളപ്പെടുത്തുന്നുമു
ണ്ട്. ഈ സംഘർഷങ്ങൾക്കവസാനം ബ്രഹ്മഹത്യ ചെയ്ത വില്ലനെ
കൊന്നുകൊണ്ട്, കുടുംബത്തിന്റെ ചട്ടക്കൂടിനുള്ളിലേക്ക് മടങ്ങുകയാണ്
ബൽറാം. ഏറ്റവും ഒടുവിലത്തെ പൊലീസ് വേഷമായ കമീഷണർ രാമ
നാഥനും (രാക്ഷസരാജാവ്) ഇത്തരം ചില സമാനതകൾ കാണാം. നമ്മ
ക്കുവേണ്ടിയുള്ള കൊച്ചുണ്ണി സ്റ്റൈൽ അഴിമതി, മരിച്ചുപോയ ഭാര്യയുടെ
സ്ഥാനത്ത് മറ്റാരെയും കാണാൻ കഴിയാത്ത അവസ്ഥ, ഒടുവിൽ കുടും
ബബന്ധത്തിലേക്കുള്ള മടങ്ങൽ തുടങ്ങിയവ. മമ്മൂട്ടിയുടെ മറ്റൊരു സുപ്ര
സിദ്ധ കഥാപാത്രമായ സി ബി ഐ ക്കാരൻ സേതുരാമയ്യരാവട്ടെ ഒരു
ഒറ്റ പട്ടരാണ്. തികഞ്ഞ സാത്വികൻ. വില്ലന്മാരാവട്ടെ കരാറുകാരനും
സിനിമാക്കാരനും രാഷ്ട്രീയക്കാരനും പൊലീസുകാരനുമെല്ലാം. ഇവ
രൊക്കെ പുതിയ കാലഘട്ടത്തിന്റെ സൃഷ്ടികളാണല്ലോ.

അപ്പോൾ മമ്മൂട്ടിയുടെ ജനപ്രിയ ചിത്രത്തിലുടനീളം പഴമ–ആധു
നികത എന്നീ ദ്വന്ദ്വം പ്രത്യക്ഷമായോ, പരോക്ഷമായോ ഏറ്റുമുട്ടുന്നത്
കാണാം. ഇവയിലെല്ലാം തന്നെ മമ്മൂട്ടിയുടെ പക്ഷം പഴമയുടേതാണ്.
ഈ പക്ഷംചേരലാണ് നമ്മുടെ നായകന്മാർക്കുണ്ടാകണമെന്ന് നാം വാശി
പിടിക്കുന്ന നൃത്തവും തമാശയും വഴങ്ങാത്ത മമ്മൂട്ടിയെ നാം നമ്മുടെ
താരരാജാവാക്കി വാഴിക്കാൻ കാരണം. നമുക്കത് ഒരു രക്ഷപ്പെടലായി
രുന്നു. ശരിക്കും പറഞ്ഞാൽ ഒരു സേഫ്റ്റ് വാൾവ്. അതായത് അരനൂറ്റാ
ണ്ടിനകം ക്രിസ്ത്യൻ മിഷണറിമാരും നവോത്ഥാന പ്രസ്ഥാനങ്ങളും ഇട
തുപക്ഷവും ഗൾഫ് ബൂമും തിരിച്ചറിയാൻ കഴിയാത്തവിധം മാറ്റിയെ
ടുത്ത ഒരു സമൂഹമാണ് മലയാളികളുടേത്. ഇന്ത്യയിലെ ഏറ്റവും കൂടു
തൽ മുതലാളിത്തവൽക്കരിക്കപ്പെട്ട – നഗരവൽക്കരിക്കപ്പെട്ട – രാഷ്ട്രീയ
വൽക്കരിക്കപ്പെട്ട ഒരു സമൂഹം. ഉയർന്ന ആരോഗ്യ പരിപാലനവും
ഉയർന്ന ഉപഭോഗനിരക്കും ഉയർന്ന ശമ്പളവും താഴ്ന്ന ജനസംഖ്യാ വർധ
നവും ഉയർന്ന ജനസാന്ദ്രതയും വാഹനസാന്ദ്രതയും മൊബൈൽ സാന്ദ്ര
തയുമെല്ലാം ഇതിന് തെളിവ്. ഇങ്ങനെ അതിവേഗം മാറുമ്പോഴും പഴയ
ഫ്യൂഡൽ മൂല്യങ്ങൾ ഇപ്പോഴും മുതലാളിത്ത ശൈലികളുമായി (മുത
ലാളിത്തത്തിന് മൂല്യം പ്രശ്നമല്ലല്ലോ – ചരക്കുകളുടേതൊഴിച്ച്) നിര
ന്തരം പോരാടിക്കൊണ്ടിരിക്കുകയാണ്. ഇത് മാനസികമാണ്. അതിന്റെ
വിമ്മിട്ടവും വീർപ്പുമുട്ടലും മലയാളിയിൽ പ്രകടമാണുതാനും. ആൾദൈ
വങ്ങളുടെ വർധിച്ച സ്വീകാര്യതയും വർധിച്ചുവരുന്ന ആത്മഹത്യാനി
രക്കും ഇതിനു തെളിവാണ്. ഇത്തരം പ്രശ്നങ്ങൾ സാമൂഹികവും –
ചരിത്രപരവുമായ, അനിവാര്യവും – നിർണായകവുമായ പരിണാമത്തിന്റെ
ദശയിലൂടെ കടന്നുപോയപ്പോൾ എല്ലാ വികസിത സമൂഹങ്ങളിലും സംഭ
വിച്ചിട്ടുണ്ട്. സത്യത്തിൽ മമ്മൂട്ടിയുടെ വിജയം ഈയൊരു സാമൂഹിക

മായ പരിണാമദശയിൽ തിരശ്ശീലയിലെ മലയാളിയുടെ കൃത്യമായ പ്രതി നിധീകരണമായി സ്വയം സ്ഥാപിച്ചെടുക്കാനായി എന്നതാണ്. ഇങ്ങനെ യാണ് പഴമയെ സ്നേഹിക്കുന്ന – നിലവിലുള്ള സാമൂഹിക ഘടനയ്ക്ക് കാര്യമായ പരുക്കൊന്നും ഏൽപ്പിക്കാതെ അതിനെ മെച്ചപ്പെടുത്താൻ നോക്കുന്ന ഗൗരവക്കാരനായി അദ്ദേഹത്തിന്റെ കഥാപാത്രങ്ങൾ മാറിയ ത്. ഇങ്ങനെ തിരശ്ശീലയിലെ മമ്മൂട്ടിയുമായി താദാത്മ്യപ്പെടുകവഴി മന സിലെ പഴമയോട് നീതിപുലർത്താൻ കഴിയാതെ ജീവിതപ്പന്തയത്തിൽ കുതിച്ചോടുന്ന മലയാളി തന്റെയുള്ളിൽ നടക്കുന്ന ദുസ്സഹമായ ആത്മ സംഘർഷത്തിന് അറിയാതെ സ്വയം ചികിത്സിക്കുകയായിരുന്നു. ആ ചികിത്സയോടുള്ള മലയാളിയുടെ അഡിക്ഷനാണ് മമ്മൂട്ടിയെ ഓരോ പ്രതിസന്ധിഘട്ടത്തിലും വീഴാതെ പിടിച്ചുനിറുത്തുന്നതും.

മമ്മൂട്ടിയുടെ പുണ്യം

മലയാളത്തിൽ ആർട്ട് സിനിമയെ ജനപ്രിയമാക്കിയത് മമ്മൂട്ടിയാണ്. തന്റെ താരമൂല്യം നോക്കാതെ മികച്ച വേഷങ്ങൾ തേടി അടൂരിനെയും ചന്ദ്രനെയുമെല്ലാം മമ്മൂട്ടി അങ്ങോട്ട് ചെന്നു കാണുകയായിരുന്നു. അങ്ങ നെയാണ് 'മതിലുകളും' 'പൊന്തൻമാട'യുമൊക്കെ ഉണ്ടായത്. ഇത്തരം കഥാപാത്രങ്ങൾക്കുവേണ്ടി എന്തു ത്യാഗം സഹിക്കാനും അദ്ദേഹം തയാ റായി. ബഷീറാകാൻവേണ്ടി (മതിലുകൾ) പട്ടിണി കിടന്നു മെലിഞ്ഞതും ഭാസ്കര പട്ടേലാകാൻവേണ്ടി (വിധേയൻ) വെട്ടിവിഴുങ്ങി തിന്ന് ശരീരം തടിപ്പിച്ചതും ഇതിനുദാഹരണമാണ്. സത്യത്തിൽ മമ്മൂട്ടിയുടെ താരപ രിവേഷം ഈ സിനിമകളേയും സഹായിച്ചു. ഒന്നാമതായി ഇവ തിയേറ്റ റിലെത്തുകയും പ്രേക്ഷകർ കാണുകയും ചെയ്തു. ടി വി ചന്ദ്രൻ 'പൊന്തൻമാട'യ്ക്ക് മുമ്പെടുത്ത 'ആലീസിന്റെ അന്വേഷണം' എന്ന ചിത്രം റിലീസ് ചെയ്യാൻ കഴിയാത്ത പരിതഃസ്ഥിതിയിലാണിതെന്നോർക്കു ക. രണ്ടാമതായി മറ്റു ജനപ്രിയ താരങ്ങളും ഈ വഴി പിന്തുടർന്നു. മോഹൻലാൽ അരവിന്ദന്റെ 'വാസ്തുഹാര'യിൽ അഭിനയിച്ചു. വാന പ്രസ്ഥം അദ്ദേഹം നിർമിക്കുകയുംചെയ്തു. ജയറാം 'ശേഷം', 'കരുണം' എന്നീ സിനിമകളിലും മുകേഷും ജഗദീഷും 'കഥാപുരുഷ'നിലും, ജഗതി 'നിഴൽക്കുത്തി'ലും സുരേഷ്ഗോപി 'കളിയാട്ട'ത്തിലും ഒടുവിൽ ദിലീപ് സ്വയം നിർമിച്ച 'കഥാവശേഷനി'ലും. ഇങ്ങനെ മലയാളത്തിൽ ഒട്ടനവധി നല്ല സിനിമകൾ നിർമിക്കപ്പെടാനും ആസ്വദിക്കപ്പെടാനും അങ്ങനെ ദേശീയ അവാർഡുകളിലൂടെ ആദരിക്കപ്പെടാനും മമ്മൂട്ടി നിമിത്തമായി.

മമ്മൂട്ടിയുടെ സാന്നിധ്യം കൊണ്ടുമാത്രം സാമ്പത്തികമായി വിജ യിച്ച സിനിമകളുണ്ട്. 'കാഴ്ച' ഇതിലൊന്നാണ്. കലാപരമായി മികച്ച താണെങ്കിലും പൂർണമായും സംവിധായകന്റേതായ ഒരു സിനിമയെ സാമ്പത്തികമായി താങ്ങിനിറുത്തിയത് മമ്മൂട്ടിയുടെ സാന്നിധ്യമാണ്. മാധ വൻ എന്ന കഥാപാത്രമായി മറ്റാരെക്കാളും എളുപ്പം കൊച്ചുണ്ടാപിയുടെ

വിയോഗം സൃഷ്ടിച്ച നൊമ്പരം പ്രേക്ഷകരിലെത്തിക്കുവാൻ ദശാബ്ദങ്ങ ളായി പ്രേക്ഷകർക്ക് ചിരപരിചിതമായ മാനറിസങ്ങളിലൂടെ മമ്മുട്ടിക്ക് കഴിഞ്ഞു. അത് നല്ല സിനിമയ്ക്ക് താരമൂല്യം നൽകിയ പൊട്ടാണ്.

കേരളത്തിനു പുറത്തും മലയാള സിനിമയുടെ ഖ്യാതി ഉയർത്തി പ്പിടിക്കാൻ കഴിഞ്ഞു എന്നതും മമ്മുട്ടിയുടെ പുണ്യമാണ്. തമിഴിൽ മുൻ നിര താരമാണ് മമ്മുട്ടി. ഹിന്ദി, തെലുങ്ക് സിനിമകളിലും അദ്ദേഹം സാന്നി ധ്യമറിയിച്ചിട്ടുണ്ട്. അംബേദ്കറിന്റെ വേഷമിട്ട് ദേശീയ ശ്രദ്ധയാകർഷി ക്കുകയും മൂന്ന് ദേശീയ അവാർഡുകളുടെയും അനേകം സംസ്ഥാന അവാർഡുകളുടെയും പിൻബലത്തിൽ ഇന്ത്യൻ സിനിമാ ചരിത്രത്തിൽ സ്ഥാനമുറപ്പിക്കുകയും ചെയ്തു.

സിനിമയിൽ സ്വന്തം ഇടം തിരിച്ചറിയാനും അത് നേടിയെടുക്കു വാനും മമ്മുട്ടിക്ക് കഴിഞ്ഞു. ഇതിനു തന്നെപ്പറ്റിയുള്ള കൃത്യമായ ധാര ണയും കൂടുതൽ കൂടുതൽ മെച്ചപ്പെടുത്താനുള്ള ത്വരയും മികച്ച വേഷ ങ്ങൾക്കായി ആരെയും സമീപിക്കാനുള്ള സന്നദ്ധതയും അതിനായി എന്ത് ത്യാഗവും സഹിക്കാനുള്ള മനസുമാണ് കാരണം.

4
സ്വയമറിയുന്ന താരവും മരുന്നുവേണ്ട ദേശവും

നടൻ ഒരു വ്യക്തിയും താരം ഒരു നിർമിതിയുമാണ്. പ്രശസ്ത സിനിമാചിന്തകയായ ക്രിസ്ത്യൻ ഗ്ലാഡ്ഹിൽ ചൂണ്ടിക്കാട്ടിയതുപോലെ താരനിർമിതിയിൽ പ്രധാനമായും ഉൾപ്പെട്ടിരിക്കുന്നത് മൂന്നുഘടകങ്ങ ളാണ്. നടൻ, പ്രേക്ഷകൻ, പിന്നെ കലാവ്യവസായവും. എല്ലാ നടനും അല്ലെങ്കിൽ നടിക്കും താരമാകാനാകില്ല. പക്ഷേ, അനിവാര്യമായും ഓരോ താരവും ഒരു അഭിനേതാവോ, അഭിനേത്രിയോ ആണ്. അപ്പോൾ താര നിർമിതിയിലെ നിർണായകഘടകങ്ങളിൽ മുൻതൂക്കം പ്രേക്ഷകർ എന്ന സാമൂഹികഘടകത്തിനും അവരുടെ ഇഷ്ടാനിഷ്ടങ്ങളെ, വികാര വിചാര ഭേദങ്ങളെ സ്കാൻ ചെയ്തുകൊണ്ടിരിക്കുന്ന, അതിനനുസൃതമായ സിനി മകൾ പടച്ചുവിടുന്ന സിനിമാ-കലാ വ്യവസായത്തിനുംതന്നെ. അപ്പോൾ ഓരോ താരവും വലിയൊരു പരിധിവരെ അതാതു കാല-ദേശങ്ങളുടെ, ചുരുക്കത്തിൽ സമൂഹത്തിന്റെ സൃഷ്ടിയാണ്. ഗ്ലാഡ്ഹിൽ അഭിപ്രായപ്പെ ടുന്നതുപോലെ സമൂഹം എന്താണെന്നും, എങ്ങനെയായിരിക്കണമെന്നും സമൂഹത്തെത്തന്നെ കാണിച്ചുകൊടുക്കുന്ന കണ്ണാടി. സാംസ്കാരിക രാഷ്ട്രീയത്തിന്റെ ഒരു സുപ്രധാന ഇടം.

ബ്രിട്ടീഷ് ആന്ത്രപൊളജിസ്റ്റുകളായ ഒസല്ലോ ദമ്പതികൾ അഭിപ്രാ യപ്പെട്ടതുപോലെ മലയാള സിനിമയിലെ താരദ്വയത്തിൽ മോഹൻലാൽ മലയാളിയുടെ ആൾട്ടർ ഈഗോയുടെ പ്രതിനിധാനമാണ്. നിലവിലുള്ള സാമൂഹിക നിയന്ത്രണങ്ങളുടെ, പ്രമാണങ്ങളുടെ ലംഘകൻ. അപ്പോൾ മമ്മൂട്ടിയോ? അദ്ദേഹം മലയാളിയുടെ സുപ്പർ ഈഗോയുടെ ലക്ഷണ മൊത്ത പ്രതിനിധാനമാണെന്നു കാണാം. പാതിയോ, മുക്കാലോ ഇന്നും ഫ്യൂഡലായി അവശേഷിക്കുന്ന, എന്നാൽ മുതലാളിത്ത-മൂലധനശക്തി

കളുടെ അധിനിവേശത്തിനു മുന്നിൽ അതിവേഗം നിഷ്പ്രഭമായിക്കൊ
ണ്ടിരിക്കുന്ന, മലയാളിയുടെ മൂല്യസങ്കൽപ്പങ്ങളുടെ സംരക്ഷകനാണ്
മമ്മൂട്ടിയെന്ന താരം. അതായത് അയാൾ മുതലാളിത്ത സമ്പദ്‌വ്യവ
സ്ഥക്കും സെമിഫ്യൂഡലായ സാമൂഹിക-സാംസ്കാരിക പശ്ചാത്തല
ത്തിനും ഇടക്ക് പകുത്തെടുക്കപ്പെട്ട ഓരോ ശരാശരി മലയാളിയുടെയും
പകുതി മനസാണ്. ആ അർഥത്തിൽ മെലോഡ്രാമയുടെ നാലതിരു
കൾക്കുള്ളിൽ ഒതുങ്ങിനിൽക്കുന്ന മലയാള സിനിമാ വ്യവസായത്തിന്റെ
സൗന്ദര്യശാസ്ത്രത്തിന്റെയും രാഷ്ട്രീയത്തിന്റെയും സാംസ്കാരികമായ
അകക്കാമ്പാണ് മമ്മൂട്ടി. പീറ്റർ ബ്രൂക്സ് അഭിപ്രായപ്പെടുന്നതുപോലെ
മെലോഡ്രാമയുടെ ലക്ഷ്യം സമകാലിക പരിഃസ്ഥിതിയിൽ അമ്പേറ്റു
പിടയുന്ന, ജീർണിച്ചു തുടങ്ങിയ സാമൂഹിക-സാംസ്കാരിക മൂല്യങ്ങ
ളുടെ സംരക്ഷണമാണ്. ഈ സന്ദർഭത്തിൽ മലയാളിയുടെ സൂപ്പർ ഈ
ഗോയുടെ സംസ്കാരത്തിന്റെയും മൂല്യസങ്കൽപ്പത്തിന്റെയും ആൾരൂപ
മായ മമ്മൂട്ടി എന്ന താരം സിനിമാതാരത്തിന്റെ രാഷ്ട്രീയത്തെക്കുറിച്ചുള്ള
മലയാളികളുടെ വിശ്വാസത്തിന്റെ മുൻവിധിയുടെ, സീമകൾ ലംഘിക്കു
കയും സർവോപരി മലയാളിയുടെ മറച്ചുവെക്കാനാവാത്ത സാംസ്കാ
രിക ഹിപ്പോക്രസിയുടെ മുഖംമൂടിയിൽ ഇങ്ങനെ ചില പോറലുകൾ
ഉണ്ടാക്കുകയും ചെയ്തപ്പോൾ അവരൊന്നു ഞെട്ടി. ആ ഞെട്ടലിന്റെ
ചോരനുണയാൻ ഫാസിസ്റ്റ് ശവംതീനികളും, കുഞ്ഞാടിൻ തോൽപോലെ
ഖാദി പുതച്ചു നടക്കുന്ന ചെന്നായകളും, അവർക്കു മേയാൻ ശരാശരി
ക്കാരനായ മുറിമൂക്കന്മാർ രാജാക്കന്മാരായ നമ്മുടെ മാധ്യമലോകം ഡിജി
റ്റൽ മേച്ചിൽപ്പുറങ്ങളും ഒരുക്കിയപ്പോൾ മമ്മൂട്ടിയുടെ വാക്കുകൾ മലയാ
ളിയുടെ പലവിധ കാപട്യങ്ങളിൽ നടുക്കമായി മാറി, വിട്ടുപോകാനനുവ
ദിക്കപ്പെടാതെ, ഫ്രീസ് ചെയ്യപ്പെട്ടിരിക്കുന്നു.

മലയാളിയുടെ സൂപ്പർ ഈഗോ കാപട്യങ്ങളുടേതാണ്. ഷക്കീല അന
ഭിമതയായിരിക്കുമ്പോഴും അവരുടെ പടങ്ങളെ സൂപ്പർഹിറ്റാക്കിയത്, അടി
യന്തരാവസ്ഥയ്ക്കുശേഷം നടന്ന ആദ്യ തിരഞ്ഞെടുപ്പിൽപോലും
കോൺഗ്രസുകാരനെ അധികാരത്തിലേറ്റിയത്, ആർട്ട് സിനിമ കാണാൻ
തിയേറ്ററും മുഖ്യധാരാ സിനിമ കാണാൻ ഡിവിഡിയും എ-പ്പടം കാണാൻ
പാതിരാഷോയും ആശ്രയിക്കുന്നവർ. ഇങ്ങനെ സ്പ്ലിറ്റ് പേഴ്സണാലിറ്റി
യായാണ് മിക്ക മലയാളികളും ജീവിക്കുന്നത്, അന്യനാട്ടിൽ പോയി തോട്ടി
പ്പണിയെടുക്കുന്നവന് നാട്ടിൽ പ്യൂണാകുന്നതിനുള്ള ദുരഭിമാനം. പുതിയ
ഭക്ഷണ-വസ്ത്ര ശീലങ്ങളെ ഭ്രാന്തമായി കാമിക്കുമ്പോഴും അന്യനതു
ചെയ്യുമ്പോൾ കണ്ണുരുട്ടി-പരിഹസിച്ചുതള്ളി ബുദ്ധിജീവിയോ, പ്രബു
ദ്ധനോ ആയി സ്വയം നടിക്കുന്ന സാധിസം. അതുകൊണ്ടുതന്നെ ഇവിടെ
മമ്മൂട്ടിയോടൊപ്പം മോഹൻലാലും, കവിയൂർ പൊന്നമ്മക്കൊപ്പം മോഡേ

ണായ നായികമാരും വാഴുന്നു. എപ്പോഴും നമുക്ക് ദ്വന്ദ്വങ്ങൾ വേണം. മമ്മൂട്ടിയും ലാലും പോലെ, എൽ ഡി എഫും യു ഡി എഫുംപോലെ, നായനാരും കരുണാകരനും പോലെ. ഇല്ലെങ്കിൽ നമ്മളതു ഉണ്ടാക്കി യെടുക്കും.

ഇത്തരം സങ്കീർണമായ ഒരു പരിതഃസ്ഥിതിയിൽ മമ്മൂട്ടിയുടെ രാഷ്ട്രീയ നിലപാടും സങ്കീർണമാണ്. ഒന്നാമതായി മമ്മൂട്ടി ഒരു വിഗ്രഹ ഭഞ്ജകനായി തോന്നിക്കുന്നു. ഇവിടെയാണ് മലയാളിയുടെ ഹിപ്പോക്ര സിയുമായി അദ്ദേഹം ഏറ്റുമുട്ടുന്നു എന്ന പ്രതീതി സംജാതമാകുന്നത്. അതായത് മലയാളിയുടെ ജനപ്രിയസിനിമാസംസ്കാരം താരങ്ങളെ പക്ഷങ്ങളില്ലാത്തവരായി കാണുന്നു. ദൈവത്തെപ്പോലെ. പക്ഷേ ദൈവ ങ്ങളെപ്പോലെ കൃത്യമായ പക്ഷങ്ങളിലേക്ക് കാഴ്ചാനുഭവങ്ങളുടെ ലോകത്ത് സിനിമാതാരങ്ങളും ഹൈജാക്ക് ചെയ്യപ്പെടുന്നുണ്ടെന്നത് യാഥാർഥ്യം. അതായത് ദൈവങ്ങളെ മതങ്ങൾ ഹൈജാക്ക് ചെയ്ത് ഭരണ വർഗത്തിന്റെ താൽപ്പര്യസംരക്ഷണത്തിനായി ഉപയോഗിക്കുന്നതുപോ ലെ, താരങ്ങളെ സ്റ്റീരിയോ ടൈപ്പ് ചെയ്ത്, കൃത്യമായ ഭരണവർഗ ആഭി മുഖ്യം പുലർത്തുന്ന കഥാപാത്രാവിഷ്കാരങ്ങളിലൂടെ ഭരണവർഗ പ്രത്യ യശാസ്ത്രത്തിന്റെ വക്താക്കളും, അതിനു സാധുത നേടിക്കൊടുക്കുന്ന അപ്പോസ്തലന്മാരും ആക്കി മാറ്റിയിരിക്കുന്നു. സത്യത്തിൽ താരജനനം എന്ന പ്രക്രിയയിലെ സാമൂഹികമായ 'ഇൻപുട്ട്' പലപ്പോഴും ഇത്തരം ഭരണവർഗ താൽപ്പര്യങ്ങളാണ്. ഹോളിവുഡിൽ താരങ്ങൾ ജനിക്കാൻ തുടങ്ങിയത് താരമൂല്യത്തിന്റെ വിപണന സാധ്യതകൾ കണ്ടറിഞ്ഞ് സ്റ്റുഡിയോകൾ നടന്മാരുടെയും നടിമാരുടെയും പബ്ലിസിറ്റി മുതലെടു ക്കാനും പ്രമോട്ട് ചെയ്യാനും തുടങ്ങിയതോടെയാണ് എന്ന സത്യം ഇതോടെ ചേർത്തുവായിക്കാം.

പറഞ്ഞുവന്നത് താരങ്ങൾക്ക് രാഷ്ട്രീയം പാടില്ലെന്ന മലയാളിയുടെ വിശ്വാസത്തെക്കുറിച്ചാണ്. അതുകൊണ്ടുതന്നെ മിക്ക താരങ്ങളും തങ്ങ ളുടെ രാഷ്ട്രീയ ചായ്‌വുകൾ മൂടിവെച്ചു. മമ്മൂട്ടി തന്നെ പലപ്പോഴും കൃത്യ മായി ഇത് ചെയ്തിട്ടുണ്ട്. ഉദാഹരണമായി എൽ ഡി എഫ് സ്ഥാനാർഥി യായ എം അലിക്കുവേണ്ടി മങ്കടയിൽ വോട്ടുപിടിച്ചതിനെപ്പറ്റി പറയുമ്പോ ഴെല്ലാം എറണാകുളത്ത് ജോർജ് ഈഡൻ എന്ന യു ഡി എഫ് സ്ഥാനാർഥിക്കുവേണ്ടി വോട്ടു പിടിച്ചതും, രണ്ടും സൗഹൃദത്തിന്റെ പേരി ലാണെന്നും മറിച്ച് രാഷ്ട്രീയത്തിന്റെ പേരിലല്ലെന്നും മമ്മൂട്ടി പലവുരു ഓർമിപ്പിച്ചിട്ടുണ്ട്. അതുപോലെ കൈരളി ചാനലിന്റെ ഡയറക്ടർ ബോർഡിൽ മെമ്പറാകുന്നത് തന്റെ ആരാധകരെ നിരാശപ്പെടുത്തുന്നതു കണ്ട് മോഹൻലാൽ പിന്മാറുകയുണ്ടായി. സുരേഷ് ഗോപിയാകട്ടെ രാഷ്ട്രീ യത്തെക്കുറിച്ച് പറയുമ്പോഴെല്ലാം ആർ എസ് എസ് ഡ്രിൽക്ലാസിൽ

പോയതും എസ് എഫ് ഐയിൽ പ്രവർത്തിച്ചതും കോൺഗ്രസ് ബന്ധ
ങ്ങളും ചൂണ്ടിക്കാട്ടി എപ്പോഴും സമദൂര സിദ്ധാന്തം മുറുക്കിപ്പിടിച്ചു. ഇതി
നുപുറമെ കണ്ണൂരും മറ്റും രാഷ്ട്രീയ ഏറ്റുമുട്ടലുണ്ടായപ്പോൾ ഇവരെല്ലാം
നിഷ്പക്ഷതയുടെ ആൾരൂപങ്ങളും ശാന്തിയുടെ സന്ദേശവാഹകരുമാ
യി. ഇത്തരം ഒരു 'നിഷ്പക്ഷതാ' ബോധത്തിന്റെ ആദ്യത്തെ ആഘാതം
തൊണ്ണൂറുകളുടെ തുടക്കത്തിൽ ലാൽ, സഖാവ് നട്ടൂരാൻ എന്ന കഥാ
പാത്രമായി 'ലാൽ സലാം' എന്ന സിനിമയിൽ അഭിനയിച്ചു തകർത്ത
താണ്. പിന്നീട് 'ഇൻകിലാബ് സിന്ദാബാദ്', 'അദ്വൈതം' തുടങ്ങിയ സിനി
മകളിൽ അദ്ദേഹവും 'സ്റ്റാലിൻ ശിവദാസി'ൽ മമ്മൂട്ടിയും 'ജനാധിപ
ത്യ'ത്തിൽ സുരേഷ്ഗോപിയും 'പൗരനി'ൽ ജയരാമും ഇടതുപക്ഷ കഥാ
പാത്രങ്ങളെ അവതരിപ്പിച്ചു. എന്നാൽ ഈ സിനിമകളെല്ലാം ക്ലൈമാ
ക്സിൽ നിലവിലുള്ള ഇടതുപക്ഷത്തിനു നേരെയുള്ള പലവിധ വിമർശ
നങ്ങളുടെ സാധൂകരണത്തിനുള്ള ഉപാധിയായി മാറിയപ്പോൾ ആദ്യം
ചുളിഞ്ഞ നെറ്റികൾ പിന്നീട് ചുളിഞ്ഞില്ല. കാരണം നിഷ്പക്ഷത ഈ
ക്ലൈമാക്സുകളിൽ സംസ്ഥാപിക്കപ്പെട്ടിരുന്നു. ഇതിന് ഏറ്റവും നല്ല ഉദാ
ഹരണമാണ് 'പഞ്ചാബി ഹൗസ്' എന്ന ദിലീപ് സിനിമ. ഈ സിനിമ
യിലെ നായകൻ കടക്കാരിൽനിന്നും രക്ഷപ്പെടാൻ കോൺഗ്രസ്, സി പി
ഐ (എം), ബി ജെ പി എന്നീ മൂന്നു രാഷ്ട്രീയ പാർട്ടികളുടെ ജാഥക
ളിൽ കയറിക്കൂടുന്നത് കാണിച്ച് സിനിമ നിഷ്പക്ഷത ഉറപ്പുവരുത്തു
ന്നു; തമാശയിൽ പോലും. അതുപോലെ ഒട്ടനവധി ഇടതുപക്ഷക്കാർ
ക്യാമറയ്ക്ക് മുന്നിലും പിന്നിലുമുണ്ടായിട്ടുപോലും, മുഖ്യധാരാ ഇടതു
പക്ഷ സ്വഭാവം പുലർത്തുന്ന, അതിനോടാഭിമുഖ്യം ആദ്യാവസാനം
കാണിക്കുന്ന ഒരു സിനിമയും, കെ പി എ സി സ്വാധീനം അപ്രസക്ത
മായ കഴിഞ്ഞ മുപ്പത്തഞ്ചു വർഷത്തെ മുഖ്യധാരാ മലയാള സിനിമാ
ചരിത്രത്തിൽ കാണാൻ കഴിയില്ല. കുറച്ചെങ്കിലും അത്തരം സ്വഭാവം
പുലർത്തിയിരുന്ന 'അസ്ഥികൾ പൂക്കുന്നു' എന്ന സിനിമയാവട്ടെ ആർട്ട്
കാറ്റഗറിയിൽ വരുന്നതും 'കണ്ണൂർ' എന്ന മുഖ്യധാരാസിനിമ പതിവു
പോലെ ക്ലൈമാക്സിൽ അഡ്ജസ്റ്റ്മെന്റുകൾ നടത്തിയതുമാണ്.
നക്സൽ പ്രമേയമുള്ള സിനിമകളാവട്ടെ, മുഖ്യധാര ഇടതുപക്ഷ വിമർശ
നത്തിലൂടെയോ, കുടുംബത്തിലേക്കുള്ള തിരിച്ചുപോക്കിലൂടെയോ, ഇതേ
'നിഷ്പക്ഷതാ' നാട്യം നിലനിർത്തി.

ഇവിടെ കാണാനാവുന്ന പ്രധാന വസ്തുത മുഖ്യധാരാ സിനിമയും
സിനിമാതാരങ്ങളും ഒരു കാരണവശാലും മുഖ്യധാരാ ഇടതുപക്ഷത്തോട്
ആഭിമുഖ്യം പുലർത്തരുതെന്ന ഒരു കടുംപിടുത്തം കേരള പൊതുസമൂ
ഹത്തിനുണ്ട് എന്നതാണ്. താരങ്ങൾ അവരുടെ വ്യക്തിജീവിതത്തിൽ
ഏതു രാഷ്ട്രീയ പാർട്ടിയിലും വിശ്വസിക്കുന്നതിലവർക്കു പ്രശ്നമില്ല.

പക്ഷേ, അത് താരപദവിയിലിരിക്കുമ്പോൾ പുറത്തു കാണിക്കരുത്, പ്രത്യേകിച്ചും ഇടതുപക്ഷക്കാരനാണെങ്കിൽ അതുകൊണ്ടുതന്നെ താര പദവിയിലേക്കുയരുമ്പോഴും തന്റെ രാഷ്ട്രീയ പക്ഷപാതിത്വം പരസ്യമായി വിളിച്ചു പറഞ്ഞ നടൻ മുരളിയെ അവർ പാതിവഴിയിൽ കൈവിട്ടു. തില കനും ശ്രീരാമനും ശങ്കരാടിയുമെല്ലാം മുഖ്യതാരങ്ങളല്ലാത്തതിനാൽ അവ രുടെ പക്ഷപാതിത്വം പ്രേക്ഷകർ കാര്യമാക്കിയില്ല. എന്നാൽ കോളേജ് ജീവിതകാലത്തെ എസ് എഫ് ഐ ബന്ധത്തെ കൗമാരചാപല്യമായി വെളിപ്പെടുത്താനാണ് ജനപ്രിയ വാരികകളിൽ ആത്മകഥകളെഴുതിയ പ്പോൾ ലാലിനോടും, മമ്മൂട്ടിയോടും പ്രേക്ഷകരുടെ 'നിക്ഷ്പക്ഷതാ' പിടി വാശി ആവശ്യപ്പെട്ടത്.

ഇതു കാണിക്കുന്നത് തീർച്ചയായും മലയാളിയുടെ സാമൂഹിക ബോധത്തിലെ, സാംസ്കാരിക മണ്ഡലത്തിലെ, ചുരുക്കത്തിൽ അവരുടെ സൂപ്പർ ഈഗോയിലെ പ്രകടമായ വലതുപക്ഷ–സവർണ ആഭിമുഖ്യമാ ണ്. ഈ ആഭിമുഖ്യത്തിന്റെ ആൾരൂപമാണ് മമ്മൂട്ടി എന്ന താരം. ഗ്രാംഷി യുടെ ഭാഷയിൽ പറഞ്ഞാൽ മമ്മൂട്ടിയുടെ കഥാപാത്രങ്ങൾ വലതുപക്ഷ –ഭരണവർഗ സാംസ്കാരികാധിപത്യത്തിന്റെ ബലതന്ത്രങ്ങളും രാഷ്ട്രീയ പ്രതിസന്ധികളും പല സിനിമകളിലും ഭംഗിയായി പ്രതിനിധീകരിക്കുക യും, താരരൂപമായി അദ്ദേഹം ഈ സംഘർഷങ്ങൾ പ്രേക്ഷകരുമായി പങ്കുവെക്കുകയും അവസാനം ഇളകിത്തുടങ്ങിയ മേധാവിത്വത്തിന്റെ ആണിക്കല്ലുകൾ തിരശ്ശീലയിൽ അടിക്കടി ഉറപ്പിച്ചുനിറുത്തിക്കൊണ്ട് പ്രേക്ഷകരുടെ ബോധമണ്ഡലത്തിലെ വലതുപക്ഷ–ഭരണവർഗ മേധാവി ത്വത്തെ കാത്തുരക്ഷിക്കുകയും ചെയ്തിട്ടുണ്ട്. അതുകൊണ്ട് ഈ ഭര ണവർഗ ബോധത്തിന്റെ സൃഷ്ടിയായ നിഷ്പക്ഷതാ നാട്യത്തെ, പിടിവാ ശിയെ, ഒരു മുഖ്യധാരാ ഇടതുപക്ഷ യുവജന സംഘടനയുടെ വേദി യിൽ നിന്നുകൊണ്ട് മമ്മൂട്ടി നിരാകരിച്ചപ്പോൾ തങ്ങളുടെ ദൈവം തന്നെ തങ്ങളെ ചതിച്ചതായി, കൈവിട്ടതായി പ്രേക്ഷകർക്ക്, ശരാശരി മലയാ ളിക്കു തോന്നി. ഇതായിരുന്നു മമ്മൂട്ടി ഉണ്ടാക്കിയ 'ചെന്നൈക്കിടിലം.'

പക്ഷേ ഇവിടെ മമ്മൂട്ടി മലയാളിയുടെ സൂപ്പർ ഈഗോയുടെ പ്രതീകം എന്ന നിലയിലുള്ള തന്റെ താരപരിവേഷത്തെ നിരാകരിക്കുക യായിരുന്നില്ല എന്നാണ് ഒരു സൂക്ഷ്മ നിരീക്ഷണത്തിൽനിന്നും വായി ച്ചെടുക്കാനാവുക. അദ്ദേഹം ഒരു ഐക്കണോക്ലാസ്റ്റാകുകയായിരുന്നില്ല. മറിച്ച് ഐക്കൺ എന്ന നിലയിൽ സ്വയം ശക്തിപ്പെടുത്തുകയായിരുന്നു. കാരണം മലയാളിയുടെ സൂപ്പർ ഈഗോയിൽ അടുത്തിടെ വന്ന വിള്ള ലുകൾ അടച്ച് അതിന്റെ പുതിയ കാലത്തിന്റെ വെല്ലുവിളികൾ നേരി ടാൻ തക്കവണ്ണം പുതുക്കിപ്പണിയുകയായിരുന്നു മമ്മൂട്ടി. എന്താണ് ഈ

വിള്ളൽ എങ്ങനെയാണത് പുതുക്കിപ്പണിഞ്ഞത് എന്നുമാണ് ഇനിയുള്ള ചോദ്യം?

ഈ വിള്ളൽ വർഗീയവാദവും ഭീകരവാദപ്രവണതകളും അടുത്തിടെ കേരളത്തിൽ സൃഷ്ടിച്ച ആപൽശങ്കയാണ്. എന്തൊക്കെ പോരായ്മകളു ണ്ടായിരുന്നുവെങ്കിലും മലയാളിയുടെ സുപ്പർ ഈഗോയുടെ ഒരു ഗുണം അതിന്റെ സമാധാനാഭിമുഖ്യവും സഹിഷ്ണുതയും മതനിരപേക്ഷതയു മാണ്. കെ എൻ പണിക്കരും മറ്റും അഭിപ്രായപ്പെടുന്നതുപോലെ വർഗീ യത, മതസ്പർധ തുടങ്ങിയ സാമൂഹികപ്രശ്നങ്ങൾ മലയാളിയുടെ സംസ്കാരത്തിന്റെയും ചരിത്രത്തിന്റെയും ഭാഗമല്ല. ഇവിടെ നിലനിന്നി രുന്നത് സാംസ്കാരിക സമന്വയത്തിന്റെയും, സാംസ്കാരിക കൊടുക്കൽ വാങ്ങലിന്റെയും അന്തരീക്ഷമായിരുന്നു; ആണ്. തീവ്രമതബോധം പോലും അപകടകരമല്ലാത്ത ഒരുതരം മൗലികവാദമായാണ് ഇവിടെ നില നിന്നിരുന്നത് എന്നതിനാൽ അതൊരു സംഘർഷത്തിലേക്കല്ല മറിച്ച് സംവാദത്തിന്റേതായ ആരോഗ്യകരമായ പ്രവണതകളിലേക്കാണ് നയി ച്ചത്. അതുകൊണ്ടുതന്നെ ആർക്കും കയറിപ്പോകാവുന്ന ആരാധനാല യങ്ങളുള്ള ഉത്തരേന്ത്യൻ ചരിത്രം കലാപ കലുഷിതമായപ്പോൾ അവി ശ്വാസികൾക്കും മറ്റു മതക്കാർക്കും പ്രവേശനമില്ലാതിരുന്ന ആരാധനാ ലയങ്ങളുള്ള കേരളം മതസൗഹാർദത്തിന്റെ ശാന്തിയുടെ വിളനിലമായി നിലകൊണ്ടു. നമ്മുടെ അമ്പലങ്ങളും പള്ളികളും സ്വന്തം മതത്തിലുള്ള അടിയുറച്ച വിശ്വാസത്തിനും അവയ്ക്കു ചുറ്റുമുള്ള മതിലുകൾ മറ്റു മത ങ്ങളുടെ കാര്യത്തിലും സ്വകാര്യതയിലും ഇടപെടാതിരിക്കാനുള്ള വിവേ കത്തിനും നിദർശനമായി. ആറാട്ടുകളും ഉത്സവങ്ങളും നേർച്ചകളുമാ കട്ടെ മതങ്ങൾ തമ്മിലുള്ള ചരിത്രപരമായ ബന്ധം നിലനിർത്തുന്നതി നും, സാംസ്കാരികമായ കൊടുക്കൽ വാങ്ങലുകൾ അനുസ്യൂതം തുടർ ന്നുപോകുന്നതിനും, പരസ്പരം മനസിലാക്കുന്നതിനുമുള്ള അവസര ങ്ങളും.

എന്നാൽ ഹിന്ദുത്വവും പാനിസ്ലാമിസവും, ആന്തരികമായി കൂടുതൽ ശക്തിപ്പെട്ട ക്രിസ്ത്യൻ മൗലികവാദവും ഈ മതനിരപേക്ഷ സ്വഭാവ ത്തിന് വൻ ഭീഷണി ഉയർത്തിക്കൊണ്ടിരിക്കുന്നതാണ് വർത്തമാനകലാ പരിസരം, പ്രത്യേകിച്ചും തൊണ്ണൂറുകളനന്തര കാലഘട്ടം. അതായത് മലയാളിയുടെ സുപ്പർ ഈഗോയുടെ കൊത്തളങ്ങൾ ആദിമചോദനക ളുടെ മൃഗീയമായ കുത്തൊഴുക്കിന് വഴിമാറുന്നതിന്റെ ലക്ഷണങ്ങളായി മാറാടും അനുദിനം പെരുകിവരുന്ന ഗുണ്ടായിസവും പെൺവാണിഭവും ബി ജെ പിയുടെ വോട്ടുകളിലുണ്ടാവുന്ന ക്രമമായ വർധനവും എൻ ഡി എഫിന്റെ ശക്തിപ്പെടലും കാണാം. ഗുജറാത്തിലെ വംശഹത്യ പ്രബു ദ്ധരായ മലയാളികളെ ഞെട്ടിച്ചപ്പോൾ ഇവിടെ ഒരു വിഭാഗം നരേന്ദ്രമോ

ഡിയുടെ മൃഗീയഭൂരിപക്ഷത്തെ കൊണ്ടാടിയവരാണ്. തിരുവനന്തപുരത്ത് ബി ജെ പി ഓഫീസിൽ ഈ വിജയാഹ്ലാദത്തിന് മധുരം പകർന്നതാകട്ടെ ഒരു മുൻനിര താരവും. സമൂഹത്തിലും അതിന്റെ പ്രതിനിധാനമായ തന്റെ താരശരീരത്തിലുമുള്ള ഈ വിള്ളലടയ്ക്കാനാണ് മമ്മൂട്ടി എന്ന താരത്തിന്റെ ശ്രമം.

ആക്രാമകമായ സവർണ സെമി–ഫാസിസ്റ്റ് കഥാപാത്രങ്ങളെ അവ തരിപ്പിക്കുമ്പോഴും മമ്മൂട്ടിയുടെ താരശരീരം കൃത്യമായും മലയാളിയുടെ സൂപ്പർ ഈഗോയുടെ നിയന്ത്രണത്തിലായിരുന്നു. നന്മയും മാനുഷികതയും സഹിഷ്ണുതയും ക്ലൈമാക്സുകളിൽ നിറഞ്ഞാടി ഈ സിനിമകളിലെ, കേന്ദ്രകഥാപാത്രത്തിന്റെ തന്നെ ആക്രാമകമായ ചെയ്തികളെ തദ്വാരാ അവ പ്രേക്ഷകരിൽ സൃഷ്ടിച്ച സ്വാധീനത്തെ ഡൈല്യൂട്ട് ചെയ്യുകയോ നിർവീര്യമാക്കുകയോ ചെയ്തുകൊണ്ട് ആത്യന്തികമായി മലയാളിയുടെ സൂപ്പർ ഈഗോയുടെ പ്രാധാന്യത്തിനും, പ്രസക്തിക്കും അടിവരയിടുകയും ചെയ്തിരുന്നു. മമ്മൂട്ടി എന്ന മുസ്ലിം ഈ സവർണകഥാ പാത്രങ്ങളെ അവതരിപ്പിക്കുമ്പോൾ അദ്ദേഹത്തിന്റെ മതപരമായ അസ്തിത്വം മറച്ചുപിടിച്ച് താരപരിവേഷവും അതിന് കാണമായത് ഉയർന്ന നാഗരിക ബോധത്തിലധിഷ്ഠിതമായ മലയാളിയുടെ സാമൂഹിക മനശാസ്ത്രവുമാണ്. ഗുജറാത്ത് പക്ഷേ ഇവിടെ വരെ സൃഷ്ടിച്ച സ്വാധീനവും, ഹിന്ദുത്വത്തിന്റെ തളർച്ചകളിലൂടെയുള്ള കുതിപ്പും വർധിച്ചുവരുന്ന അരാഷ്ട്രീയ ബോധത്തിനടിസ്ഥാനമായ സൂപ്പർ ഈഗോയെ തകർക്കുമ്പോൾ ഇവിടെ വ്യക്തിപരമായി മമ്മൂട്ടി എന്ന നടനുകുടി അതു ഭീഷണിയാവുന്നു. അതുകൊണ്ടുതന്നെ താരത്തെ സൃഷ്ടിക്കുന്ന പ്രക്രിയയിലെ നടന്റെ സംഭാവനപോലെ ഇവിടെ താരത്തിന്റെ രാഷ്ട്രീയ നിലപാടിൽ നടന്റെ ആത്മനിഷ്ഠത ഒരു പങ്കുവഹിക്കുകയും അതിനോട് പ്രേക്ഷകരും അവരടങ്ങുന്ന പൊതുസമൂഹവും പ്രതികരിക്കുകയും ചെയ്യുന്നു. അങ്ങനെ ഇതു താരശരീരത്തിനുള്ളിൽ നടക്കുന്ന ഒരു സംവാദമാകുന്നു ഇവിടെ പ്രബുദ്ധരായ മലയാളികൾ മമ്മൂട്ടിയോടോപ്പം നിൽക്കുമ്പോൾ നിഷ്ക ളങ്കരായ പ്രേക്ഷക സമൂഹം മുറുമുറുക്കുകയും അങ്ങേയറ്റം പ്രതിലോ മകാരികൾ വായയ്ക്കുതോന്നിയത് കോതയ്ക്കു പാട്ടെന്ന മട്ടിൽ വിളിച്ചു പറയുകയും ചെയ്യുന്നു. ഈ പറഞ്ഞ മൂന്നാം വിഭാഗത്തിന്റെ തെമ്മടി ത്തരത്തിന്റെ ഉത്തമ ഉദാഹരണമാണ് മമ്മൂട്ടിയുടെ സിനിമകൾക്കു നേരെ യുണ്ടായ അക്രമം. അവരുടെ സമൂഹം ഏതെന്ന സാംസ്കാരിക ചുണ്ടു പലകയും. ഇക്കൂട്ടരിൽ ഒരു വിഭാഗമാണ് വെളുത്ത കുപ്പായത്തിനകത്തു നിന്നു ചാനലുകൾ വഴിയും പത്രങ്ങൾ വഴിയും ഇവിടെ മമ്മൂട്ടി എന്ന താരത്തെ വ്യക്തിഹത്യ ചെയ്യുന്നത്.

മമ്മൂട്ടി ഈ വിള്ളലടയ്ക്കുവാൻ തെരഞ്ഞെടുത്തത് കേരളത്തിന്റെ ശക്തമായ ഇടതുപക്ഷ പ്രസ്ഥാനത്തിന്റെ പ്രബുദ്ധരായ മാനവിക ബോധ മാണെന്നത് യാദൃച്ഛരികമല്ല. കാരണം ഗുജറാത്തടക്കമുള്ള മൃഗീയത യുടെ സാംസ്കാരിക നിരാസത്തിന്റെ പൊട്ടിയൊലിക്കലുകൾക്കെതിരെ ആദ്യവസാനം ശക്തമായ നിലപാടുകളെടുത്ത് ഫാസിസ്റ്റ്, പിന്തിരിപ്പൻ ചിന്താധാരകൾക്കെതിരെ ചെറുത്തുനിൽപ്പിന്റെ ശക്തമായ അടിത്തറ ഒരു ക്കിയവരാണ്. പ്രത്യയശാസ്ത്രപരമായും, രാഷ്ട്രീയമായും കടുത്ത എതിർപ്പുകൾ നിലനിൽക്കുമ്പോഴും ഇന്ത്യൻ ഫാസിസ്റ്റുകളെ അധികാ രത്തിൽ പുറത്തുനിറുത്താൻ വേണ്ടിമാത്രം കോൺഗ്രസ് മുന്നണിയെ കേന്ദ്രത്തിൽ പിന്തുണക്കുന്നതുമവർതന്നെ. ആധുനിക ഇന്ത്യയെ, കേര ളത്തെ അതിവേഗം ഗ്രസിച്ചുകൊണ്ടിരിക്കുന്ന വർഗീയ വിപത്തിനെയും അരാജകത്വത്തെയും ചെറുത്തുനിൽക്കാൻ ഏറ്റവും നല്ല മാർഗം മാനു ഷിക മൂല്യങ്ങളിലും മതനിരപേക്ഷതയിലും അടിയുറച്ച, അതിൽ വിട്ടു വീഴ്ചചെയ്യാത്ത രാഷ്ട്രീയബോധം ശക്തിപ്പെടുത്തുകയാണ്. കേരള ത്തിൽ അത്തരം ഒരു ബോധത്തെ എന്നും ശക്തമായി പിന്തുണച്ചവരും പ്രചരിപ്പിച്ചവരുമാണ് ഇവിടത്തെ കമ്യൂണിസ്റ്റ് പാർട്ടികൾ. അതുകൊണ്ടു തന്നെ മലയാളിയുടെ സൂപ്പർ ഈഗോയുടെ പ്രതിനിധാനമായ താരമെ ന്നനിലയിൽ കേരള സമൂഹം നേരിടുന്ന സാമൂഹിക-രാഷ്ട്രീയ സാംസ്കാ രിക ജീർണതയ്ക്കെതിരെ താൻ നടത്തുന്ന ഇടപെടലിന്റെ ഒരു ഭാഗമെ ന്നനിലയിൽ കേരളത്തിലെ ഏറ്റവും ശക്തമായ യുവജന സംഘടനയുടെ പരമോന്നത വേദി മമ്മൂട്ടി എന്ന താരം ഉപയോഗിച്ചത് യാദൃച്ഛികമല്ല. മറിച്ച് സ്വന്തം താരശരീരത്തെക്കുറിച്ചുള്ള കൃത്യമായ ധാരണയുടെ അവിടെ നടക്കുന്ന വിവിധ ഉപാപചയ-അപാപചയ പ്രവർത്തനങ്ങളെ ക്കുറിച്ചുള്ള പിഴയ്ക്കാത്ത മനസിലാക്കലിന്റെ ഫലമായുണ്ടായ അനി വാര്യമായ പ്രതികരണമാണ് എന്നു വ്യക്തം.

ഈയൊരു പശ്ചാത്തലത്തിൽ മമ്മൂട്ടി നമ്മൾ മുമ്പുപറഞ്ഞ നിഷ്ക ളങ്കരായ 'മ' പത്രങ്ങൾ സൃഷ്ടിച്ച മാധ്യമബോധം പേറുന്ന എന്നാൽ വളരെ ലിബറലായ പ്രേക്ഷകർക്ക് ഒരു വിഗ്രഹഭഞ്ജകനായ താരമാണ്; കുറച്ചുകാലത്തേക്കെങ്കിലും എന്നാൽ മമ്മൂട്ടിയെന്ന താരത്തെ നിരീക്ഷി ക്കുന്നവർക്ക് അദ്ദേഹം ആധുനികോത്തര കാലഘട്ടത്തിലെ രാഷ്ട്രീയവും മാധ്യമ സംസ്കാരവും കൃത്യമായി മനസിലാക്കി സ്വന്തം താരപരിവേ ഷത്തെ കൂടുതൽ ബലപ്പെടുത്തുന്ന നടനാണ് എന്നു കാണാനാവും. ഇവിടെ താരമെന്നനിലയിൽ അദ്ദേഹം നടത്തുന്ന സാംസ്കാരിക ചികിത്സ മലയാളിയുടെ സൂപ്പർ ഈഗോയിലെ ചരിത്രപരമായ വലതു പക്ഷ സ്വാധീനത്തിന്റെ തോതുകുറച്ച് അവിടെ മുഖ്യധാര ഇടതുപക്ഷ

ത്തിനു കൂടി അർഹിക്കുന്ന ഇടം ഒരുക്കുന്ന രാഷ്ട്രീയ പ്രവർത്തനം കൂടി യാണ്.

എന്നും ചരിത്രം സ്വയം സ്ഥാപിക്കാനായി ചില നിമിത്തങ്ങൾ സൃഷ്ടി ച്ചിരുന്നു. മംഗൽപാണ്ഡെയുടെ വെടിപോലെ ആലി മുസ്ലിയാരുടെ അറ സ്സുപോലെ കോൺസ്റ്റാന്റിനേപ്പിളിന്റെ പതനം പോലെ ഇവിടെ പലവിധ ത്തിൽ ഇന്ന് മമ്മൂട്ടിയും ഒരു നിമിത്തമാകുന്നു.

5
ക്യാമ്പസും സിനിമയും

സിനിമ സമൂഹത്തിന്റെ ദൃശ്യഭാഷയാണ്. ക്യാമ്പസ് സമൂഹ ത്തിന്റെ നീക്കിവെപ്പും. ക്യാമ്പസ് സിനിമാ തുരുത്തുകളിലേക്കുള്ള മുഖ്യ ധാരാ ജീവിതത്തിന്റെ നോട്ടത്തിൽ (Gaze) ഒരു തരം വിഭ്രാത്മകത ഉണ്ട്. ഈ മാനസികാവസ്ഥയിൽ അന്യനിലേക്കുള്ള ഏതൊരു എത്തിനോട്ട ത്തിലും സ്വാഭാവികമായും അന്തർഭവിച്ച ആകാംക്ഷയും ബന്ധങ്ങളുടെ ഇഴയടുപ്പം സൃഷ്ടിക്കുന്ന ആധിയുമുണ്ട്. അന്യം എപ്പോഴും അത് ഭൂത ങ്ങളുടെ കലവറയാണ്. അതുകൊണ്ടുതന്നെ അന്യനും കാണിയും തമ്മി ലുള്ള പരസ്പര വായനയുടെ സംഘർഷത്തിൽനിന്നുൽഭൂതമാകുന്ന സാകല്യത്തിന് പലപ്പോഴും അതീതയാഥാർഥ്യത്തിന്റെ ഭാവമാണ് കൈവ രുക. ഇതാണ് ക്യാമ്പസിനും സിനിമക്കും ഒരു മായികത പകർന്നുനൽകി അവയെ സ്വതന്ത്രമായ സാമൂഹിക തുരുത്തുകളായി നിലനിർത്തുന്നത്.

ഇവിടെ ഏറ്റവും പ്രസക്തമായ കാര്യം കാണിയായ സമൂഹത്തിന്റെ വൈദേശികത്വമാണ്. ഈ വൈദേശികത്വം ക്യാമ്പസും സിനിമയും തമ്മി ലുള്ള പ്രവർത്തനത്തെ അപരിചിതത്വങ്ങളുടെ ഒരു സംയോഗമായി ഉൾക്കൊള്ളാൻ സമൂഹത്തെ നിർബന്ധിതമാക്കുന്നു. അത്തരം ഒരു സന്ദർഭത്തിലെ കാഴ്ചകൾ അപ്പോൾ കലക്കവെള്ളം പോലെയാകുന്നത് സ്വാഭാവികം. ഇങ്ങനെയാണ് ക്യാമ്പസിനെക്കുറിച്ചുള്ള സമൂഹത്തിന്റെ സിനിമാ വായന പലപ്പോഴും വികലമാകുന്നത്. ഈ വായന രണ്ട് തരമു ണ്ട്. ഒന്നാമതായി സാധാരണ പ്രേക്ഷകന്റെ വായന. ഇത് പലപ്പോഴും സിനിമയിലെ ക്യാമ്പസിനെ യാഥാർഥ ക്യാമ്പസിന്റെ പ്രതിരൂപമായി കാണുന്നു. വിലകൂടിയ പാദരക്ഷകളുടെ സമീപദൃശ്യം എന്ന ഒരൊറ്റ സൂചകത്തിലൂടെ നമുക്കീ വായനയെ അടയാളപ്പെടുത്താം. രണ്ടാന്തരം

വായന ബുദ്ധിജീവികളും നല്ലൊരു പങ്ക് ചലച്ചിത്ര നിരൂപകരുമടങ്ങിയ അഭിജാത പ്രേക്ഷകസമൂഹത്തിന്റേതാണ്. ഇതിന്റെ പൊതുസ്വഭാവം പല പ്പോഴും ഒരുതരം പൂർണ നിഷേധത്തിന്റേതാണ്. സിനിമയിലെ ക്യാമ്പസ് (മുഖ്യധാരാ സിനിമ) യഥാർഥ ക്യാമ്പസിന്റെ വിദൂരക്കാഴ്ചകൾപോലു മല്ല എന്നതാണ് ഈ വായനാപക്ഷത്തിന്റെ പൊതുവികാരം. അപ്പോൾ ഇത്തരം ഒരു സന്ദർഭത്തിൽ ഈ വായനാ അറ്റങ്ങളുടെ ഇടയിലെവി ടെയോ ആണ് ക്യാമ്പസ് എന്ന യാഥാർഥ്യം സിനിമ എന്ന മാധ്യമത്തിൽ പ്രതിനിധീകരിക്കപ്പെടുന്നതെന്ന് അനുമാനിക്കേണ്ടിയിരിക്കുന്നു. അതി ലേക്കു നീങ്ങുംമുമ്പ് സിനിമയും ക്യാമ്പസും തമ്മിലുള്ള പരസ്പര ബന്ധം മനസിലാക്കേണ്ടതുണ്ട്. ഒപ്പം ഇവയ്ക്ക് രണ്ടിനും സമൂഹത്തോടുള്ള ബന്ധം പ്രശ്നവൽക്കരിക്കപ്പെടും.

സിനിമ ക്യാമ്പസ് പരിചിതമായ മേച്ചിൽപ്പുറമാണ്. സിനിമ എന്ന തൊഴിൽമേഖലയിലേക്ക് കടക്കുംമുമ്പ് മിക്ക സിനിമക്കാർക്കും ഒരു ക്യാമ്പസ് പശ്ചാത്തലമുണ്ട്. സമൂഹത്തിന്റെ ആറാം ഇന്ദ്രിയമായ ഒരു കലാരൂപമെന്ന നിലക്ക് സിനിമയുടെ മനസ്സ് എപ്പോഴും ക്യാമ്പസിലേക്ക് ഒരു കണ്ണ് ഫോക്കസ് ചെയ്തു വെച്ചിട്ടുണ്ട്. ക്യാമ്പസിന് സിനിമാ കൊട്ട കകൾ രണ്ടാം വീടാണ്. സിനിമ അവിടത്തെ അമ്മയും. ഈ അമ്മ ക്യാമ്പ സിന് അതിന്റെ ആഗ്രഹങ്ങൾ പ്രതീകാത്മകമായിട്ടെങ്കിലും സാധിച്ചു കൊടുക്കുന്ന യാഥാർഥ്യത്തെക്കാൾ യഥാതഥമായ ബാധ്യതകളൊന്നും അനുഭവപ്പെടുത്താത്തവളുമാകുന്നു. അതുകൊണ്ടുതന്നെ ഒരു ഈഡി പ്പൽ ബന്ധം ഇവിടെ കാണാനാകും. ഈ ബന്ധമാകട്ടെ യഥാർഥ അമ്മ യുമായുള്ള ബന്ധത്തേക്കാൾ, ഒരു ചെറിയ കാലയളവിലേക്ക് ശക്തവു മാണ്. മക്കൾക്ക് അമ്മയോടുള്ള ബന്ധം ഏറ്റവും അടുത്തതാകുമ്പോൾ അവിടെ സ്ക്രീനെന്ന മാതൃനയനത്തിൽ എത്രമാത്രം സ്വന്തം മുഖം പ്രതി ഫലിക്കപ്പെട്ടിട്ടുണ്ടെന്ന് മറ്റാരെക്കാളും ക്യാമ്പസിന് തിരിച്ചറിയാനാകും (മറ്റു സാമൂഹിക മേഖലകളും സിനിമയോട് അടുത്ത ബന്ധം പുലർത്തു ന്നുണ്ടെങ്കിലും ക്യാമ്പസ് യുവത്വത്തിന്റെ സവിശേഷമായ പ്രായമാണ് ഈഡിപ്പൽ ബന്ധത്തിന് സമാനമായ ഒരു ബന്ധം സിനിമയുമായി സ്ഥാ പിക്കാനതിന് സാഹചര്യമൊരുക്കുന്നത്). ചുരുക്കിപ്പറഞ്ഞാൽ ക്യാമ്പസി ന്റെയും സിനിമയുടെയും പരസ്പരബന്ധത്തിൽ സമൂഹത്തിനുള്ളതു പോലെ വൈദേശികത്വത്തിന്റെതായ പ്രശ്നം കടന്നുവരുന്നില്ല. ഇതേ പരിചിതത്വം ക്യാമ്പസിനും സിനിമക്കും സമൂഹവുമായുമുണ്ട്. ഇവിടെ ഇവ രണ്ടും വെറും കാണികളല്ല. മറിച്ച് സമൂഹത്തിന്റെ ഭാഗംതന്നെ യാണ്.

ഇങ്ങനെ സ്വതന്ത്രതുരുത്തുകളായി കേരളം പോലെയുള്ള ഒരു സമൂ ഹത്തിൽ സിനിമയും ക്യാമ്പസും സമൂഹവുമായി ഇഴുകി നിലനിൽക്കു

നന്ത് അവ സമൂഹത്തിന്റെ അപരൻ (The other) ആയതിനാലാണ്.
കാരണം, നാഗരികത എന്ന സൂപ്പർ ഈഗോയുടെ ഏറ്റവും കെട്ടുറപ്പുള്ള
ഒരു മാതൃകയായ കേരളസമൂഹത്തിൽ സ്ത്രീ-പുരുഷ ബന്ധങ്ങൾ
കർക്കശമായ ചട്ടക്കൂടുകൾക്കുള്ളിൽ നാനാതരം വിലക്കുകൾ കൊണ്ട്
ക്രമീകരിക്കപ്പെട്ടതാണ്. അതേസമയം ക്യാമ്പസും സിനിമയും ഇതിനൊ
രപവാദവുമാണ്. തുറന്ന സ്ത്രീ-പുരുഷബന്ധങ്ങൾ, അത്ര കർക്കശമ
ല്ലാത്ത ലൈംഗിക കാഴ്ചപ്പാടുകൾ എന്നിവ ഈ രണ്ട് മേഖലകളിലും
കാണാം. അപ്പോൾ ഫ്രോയ്ഡിയൻ ഭാഷയിൽ പറഞ്ഞാൽ സമൂഹ
ത്തിന്റെ അടിച്ചമർത്തപ്പെട്ട ലൈംഗികത സൃഷ്ടിക്കുന്ന പ്രക്ഷുബ്ധതയി
ലടങ്ങിയ ആധിയും അസൂയയും സമൂഹത്തിന് ഈ അപരന്മാരോടുള്ള
ബന്ധത്തിൽ നിഴലിക്കുന്നുണ്ടെന്നു കാണാം. ഷക്കീലാപ്പടങ്ങൾ സൂപ്പർ
ഹിറ്റായ സമൂഹത്തിൽ ഷക്കീല ഇന്നും അനഭിമതയാണെന്നതും സമൂ
ഹത്തിന്റെ നേർക്കാഴ്ചയെന്നു സ്വയം പരിചയപ്പെടുത്തുന്ന ജനപ്രിയ
കലകളും സാഹിത്യവും ചാരിത്രം സദാചാരം എന്നീ രണ്ട് സങ്കൽപ്പ
ങ്ങൾക്ക് ചുറ്റും നിന്നു കറങ്ങുമ്പോൾ പ്രബുദ്ധകേരളത്തിൽ പീഡനക്കേ
സുകളും പെൺവാണിഭവും വാർത്തയല്ലാതാവുന്നുവെന്നതും എത്ര
ത്തോളം പ്രക്ഷുബ്ധമാണ് നാഗരികതയുടെ ചെപ്പിലടയ്ക്കപ്പെട്ട ലൈംഗി
കത ഇവിടെ സൃഷ്ടിക്കുന്ന പ്രശ്നങ്ങളെന്ന് വ്യക്തമാക്കുന്നു. പലപ്പോഴും
ഇത് സിനിമയെയും ക്യാമ്പസിനെയും എതിരാളിയായ അപരൻ (The
Antagonistic other) എന്ന നിലയിൽവരെ നോക്കിക്കാണാൻ സമൂഹത്തെ
പ്രേരിപ്പിക്കാറുണ്ട്. സിനിമാതാരങ്ങൾ ഉൾപ്പെട്ട കേസുകളിലും റാഗിങ്ങും
ഇന്റർനെറ്റിലെ നഗ്നതാ പ്രദർശനവുമടക്കം ക്യാമ്പസ് ഉൾപ്പെട്ട സംഭവ
ങ്ങളിലും സമൂഹം കാണിക്കുന്ന വല്ലാത്ത ഉത്സാഹവും താൽപ്പര്യവും
ഇതാണ് കാണിക്കുന്നത്.

എന്താണ് പൊതുസമൂഹം ക്യാമ്പസ് പ്രമേയമായ സിനിമയിൽ
നിന്നും പ്രതീക്ഷിക്കുന്നത്? മൂല്യസങ്കൽപ്പങ്ങളുടെ ഊട്ടുപുരയിൽ ഇന്ന
ലെകളുടെ രുചിഭേദങ്ങൾ തന്നെ പഥ്യം. ഭൂതകാലത്തെ മഹത്വവൽക്ക
രിക്കുന്ന ശീലം പല മൂന്നാംലോക സിനിമകളുടെയും പൊതുസ്വഭാവ
മാണ്. നിലനിൽപ്പിന്റെ ജീവന്മരണ പോരാട്ടത്തിലേർപ്പെട്ടിരിക്കുമ്പോൾ
വർത്തമാനകാലം എന്ന ചുട്ടുപൊള്ളുന്ന, അനീതികൾ നിറഞ്ഞ
യാഥാർഥ്യത്തിൽ നിന്ന് കേട്ടുകേൾവി മാത്രമായ, സ്വപ്നസുന്ദരമായ ഇന്ന
ലെകളിലേക്കൊരു മടക്കം സമൂഹമനസ്സ് ആഗ്രഹിക്കുന്നു. സമൂഹത്തിന്റെ
ആറാംഇന്ദ്രിയമായ സിനിമക്കാരൻ ഇതു തിരിച്ചറിഞ്ഞ് അവിടെ ജനപ്രി
യതയുടെ കച്ചവടസാധ്യതകൾ മണത്തറിഞ്ഞ് കളിച്ചതാണ് മൂന്നാം
ലോക ജനപ്രിയസിനിമകൾക്ക് ഈയൊരു പൊതുസ്വഭാവം നൽകിയ
ത്. ആധുനികപുരുഷനെയും അത്യാധുനികയായ സ്ത്രീയെയും പ്രതി

നായകവേഷം കെട്ടിക്കുന്ന നമ്മുടെ സിനിമാ-സീരിയൽ പ്രതിനായക നിർമിതി ഇതിനു മികച്ച ദൃഷ്ടാന്തമാണ്.

ക്യാമ്പസിന് ഇന്നലെകളോട് അത്തരം ഒരു വികാരവായ്പില്ല. യാഥാർഥ്യങ്ങളിൽ വിലയിക്കുന്ന വർത്തമാനകാലത്തെ ചവിട്ടിത്തള്ളി പ്രതീക്ഷകളുടെ നാളെയെ യാഥാർഥ്യമാക്കുകയാണ് ക്യാമ്പസിന്റെ ജോലിയും ശീലവും. അതുകൊണ്ടാണ് ക്യാമ്പസ് സമൂഹത്തിന്റെ ദിശാ സൂചികകകൂടിയാണെന്നു പറയുന്നത്. ഇത്തരം ഒരു തുരുത്തിൽ ഇന്നലെ കളെ കെട്ടിപ്പിടിച്ചിരിക്കുന്നവരാരെങ്കിലും ഉണ്ടെങ്കിൽ അത് മലയാള ഭാഷാ വിദ്യാർഥികൾ മാത്രമായിരിക്കും. പഴമ-ആധുനികത എന്ന ദ്വന്ദം ക്യാമ്പ സിനെ സംബന്ധിച്ചിടത്തോളം ഒരു യാഥാർഥ്യമല്ല. അപ്പോൾ ഇല്ലാത്ത ഒന്നിനെ പ്രതിനിധീകരിക്കുവാൻ ക്യാമ്പസിനെ അടിസ്ഥാനമാക്കിയുള്ള സിനിമകൾക്കും കഴിയില്ല.

മലയാള സിനിമയിൽ പ്രതിനിധീകരിക്കപ്പെട്ട ക്യാമ്പസിനെക്കുറി ച്ചുള്ള ഈ അന്വേഷണത്തിന്റെ കാലപരിസരം തൊണ്ണൂറുകളും പുതിയ നൂറ്റാണ്ടുമാണ്. സമൂഹത്തിന്റെ നേർക്കാഴ്ച എന്ന് സ്വയം വിശേഷിപ്പിച്ച് രംഗപ്രവേശം ചെയ്ത ആർട്ട് സിനിമാധാര ഇക്കാലത്ത് മുഖ്യധാരയിൽ വിലയംപ്രാപിക്കുകയുണ്ടായി. അതിനാൽ തൊണ്ണൂറുകൾക്ക് ശേഷമുള്ള മലയാളസിനിമകളെ അർഥശങ്കകളില്ലാതെ മലയാള സിനിമ എന്നു സർവ നാമമുപയോഗിച്ച് വിശേഷിപ്പിക്കാം. ഒപ്പം ലോകത്തോടൊപ്പം കേരളസ മൂഹത്തെയും അടിമുടി പരിവർത്തിപ്പിച്ചുകൊണ്ടിരിക്കുന്ന വിവരസാങ്കേ തിക വിപ്ലവത്തിന്റെ കാലംകൂടിയാണിത്. ഇനിയങ്ങോട്ടുള്ള നമ്മുടെ അന്വേഷണം ഈ പരിവർത്തനത്തിന്റെ പശ്ചാത്തലത്തിലാണ്.

വിവരസാങ്കേതികവിദ്യയുടെ ചിറകിൽ ഇവിടെ പറന്നിറങ്ങിയ മാറ്റ ങ്ങളുടെ പൊതുസ്വഭാവത്തെ വിശേഷിപ്പിക്കുവാൻ ഉതകുന്ന ഏറ്റവും നല്ല പദമാണ് 'സിനിമാറ്റിക്'. ജീവിതത്തിന് സിനിമയുടെ വേഗവും ചടു ലതയും നിറങ്ങളും വന്നു. ഇത് സിനിമയിലെ യാഥാർഥ്യത്തിന്റെ പ്രതി നിധാന ഭാവമായ അതിയാഥാർഥ്യത്തെ (Hyper reality) മൊത്തം സമൂ ഹത്തിന്റെതന്നെ സ്വഭാവമാക്കി മാറ്റിക്കൊണ്ടിരിക്കുന്നു. യാഥാർഥ്യം അതി സൂക്ഷ്മമായി ഇരട്ടിക്കപ്പെട്ട് യാഥാർഥ്യത്തെക്കാൾ യഥാതഥമായി വ്യവ ഹരിക്കപ്പെടുന്നെന്ന് ബോദ്രിലാദ് വിശേഷിപ്പിച്ച അവസ്ഥ. ഇത് ഒരു സംസ്കാര സങ്കലനത്തിന്റെകൂടി വാതായനമാണ്. ഏച്ചുകെട്ടിയതിന്റെ മുഴച്ചിലില്ലാത്ത സാംസ്കാരിക രാസപ്രവർത്തനത്തിലൂടെ വ്യത്യസ്ത സംസ്കാരങ്ങൾ ഇഴുകിച്ചേർന്ന് അതിൽനിന്ന് ഒരു ലോകസംസ്കാരമു ണ്ടാകുന്ന, വായിച്ചെടുക്കാനാകാത്ത നാനാത്വങ്ങൾ ഇങ്ങനെ ചേർന്നുവ രുന്ന ഏകത്വം ലോകസാഹിത്യത്തെക്കുറിച്ചുള്ള കാൾ മാർക്സിന്റെ നിരീ ക്ഷണത്തിന് സമാനമാണ്. എന്നുമെന്നപോലെ ഈ മാറ്റം ആദ്യം ദൃശ്യ

മായത് ക്യാമ്പസിലാണ്. സിനിമാറ്റിക്ഡാൻസ് അങ്ങനെയാണ് ഈ ജീവി തശൈലിയുടെ പ്രതീകമായി, ക്യാമ്പസിന്റെ കലാരൂപമായി രൂപംകൊ ണ്ടത്. ഈ കലാരൂപത്തിൽ 'സിനിമാറ്റിക്' എന്ന അവസ്ഥയുടെ സാംസ്കാരിക പശ്ചാത്തലവും അടിസ്ഥാനഭാവവുമുണ്ട്. ഈ കലാരൂപം പൂർണമായും പാശ്ചാത്യമോ, പൗരസ്ത്യമോ അല്ല. മറിച്ച് ഒരു മിശ്രിത മാണ്. വേഗവും വഴക്കമുള്ള രൂപവും അതിന്റെ ഭാവവും–ഇങ്ങനെ സിനി മാറ്റിക്കായ ഒരു യാഥാർഥ്യത്തിന്റെ പ്രതിനിധാനമാണ് സിനിമയിലെ ക്യാമ്പസ്.

സിനിമാറ്റിക് എന്ന അവസ്ഥ ക്യാമ്പസിനെ സംബന്ധിച്ചിടത്തോളം നിലനിൽപ്പിനായുള്ള പോരാട്ടത്തിന്റെ അവസ്ഥയാണ്. വിവരസാങ്കേതി കതയുടെ ആഗോളവൽകൃത കാലം എല്ലാത്തിനെയും ഡിജിറ്റലൈസ് ചെയ്തതിന്റെ ഫലം. ഈയൊരു സന്ദർഭത്തിൽ (സ്വപ്നവും യാഥാർ ഥ്യവും മുമ്പില്ലാത്ത വിധം ഇടകലർത്തപ്പെടുന്നു. എല്ലാവരും അവരറി യാതെ നടന്മാരാകുന്നു. മൊബൈൽ ക്യാമറകൾ, വെബ് ക്യാമറകൾ,. ഉപഗ്രഹക്യാമറകൾ, ചാനൽക്യാമറകൾ, ഹാന്റികാമുകൾ അങ്ങനെ നമ്മുടെ ഓരോ നിമിഷവും ക്യാമറകൾക്ക് മുമ്പിലുള്ള അഭിനയമാണിന്ന്. ടി വി അവതാരകന്റെ ചടുലതയും പ്രസന്നതയും ആവശ്യപ്പെടുന്ന പുതിയ തൊഴിലവസരങ്ങൾ പെരുകുമ്പോൾ ജീവിതത്തിൽ ചെയ്യുന്നത് ക്യാമറക്ക് കൂടിയുള്ള പ്രവർത്തികളാകുന്നു. ഇത്തരം ഒരു ചുറ്റുപാടിന്റെ കൃത്യമായ സൂചികയാണ് അനുദിനം പെരുകുന്ന ശരീരഭാഷയും ഉച്ചാ രണവും 'വ്യക്തിത്വ വികസന' ക്ലാസുകളും ബ്യൂട്ടിപാർലറുകളും ജിമ്മു കളും. ഈയൊരു അവസ്ഥയുടെ സൃഷ്ടിയാണ് യുവാക്കളുടെ സിനിമ എന്നറിയപ്പെടുന്ന പുതിയ മലയാളസിനിമ. ഇതിനു തുടക്കമിട്ടതാകട്ടെ ക്യാമ്പസിനെ പശ്ചാത്തലമാക്കി കമൽ എടുത്ത 'നിറം', 'നമ്മൾ' തുട ങ്ങിയ സിനിമകളും.

മലയാളസിനിമയിൽ ഇടക്കാലത്തു നിലനിന്നിരുന്ന പ്രതിസന്ധി യിൽനിന്നാണല്ലോ യുവാക്കളുടെ സിനിമ എന്ന സങ്കൽപ്പമുണ്ടായത്. മാറിവന്ന ഭാവുകത്വവുമായി പൊരുത്തപ്പെടാൻ നമ്മുടെ സിനിമ പരാജ യപ്പെട്ടതാണ് ഈ പ്രതിസന്ധിക്കടിസ്ഥാനം. തമിഴരും ഹിന്ദിക്കാരും പകർ ത്തിയിരുന്ന നമ്മുടെ തനതു സിനിമയുടെ ശക്തിസൗന്ദര്യങ്ങൾ ശാശ്വ തീകരിച്ച് കാലത്തിന്റെ മാറ്റം ഉൾക്കൊള്ളാൻ നമ്മുടെ സിനിമക്കാർക്ക് കഴിയാതെപോയി. കോളിവുഡ്-ബോളിവുഡ്-ഹോളിവുഡ് സിനിമകൾ ഇവിടെ തകർത്തോടി. മലയാളചിത്രങ്ങൾ തൊണ്ണൂറുകളിൽ തുടർച്ച യായി മൂക്കുകുത്തിവീണു. പ്രതിസന്ധി മറി കടന്നെത്തിയ പുതിയ മല യാളസിനിമകൾ ഗാനചിത്രീകരണത്തിലും മൊത്തം ട്രീറ്റ്മെന്റിലും തമി ഴ്-ഹിന്ദി സിനിമകളെ അനുകരിച്ചു. ഈ സിനിമകളുടെ സംവിധായക

രായി വന്ന ലാൽജോസ്, ജോണി ആന്റണി, ഷാഫി, റാഫി മെക്കാർട്ടിൻ ബ്ലസി തുടങ്ങിയവരുടെ ചിത്രങ്ങൾ ദൃഷ്ടാന്തങ്ങളാണ്. ഇവരുടെ സിനി മകളിലെല്ലാംതന്നെ ഇതുവരെ കാണാത്ത ഒരു വേഗവും ചടുലതയും നിറഭേദങ്ങളും കാണാനാകും. ഇതാണ് യുവാക്കളുടെ സിനിമ എന്ന സങ്കൽപ്പത്തിന്റെ അടിസ്ഥാനം. യുവാക്കളെ കേന്ദ്രീകരിച്ചുള്ള സിനിമാ ക്കഥ മാത്രമല്ല. അതിനാലാണ് കുടുംബകഥയും താരതമ്യേന വേഗം കുറഞ്ഞ ഷോട്ടുകളും മുഖമുദ്രയാക്കിയ ബ്ലസിയെയും നാമിവിടെ ഉൾപ്പെ ടുത്തുന്നത്. കാരണം യുവത്വത്തിന്റെതായ വല്ലാത്തൊരു പ്രസരിപ്പ് അദ്ദേ ഹത്തിന്റെ സിനിമകളിൽ കാണാം. ഒപ്പം തനതു മലയാളം സിനിമ എന്ന ലേബലിൽ അടുത്തിടെ വിജയം കൊയ്ത പല സിനിമകൾക്കും ഈ യൊരു പ്രത്യേകതയുണ്ട്. 'നന്ദന'ത്തിലെ 'മനസിൽ പ്രണയമഴ' എന്നു തുടങ്ങുന്ന ഗാനവും അതിന്റെ ചിത്രീകരണവും ഇതാണ് കാണിക്കുന്നത്.

യുവസിനിമ എന്ന സങ്കൽപ്പം ചരിത്രത്തിൽ കാര്യമായ ഒരു കുതി പ്പിനെക്കൂടിയാണ് അടയാളപ്പെടുത്തുന്നത്. അതുവരെ കുടുംബസിനിമ എന്നതായിരുന്നു വിജയതന്ത്രം. പഴമയുടെ പ്രതീകമായ കുടുംബത്തെ പുതുമയുടെ പ്രതീകമായ യുവത്വം വിജയകരമായി പ്രതിസ്ഥാപിക്കു മ്പോൾ അത് പുരോഗമനപരമായ മാറ്റമാണ്. പഴമയുടെ ആരാധകരായ കുടുംബപ്രേക്ഷകർ ടി വി സീരിയലിലേക്ക് ഉൾവലിഞ്ഞതാണ് ഈ മാറ്റ ത്തിന് സിനിമക്കാരെ പ്രത്യക്ഷത്തിൽ പ്രേരിപ്പിച്ചത്. കാരണം, അവശേ ഷിക്കുന്ന പ്രേക്ഷകർ യുവാക്കളായിരുന്നു. അവരിൽ പ്രധാനം ക്യാമ്പ സും. അപ്പോൾ മുമ്പെന്നത്തെക്കാളും സിനിമക്കാർക്ക് യുവാക്കളുടെ വികാരവിചാരങ്ങൾക്കിടം കൊടുക്കേണ്ടതായി വന്നു. ഇതവർക്ക് ഒരു ആനുകൂല്യവുമായിരുന്നു. അങ്ങനെയാണ് കേരളത്തിലെ പുരുഷകേന്ദ്രീ കൃത കുടുംബവ്യവസ്ഥയുടെ പര്യായമായ മമ്മൂട്ടി എന്ന നടനെക്കൊണ്ട് നൃത്തം ചെയ്യിക്കാനും തമാശ പറയിപ്പിക്കാനും സംവിധായകർക്ക് കഴി ഞ്ഞത്. തനിക്കിതുവരെ അപ്രാപ്യമായ ഈ മേഖലകൾ സ്വായത്തമാ ക്കാനുള്ള മമ്മൂട്ടിയുടെ ശ്രമം യുവത്വം അഥവാ ക്യാമ്പസ് സമൂഹത്തെ പരിവർത്തിപ്പിക്കുന്ന ചരിത്രപ്രക്രിയകൂടിയാണ് അടയാളപ്പെടുത്തുന്നത്.

തൊണ്ണൂറുകൾക്ക് ശേഷം ഒട്ടനവധി സിനിമകൾ ക്യാമ്പസ് പ്രമേ യങ്ങളുമായി വന്നിട്ടുണ്ട്. കമലിന്റെ സിനിമകൾക്ക് പുറമെ 'കസ്തൂരി മാൻ', 'ഫോർ ദി പീപ്പിൾ', 'തമ്മിൽതമ്മിൽ', 'ക്യാമ്പസ്', 'റെയ്ൻ റെയ്ൻ കം എഗയ്ൻ', 'ദോസ്ത്' തുടങ്ങിയവയാണതിൽ പ്രധാനം. കൂടാതെ കൊച്ചിരാജാവ്, പ്രണയമണിത്തൂവൽ, ചിന്താമണി കൊലക്കേസ് തുട ങ്ങിയ സിനിമകളിൽ സബ്പ്ലോട്ടുകളായി ക്യാമ്പസ് കടന്നുവരുന്നുണ്ട്. നമുക്ക് തൊണ്ണൂറുകൾക്ക് ശേഷമുള്ള ഒരു സിനിമയിൽ അതെത്രമാത്രം പ്രതിനിധീകരിക്കപ്പെട്ടിട്ടുണ്ടെന്നു നോക്കാം. പ്രായോഗികത, ലക്ഷ്യബോ

ധം, ശുഭാപ്തിവിശ്വാസം തുടങ്ങിയവ പഴയ ക്യാംപസിനെ അപേക്ഷിച്ച്
പുതിയ ക്യാംപസിന് കൂടുതലുണ്ട്.

ഇതിനെയാണ് പ്രായോഗിക ചിന്താഗതി എന്നു പലപ്പോഴും പൊതു
സമൂഹം ഇകഴ്ത്തിക്കാണിക്കാറുള്ളത്. ഗൃഹാതുരത്വത്തിന്റെതായ പൂപ്പു
പിടിച്ച വായനക്കപ്പുറം എന്താണ് യാഥാർഥ്യം?

നമുക്ക് 'കസ്തൂരിമാനി'ലെ കേന്ദ്രകഥാപാത്രങ്ങളായ ആലുക്കാ
യെയും (കുഞ്ചാക്കോ ബോബൻ) പ്രിയംവദയെയും (മീരാജാസ്മിൻ)
എടുക്കാം. പുതിയ തലമുറയുടെ നിശ്ചയദാർഢ്യവും ലക്ഷ്യബോധവും
പ്രായോഗികബുദ്ധിയും ഈ കഥാപാത്രങ്ങൾ ശരിയായി പ്രതിനിധീക
രിക്കുന്നുണ്ട്. സാമ്പത്തികമായി അങ്ങേയറ്റം ബുദ്ധിമുട്ടുന്നവരാണ് സാമൂ
ഹികമായി രണ്ടറ്റങ്ങളിൽ നിൽക്കുന്ന ഇവർ. പക്ഷേ, വലിയ സ്വപ്നങ്ങ
ളുള്ളവരും തങ്ങളുടെ പ്രശ്നങ്ങൾ മറ്റുള്ളവരെ അറിയിക്കാനാഗ്രഹിക്കാ
ത്തവരും. അതുകൊണ്ടുതന്നെ എന്തു ജോലി ചെയ്യാനും അവർ തയ്യാ
റാണ്. ഇതിൽ നായകനായ ആലുക്കാ ജോലിയൊന്നും ചെയ്യുന്നില്ലെ
ങ്കിലും നായികയായ പ്രിയംവദ ഒരേസമയം പല വീടുകളിലെ അടുക്ക
ളപ്പണിക്കാരിയാണ്. ഈ ജോലി തീർത്തിട്ടാണയാൾ കോളേജിൽ വരു
ന്നത്. ഇങ്ങനെ അവൾ സ്വന്തം ചെലവുകൾക്കുള്ള വക കണ്ടെത്തുകയും
സ്വന്തം കുടുംബത്തെ സഹായിക്കുകയും എന്തിന് സുഹൃത്തിന്റെ പഠ
നച്ചെലവുകൾ വഹിക്കുകയും ചെയ്യുന്നു. സത്യത്തിൽ ഇത് ഇന്നത്തെ
ക്യാമ്പസിന്റെ ഒരു സ്വഭാവവിശേഷമാണ്. സ്പോൺസർഷിപ്പിനും
സ്കോളർഷിപ്പിനും കാത്തുനിൽക്കാതെ സ്വന്തം നിലനിൽപ്പിനാവശ്യമു
ള്ളത് മാന്യമായി സമ്പാദിക്കുക എന്നുള്ള ചിന്ത. ആങ്കറിങ്, ഫാഷൻഷോ,
പാർട്ട്ടൈം ജേണലിസം തുടങ്ങിയ പുതിയ തൊഴിൽ മേഖലകളോടൊപ്പം
ട്യൂഷൻ, പത്രവിതരണം, ഡ്രൈവിങ്, വീട്ടുപണി തുടങ്ങിയ സാമ്പ്രദാ
യിക ജോലികൾവരെ പ്രയോജനപ്പെടുത്തുന്നു. ഏത് ജോലിക്കും അതി
ന്റേതായ ഒരന്തസ്സുണ്ടെന്ന ബോധം ഇന്ന് ക്യാംപസിന്റെ മുതൽക്കൂട്ടാണ്.

കുട്ടികളുടെ പഠനച്ചെലവുകൾ വീട്ടുകാർക്കുമാത്രമായി വഹിക്കാൻ
പറ്റാതായിട്ടുണ്ടിന്ന്. കാർഷിക ഉൽപ്പന്നങ്ങളുടെ വിലക്കുറവും ഉയർന്ന
ജീവിതനിലവാരവും പുതിയ പല കോഴ്സുകളും കൂടുതൽ ജന
കീയമായതുമാണീ സ്ഥിതി ഉളവാക്കിയത്. പുതിയ സാമൂഹിക സാമ്പ
ത്തിക വ്യവസ്ഥ കഠിനാധ്വാനത്തിന്റെ ആവശ്യകത ബോധ്യപ്പെടുത്തി.
ഒപ്പം ഒട്ടനവധി പാർട്ട് ടൈം ആയി ചെയ്യാവുന്ന തൊഴിൽ മേഖലകളും
തുറന്നുകൊടുത്തു.

പഴയകാല സിനിമകളിൽ പലപ്പോഴും പലരുടേയും ഔദാര്യം
കൊണ്ടായിരുന്നു സാമ്പത്തികമായി പിന്നോക്കം നിൽക്കുന്ന നായികാ
നായകന്മാർ പഠിച്ചിരുന്നത്. ഉദാഹരണമായി വർഷങ്ങൾ പോയതറിയാ

തെയിലെ നായകൻ, 'കൂട്ടിനിളംകിളി'യിലെ മമ്മൂട്ടിയുടെ കഥാപാത്രം, 'ആൾക്കൂട്ടത്തിൽ തനിയെ'യിലെ നായകകഥാപാത്രം അങ്ങനെ പല രെയും നമുക്കു കാണാനാകും. ഒപ്പം സാമ്പത്തികമായി പിന്നോക്കം നിൽക്കുന്നവർ ക്യാമ്പസിന്റെ മുഖ്യധാരയിൽ നിന്ന് അകന്നു നിൽക്കു ന്നതും അക്കാലത്തെ പല സിനിമകളിലും കാണാം. പക്ഷേ, ഇത്തരം കോപ്ലക്സുകൾ പുതിയ ക്യാമ്പസിനില്ല. കാരണം അവരിൽ പലരും സ്വന്തംനിലയ്ക്ക് ജോലി ചെയ്തു ജീവിക്കുന്നവരാണ്.

പുതിയ തലമുറയ്ക്ക് ഒരുപാടു ബന്ധങ്ങളില്ല. പക്ഷേ ഉള്ളവ ശക്ത മാണ്. ചുരുങ്ങിയത് ക്യാമ്പസ് സമയത്തെങ്കിലും. ഇതേ സമയം സ്വന്തം ആഗ്രഹങ്ങൾ ആരുടെ നിർബന്ധത്തിനും വഴങ്ങി പുറത്ത് കളയാനും അവർ തയാറല്ല. ഇതിന് ഏറ്റവും നല്ല ഉദാഹരണമാണ് 'കസ്തൂരിമാ നി'ലെ നായകൻ. അച്ഛന്റെ നിർബന്ധമുണ്ടെങ്കിലും കുറ്റവാളിയായ തന്റെ കാമുകിക്കായി കെട്ടുറപ്പിച്ച സമ്പന്നന്റെ മകളെ തഴഞ്ഞ് കാത്തിരിക്കുന്ന ഈ ഐ എ എസുകാരൻ, അച്ഛന്റെ നിർബന്ധം കൊണ്ടു മാത്രം തനി ക്കായി കാത്തുനിൽക്കുന്ന കാമുകിയെ തഴഞ്ഞ് പണക്കാരിയെ കല്യാണം കഴിക്കുന്ന 'ആൾക്കൂട്ടത്തിൽ തനിയെ'യിലെ മമ്മൂട്ടിയുടെ കഥാപാത്ര ത്തിൽ നിന്നും പുതിയ ക്യാമ്പസ് ചവിട്ടിത്തള്ളിയ ദൂരമാണ് കാണിക്കു ന്നത്.

ക്യാമ്പസ് കൂടുതൽ അരാഷ്ട്രീയമാണെന്നും സിനിമയിലെ ക്യാമ്പസ് യഥാർഥ ക്യാമ്പസ് രാഷ്ട്രീയത്തിന്റെ ഏറ്റവും വിപുലമായ രൂപമാ ണെന്നും പറഞ്ഞു കേൾക്കാറുണ്ട്. സത്യത്തിൽ ഇതിൽ രണ്ടിലും വലിയ കാര്യമൊന്നുമില്ല. അത് അരാഷ്ട്രീയ ബോധത്തിനു വഴിമാറിയിട്ടില്ല. അതു കൊണ്ടാണ് സ്വാശ്രയക്കാരുടെ പെരുമഴക്കാലത്തും എല്ലാ സർവകലാ ശാലാ യൂണിയനുകളും എസ് എഫ് ഐ നേടുന്നത്. 'കസ്തൂരിമാനി'ലും 'നിറ'ത്തിലും കടന്നുവരുന്ന രാഷ്ട്രീയം ഇതിനടിവരയിടുന്നുണ്ട്. കാരണം പഴയകാലത്തെ 'ചെപ്പ്' 'പാരലൽ കോളേജ്' തുടങ്ങിയ സിനിമകൾ പോലെ സംഘർഷമേഖലയായിട്ടല്ല ക്യാമ്പസ് രാഷ്ട്രീയം ഇവിടെ കട ന്നുവരുന്നത്. മറിച്ച് പഠിപ്പുമുടക്ക് എന്ന ഒഴിവാക്കാനാവാത്ത സമരരൂപ മായിട്ടാണ്.

പുതിയ ക്യാമ്പസിന്റെ ലക്ഷ്യബോധത്തിന് ഏറ്റവും നല്ല ഉദാഹര ണമാണ് 'കസ്തൂരിമാനി'ലെ നായകൻ. സത്യത്തിൽ ജോലിക്കുവേണ്ടി തയാറെടുക്കുന്ന ഇന്നത്തെ ക്യാമ്പസിന്റെ കൃത്യമായ ഒരു പ്രതിനിധാ നമാണയാൾ. ഇത് പുതിയ ക്യാമ്പസിനെ പഴയ ക്യാമ്പസിൽ നിന്നു വൃത്യസ്തമാക്കുന്നത് പഴയതുപോലെ ശുപാർശകളുടെ പുറത്ത് അല്ലെ ങ്കിൽ കൈക്കൂലിയുടെ പുറത്ത് ചുളുവിലൊരു ജോലി തരപ്പെടുത്താമെ ന്നുള്ള വ്യാമോഹം ക്യാമ്പസിനില്ല എന്നതാണ്. കാരണം ഇന്ന് പൊതു

മേഖലയിൽ തൊഴിലവസരങ്ങൾ കുറവാണ്. ഉള്ളവയിൽത്തന്നെ ക്രമ
ക്കേടുകൾ നടന്നാൽ കോടതി കയറാൻ ഉദ്യോഗാർഥികൾക്ക് യാതൊരു
മടിയുമില്ല. രണ്ടാമതായി ഇന്ന് ഏറ്റവും കൂടുതൽ തൊഴിലവസരങ്ങൾ
നൽകുന്ന സ്വകാര്യ-ബഹുരാഷ്ട്ര കമ്പനികൾക്ക് മാർക്ക്ലിസ്റ്റുപോലും
ഒരു മാനദണ്ഡമല്ല. മറിച്ച് മൊത്തം കഴിവുകളും മൽസരാത്മകതയും
ആണ് പ്രധാനം. യാതൊരു കഴിവും ജോലി സാധ്യതകൾ കൂട്ടുമെന്ന
ഒരവസ്ഥ. ഇത് ഗിത്താർ വായിക്കുന്ന, അറിയില്ലെങ്കിലും പാടാനും നൃത്തം
ചെയ്യാനും തയാറാകുന്ന, മലയാളസാഹിത്യം ഇഷ്ടപ്പെടുന്ന തത്വചിന്താ
വിദ്യാർഥിയായ 'കസ്തൂരിമാനി'ലെ നായകനിൽ കാണാം. ഇതാണ്
പുതിയ ക്യാമ്പസിന്റെ മുഖമുദ്രയായ 'സിനിമാറ്റിക്' എന്ന അവസ്ഥ.
ജീവിതം സിനിമാ ഫ്രെയിമുകളിൽ നിന്നും വിഭിന്നമായി തോന്നാത്ത,
ഓരോരുത്തർക്കും അവർ ഓരോ സിനിമയിലെ നായകന്മാരായി അനുഭ
വപ്പെടുന്ന ഒരവസ്ഥ. ഇവിടെ ക്യാമ്പസും സിനിമാ കൊട്ടകയും തമ്മി
ലുള്ള ഒരു പ്രധാന സാദൃശ്യം കൂടി നമ്മൾ കാണേണ്ടതുണ്ട്. സിനിമാ
കൊട്ടകയിലെ മൂന്നുമണിക്കൂറിനു മുമ്പും പിമ്പും പ്രേക്ഷകർ പൊതു
സമൂഹത്തിന്റെ ഭാഗമാണ്. പക്ഷേ, ആ മൂന്നുമണിക്കൂർ നേരം അവർ
മറ്റൊരു ലോകത്താണ്. ഈ ലോകമാകട്ടെ ഓരോ പ്രേക്ഷകനും അവ
ന്റേതായ ഓരോ ലോകങ്ങൾ സമ്മാനിക്കുന്നതും. ക്യാമ്പസും ഇങ്ങനെ
ത്തന്നെ. ജീവിതത്തിന്റെ നിർണായകമായ ഒരു കാലഘട്ടത്തിൽ ഏതാണ്ട്
പൂർണമായും, ദിവസം ചുരുങ്ങിയത് ആറ് മണിക്കൂറെങ്കിലും ഒരു കലാ
ശാല വിദ്യാർഥി ക്യാമ്പസിനുള്ളിൽ അവന്റെതായ ലോകത്താണ്. ഈ
ലോകത്തെ ഇടപെടൽ സിനിമാകൊട്ടകയിൽനിന്നും ഭിന്നമായി അവൻ
നേരിട്ടു നടത്തുന്നതിനാൽ അവന്റെ ജീവിതത്തിൽ ഈ ഇടപെടലുക
ളുടെ സ്വാധീനം വളരെ വലുതും എളുപ്പം പ്രകടമാകുന്നതുമാണ്. ഈ
യവസ്ഥ മുമ്പേ ഉണ്ടെങ്കിലും തൊണ്ണൂറുകൾക്ക് ശേഷം ഇതിനെ
തീർത്തും സിനിമാറ്റിക് എന്ന തലത്തിലേക്ക് മാറ്റിയത് ഇന്റർനെറ്റിന്റെ
വിജ്ഞാന, വിനോദലോകവും മൊബൈൽ ഫോണിന്റെ സൗകര്യവും
ടുവീലറുകളുടെ ചലനാത്മകതയുമാണ്. ഇതെല്ലാം ഒന്നും അസാധ്യമല്ല
എന്ന ഒരു തോന്നൽ ക്യാമ്പസിനുണ്ടാക്കിയിട്ടുണ്ട്. അതിയാഥാർഥ്യ
ത്തിന്റെ തലത്തിലുള്ള ഈ തോന്നലാണ് 'സിനിമാറ്റിക്' എന്ന അവ
സ്ഥയുടെ പൊരുളും.

ഇത് പക്ഷേ, ക്യാമ്പസിന്റെ ഒരു പൊതുസ്വഭാവമാണോ? മൊബൈ
ലും ടുവീലറും എത്രപേർക്കാണ് പ്രാപ്യമായിട്ടുള്ളത്? എന്നീ ചോദ്യങ്ങ
ളിവിടെ ഉയരുന്നുണ്ട്. കേരളംപോലെ അടിമുടി മധ്യവർഗവൽക്കരിക്ക
പ്പെട്ട സമൂഹത്തിൽ നഗരങ്ങളിലെയും പട്ടണങ്ങളിലെയും വിദ്യാർഥി
കൾക്ക് ഇതൊന്നും ഇന്ന് അത്രമാത്രം അപ്രാപ്യമല്ല എന്നതാണ് സത്യം.

ടുവീലറുകളും ഫോണും ടിവിയുമെല്ലാം ആഡംബരമല്ലാതെ അവ ശ്യവസ്തുക്കളായി തീരുന്നവിധത്തിൽ സാമൂഹികമായും രാഷ്ട്രീയമായും വളർന്ന ഒരേയൊരു ഇന്ത്യൻ സംസ്ഥാനമാണ് കേരളം. കുടുംബശ്രീ, ജനകീയാസൂത്രണം തുടങ്ങിയ പ്രസ്ഥാനങ്ങളും സംരംഭങ്ങളും ഗ്രാമീണ മേഖലയിൽ വരെ സ്ത്രീകൾക്കിടയിൽ എത്തിച്ച വിജ്ഞാനവിപ്ലവവും അതുപകർന്നുനൽകിയ ആത്മവിശ്വാസവും ചെറിയ സ്വാധീനമല്ല നമ്മുടെ സമൂഹത്തിലുണ്ടാക്കിയത്.

ബോളിവുഡ്-ഹോളിവുഡ്

1

ദേവദാസ്
ഇന്ത്യൻ സിനിമയുടെ പുതിയമുഖം

സ്വപ്നാന്വേഷകർക്ക് തൃപ്തി നൽകലാണ് തങ്ങളുടെ ലക്ഷ്യമെന്ന് ബോളിവുഡിന്റെ അപ്പോസ്തലനായ രാജ്കപൂർ അറുപതുകളിൽ തന്നെ വ്യക്തമാക്കിയിട്ടുണ്ട്. അദ്ദേഹത്തിന്റെ 'ആവാര' എന്ന സിനിമയിലൂടെ ശക്തി പ്രാപിച്ച ഇന്ത്യൻ ജനപ്രിയസിനിമ ഇന്ന് കച്ചവടത്തിന്റെ സർവ ഭാവങ്ങളുമുൾച്ചേർന്ന ഒന്നാംതരം സാംസ്കാരിക വ്യായാമവും സാംസ്കാ രികവ്യവസ്ഥയുമാണ്. ഇന്ത്യയിലെ സാധാരണക്കാരെ യാഥാർഥ്യത്തിന്റെ പകൽവെട്ടത്തുനിന്നുമകറ്റി സ്വപ്നങ്ങളുടെ കൃത്രിമാശാദ്വലതയിൽ നിഷ്ക്രിയനാക്കി തളച്ചിട്ടശേഷം ഇപ്പോഴവർ പുതിയ മേച്ചിൽപ്പുറങ്ങൾ തേടിയുള്ള അന്വേഷണത്തിലാണ്.

കുറച്ചുകാലം മുമ്പ് 'ബോബി' എന്ന ഹിന്ദി സിനിമ ലാറ്റിനമേരി ക്കൻ തിയേറ്ററുകൾ കീഴടക്കിയപ്പോൾ അത് തികച്ചും യാദൃച്ഛരികമായ ഒരു സംഭവമായിരുന്നു. എന്നാൽ ഇന്ന് ആഗോളവൽക്കരണത്തിന്റെ ശക്തികൾക്ക് സ്വയം തീറെഴുതിക്കൊടുത്തുകൊണ്ടാണെങ്കിലും വിദേ ശത്തും ഇന്ത്യൻ സിനിമ ചില ചലനങ്ങൾ സൃഷ്ടിക്കുന്നുണ്ട്. ഹോളി വുഡ് ഡമോക്ലസിന്റെ വാളായി തലക്കുമുകളിൽ തൂങ്ങിയാടുമ്പോൾ നട ത്തുന്ന ഇത്തരം ഒരഭ്യാസമാണ് 'ദേവദാസ്' എന്ന റീമെക്ക് ഹിന്ദി സിനിമ.

ദേവദാസിന്റെ പ്രധാന ആകർഷണീയത അതിന്റെ ഭീമമായ മുതൽമുടക്കാണ്. സിനിമ പുറത്തിറങ്ങുന്നതിന് വളരെമുമ്പുതന്നെ ഈ ധാരാളിത്തം പ്രേക്ഷകർക്കിടയിൽ ചർച്ചാവിഷയമാക്കുവാൻ കൃത്യമായ മീഡിയ മാനേജ്മെന്റ് മൂലം സാധിച്ചിരുന്നു. സിനിമയുടെ ആത്മാവുതന്നെ മൂലധനമാണെന്ന മട്ടിൽ നടത്തിയ ഈ പ്രചാരണം വളരെ ഫലം ചെയ്ത ഒന്നാണ്.

സിനിമ ഇന്ത്യയിൽ ഏറെ ആവർത്തിച്ച ഒരു പ്രമേയമാണ് 'ദേവ ദാസ്'. ഹിന്ദിയിലും പ്രാദേശികഭാഷകളിലുമായി പലതവണ ആവർത്തി ക്കപ്പെട്ട ഒരു കഥ. ഫ്യൂഡലിസത്തിനും മുതലാളിത്തത്തിനുമിടയിലുള്ള ഒരന്തരാളഘട്ടത്തിൽ ഇന്ത്യയിലെ മേൽത്തട്ടുകാരൻ നേരിട്ട ചില ധർമ സങ്കൽപ്പങ്ങളുടെ ട്രാജിക് പൈങ്കിളി. അൻപതുകോടി മുടക്കി ഇത്തരം ഒരു സിനിമ നിർമിക്കുമ്പോൾ എത്രതന്നെ തകർത്ത് ഓടിയാലും വലി യൊരു മിച്ചമൊന്നും നമ്മുടെ കമ്പോളത്തിൽ നിന്നും ലഭിക്കില്ലെന്ന് സിനിമാ വ്യവസായികൾക്കറിയാം. അതുകൊണ്ടുതന്നെ 'കുച്ക്കുച്ഹോ ത്താഹെ' യും 'ലഗാനു'മെല്ലാം ഉഴുതുമറിച്ച വിദേശ വിപണിയാണ് ഈ സിനിമയുടെ പ്രധാന ലക്ഷ്യം.

ദേവദാസുമാരുടെ പടയോട്ടങ്ങൾ വിദേശത്തേക്കു വ്യാപിക്കുമ്പോൾ നാമന്വേഷിക്കേണ്ട ഒരു വസ്തുത എന്തുകൊണ്ടാണ് ഇന്ത്യൻ സിനിമ കൾ അവിടെ പ്രിയങ്കരമാവുന്നത് എന്നതാണ്.

ഇന്ത്യൻ സിനിമയെ വിദേശത്ത് സ്വീകാര്യമാക്കുന്ന ഒരു ഘടകമാണ് പ്രവാസികളുടെ ശക്തമായ സാന്നിധ്യം. ആദ്യകാലങ്ങളിൽ ഇവർ മാത്ര മായിരുന്നു വിദേശത്തെ നമ്മുടെ പ്രേക്ഷകർ. എന്നാൽ പിൽക്കാലത്ത് തദ്ദേശവാസികളിലും ഇന്ത്യൻ സിനിമകൾ താൽപ്പര്യം ജനിപ്പിച്ചു. ഈ അനുകൂലമായ ഘടകം ഏറ്റവും നന്നായി മുതലെടുത്തത് ഹിന്ദി, തമിഴ് സിനിമകളാണ്. സിനിമയ്ക്ക് ഇനിയുമതിനു കഴിഞ്ഞിട്ടില്ല. മികച്ച അഭി നേതാക്കളും സാങ്കേതിക വിദഗ്ധരുമുണ്ടായിരുന്നിട്ടും പ്രവാസികളിലെ ഏറ്റവും അംഗബലമുള്ളവരുടെ സ്വന്തം സിനിമയ്ക്ക് അതിനുകഴിയാതെ പോകുന്നത് സാങ്കേതികമായ പൂർണത (Technological perfection)യിൽ പിന്നോക്കം നിൽക്കുന്നുകൊണ്ടാണ്.

വിദേശികൾക്ക് വിശിഷ്യാ പാശ്ചാത്യർക്ക് ഇന്ത്യൻ സിനിമയിൽ താൽപ്പര്യമുളവാകാനുള്ള കാരണങ്ങളന്വേഷിച്ചു പോകുമ്പോൾ യൂറോ പ്പിനു പുറത്ത് ഒരു ഉട്ടോപ്യ അന്വേഷിച്ച പഴയ ഓറിയന്റലിസ്റ്റുകളിലാണ് നാമെത്തിച്ചേരുക. വ്യാവസായികവിപ്ലവവും ശാസ്ത്രീയ കണ്ടുപിടുത്ത ങ്ങളും വിശ്വാസത്തെ പിഴുതെറിഞ്ഞ വിക്ടോറിയൻ സന്ദിഗ്ധതയുടെ കാലഘട്ടത്തിൽ നിന്നുമുള്ള രക്ഷപ്പെടലായിരുന്നു അവർക്ക് ഇന്ത്യ, ഇതിനു സമാനമായ ഒരു അന്തരീക്ഷമാണ് യൂറോപ്പിലും അമേരിക്ക യിലും ജപ്പാനിലുമെല്ലാം ഇന്ന് നിലവിലുള്ളത്. ആഗോള സാമ്പത്തിക ശക്തികളുടെ നുകത്തിൻകീഴിൽ മാനുഷിക മൂല്യങ്ങളും സുരക്ഷിത ത്വവും സാമൂഹികബോധവുമെല്ലാം നഷ്ടപ്പെട്ട് അങ്ങേയറ്റം യന്ത്രവൽക്ക രിക്കപ്പെട്ട ഒരവസ്ഥ. സെപ്തംബർ പതിനൊന്നുകൾ ഈ അരക്ഷിതാവ സ്ഥയെ കൂടുതൽ രൂക്ഷമാക്കുന്നു.

ഹോളിവുഡ് സിനിമകൾ പൊതുവെ പാശ്ചാത്യരുടെ തിരക്കുപിടിച്ച പരുക്കൻ ജീവിതത്തിന്റെ പരിഛേദമാണ്. സ്വപ്നങ്ങളുടെ കൃത്രിമ പച്ച പ്പുപോലും ഇത്തരം സിനിമകൾ പ്രദാനം ചെയ്യുന്നില്ല. ഇങ്ങനെ ആന്ത രികമായ ചോദനകൾ അടിച്ചമർത്തപ്പെടുമ്പോൾ സ്വന്തം സ്വത്വവുമായി താദാത്മ്യം പ്രാപിക്കാനുള്ള പാശ്ചാത്യരുടെ വെമ്പലാണ് ടൈറ്റാനിക് എന്ന സാധാരണ സിനിമയെ സൃഷ്ടിച്ചത്. 'സിക്സത് സെൻസിൽ' മനോ ജ്ഞൈറ്റ് ശ്യാമളനും കൈവെച്ചത് ഈയൊരു മർമത്തിലാണ്.

ഹോളിവുഡിനോട് വിധേയത്വം പുലർത്തുമ്പോഴും ബോളിവുഡിന് ചില മൗലികമായ പ്രത്യേകതകളുണ്ട്. പരിപൂർണമായി മുതലാളിത്ത വൽക്കരിക്കപ്പെടാത്ത ഒരു സമൂഹത്തിന്റെ പ്രതിരൂപം എന്ന നിലയ്ക്ക് ഈ ചിത്രത്തിലെ അന്തരീക്ഷം അത്രത്തോളം വരണ്ട ഒന്നല്ല. പലപ്പോഴും ഒരു നനുത്ത പ്രണയകഥയോ, ഊഷ്മളമായ കുടുംബബന്ധങ്ങളോ ആണ് നമ്മുടെ സിനിമകളുടെ ചാലകശക്തി. വിദേശത്ത് വൻവിജയം നേടിയ ചിത്രങ്ങളിലെല്ലാം തന്നെ ഈയൊരു സവിശേഷതയുണ്ട്.

യൂറോപ്യൻ ഭാഷകളിൽ പ്രണയകാവ്യങ്ങൾക്ക് ക്ഷാമമില്ലെങ്കിലും ഗോയ്ഥെയുടെ അഭിപ്രായത്തിൽ *ശാകുന്തളമാണ്* ലോകത്തിലെ ഏറ്റവും മഹത്തായ പ്രണയകാവ്യം. ഭൂമിയെയും സ്വർഗത്തെയും പരസ്പരം ബന്ധിപ്പിക്കുന്ന പാലമാണ് അദ്ദേഹത്തിന് *ശാകുന്തളം.* കാലചക്രം ഒരു വട്ടം പൂർത്തിയാക്കുമ്പോൾ സമകാലിക യൂറോപ്യൻ സമൂഹം ആഗ്ര ഹിക്കുന്നത് തങ്ങളുടെ ജീവിതാനുഭവങ്ങളിൽ നിന്നും ഭിന്നമായ അങ്ങേ യറ്റം റിയലിസ്റ്റിക്കായ ഒരു ക്ലാസിക്കൽ ദൃശ്യാനുഭവമാണ്. മണ്ണിലേക്കും മനുഷ്യനിലേക്കുമുള്ള ഒരു മടങ്ങിപ്പോക്കാണ് അവരുടെ ആവശ്യം. വിർച്വൽ റിയാലിറ്റി (Virtual reality) പോലെയുള്ള സങ്കേതങ്ങൾപോലും ഇതിന് പര്യാപ്തമല്ലാതെ വരുമ്പോൾ ഇന്ത്യൻ സിനിമ ഒരു പരിഹാര ത്തിന്റെ പ്രതീതിയുളവാക്കുന്നു.

ഇന്ത്യൻ സംഗീതത്തിലും നൃത്തത്തിലും പാശ്ചാത്യർക്കുള്ള സ്വാധീ നം 'ദേവദാസ്' സമർഥമായി ചൂഷണം ചെയ്യുന്നു. മീരാനായരുടെ 'കാമ സൂത്ര'യാണിവിടെ മാതൃക. സിനിമയിലുടനീളം സംഗീതസാന്ദ്രമായ ഒര ന്തരീക്ഷം നിറഞ്ഞുനിൽക്കുന്നുണ്ട്. അങ്ങേയറ്റം സംഘർഷഭരിതമായ രംഗങ്ങളിൽപോലും തികഞ്ഞ ഒരു ഔചിത്യബോധത്തോടെ ഹിന്ദുസ്ഥ ാനിരാഗങ്ങൾ ഇഴചേരുമ്പോൾ അതൊരു അപൂർവ അനുഭവമാകുന്നു. ദേവദാസിന്റെ കാമുകിയായ ചന്ദ്രമുഖിയെ സന്ദർശിക്കുവാൻ പൂർവ കാമു കിയായ പാർവതി എത്തുന്ന രംഗം ഇതിനുദാഹരണമാണ്.

സിനിമയുടെ എല്ലാ മേഖലകളിലും പൂർണതയ്ക്കുവേണ്ടി ദേവദാ സിന്റെ അണിയറ പ്രവർത്തകർ കിണഞ്ഞുശ്രമിച്ചിട്ടുണ്ട്. അഭിനേതാ ക്കളെ തെരഞ്ഞെടുത്തത് തന്നെയെടുക്കാം. ഇന്ത്യൻ സിനിമയിലെ

മുൻനിരതാരങ്ങളായ ഷാരുഖ്ഖാൻ, ഐശ്വര്യാറായ്, മാധുരീദീക്ഷിത്
എന്നിവരാണ് പ്രധാനകഥാപാത്രങ്ങളെ അവതരിപ്പിച്ചിരിക്കുന്നത്. വിദേ
ശികൾക്ക് ഇന്ത്യൻ സുന്ദരിമാരിലുള്ള താൽപ്പര്യവും ഇതിനെ സ്വാധീനി
ച്ചിട്ടുണ്ട്. പ്രേക്ഷകരുടെ കാൽപ്പനിക സങ്കൽപ്പങ്ങളുടെ പൂർണതയാവാ
നുള്ള ഉദ്ദേശ്യം ഐശ്വര്യാറായിയുടെയും മാധുരിയുടെയും ഓരോ ചല
നത്തിലുമുണ്ട്.

സമകാലിക ഹിന്ദിസിനിമകളിൽ നിന്നും ചില കാര്യങ്ങളിൽ 'ദേവ
ദാസ്' വ്യത്യസ്തമാണ്. വാതിൽപ്പുറദൃശ്യങ്ങളോടുള്ള വൈമുഖ്യം അതി
ലൊന്നാണ്. നായകൻ, നായിക, കടൽ, ആകാശം എന്ന പതിവു സമ
വാക്യം ഇവിടെ തെറ്റുന്നു. ഏതാണ്ട് എല്ലാ രംഗങ്ങളുടെയും പശ്ചാത്തലം
അരനൂറ്റാണ്ടുമുമ്പത്തെ ഇന്ത്യൻ ആഭിജാത ജീവിതത്തിന്റെ പ്രതീകമായ
ഹവേലികളാണ്. ഇവ വളരെ വർണാഭമായിട്ടുതന്നെ ചിത്രീകരിച്ചിട്ടുണ്ട്.
ഇതിലൂടെ മറനീക്കി പുറത്തുവരുന്നത് സിനിമയുടെ വർഗസ്വഭാവമാണ്.

സാധാരണക്കാരനെക്കുറിച്ച് അങ്ങേയറ്റം അജ്ഞത നടിക്കുന്ന
ഇത്തരം ഒരു സിനിമ സമീപകാലത്ത് പുറത്തിറങ്ങിയിട്ടില്ല. ചരിത്രം ഉന്ന
തന്റെ ജീവചരിത്രം മാത്രമാണെന്ന കാർലൈൽ സിദ്ധാന്തമാണ് 'ദേവ
ദാസിനെ' നയിക്കുന്നത്. ജന്മിത്വത്തിന്റെ കോട്ടകൊത്തളങ്ങൾ പൊലി
പ്പിച്ചുകാട്ടുമ്പോൾ അവയ്ക്കിടയിൽ ചതഞ്ഞമരുന്ന സാധാരണക്കാരന്റെ
ഒരു വിദൂര ചിത്രം പോലുമിവിടെയില്ല.

സിനിമ യാഥാർഥ്യത്തിന്റെ ഏറ്റവും യഥാതഥമായ മിഥ്യയാണെന്ന
(The realistic illussion of reality - Film and Reality) ജോർജ് ആയി
സിന്റെ നിരീക്ഷണം ഇവിടെ പ്രസ്താവ്യമാണ്. ഭൂതകാലത്തിന്റെ ഇരു
ട്ടിൽ നിന്നും ഒരു സിനിമ രൂപപ്പെടുത്തിയെടുക്കുമ്പോൾ പോലും വ്യക്ത
മായ പ്രത്യയശാസ്ത്ര മുൻവിധികളാണ് സിനിമാക്കാരെ നയിക്കുന്നത്.
ദേവദാസിന്റെ വേലക്കാരനായി വരുന്ന ആൾപോലും സ്വന്തം സമൂഹ
ത്തിന്റെ ആശങ്കകളിൽനിന്നുമന്യനായ ഒരു വ്യക്തിയാണ്. അപൂർവമായി
അയാൾ കരയുന്നതുപോലും യജമാനന്റെ ദുര്യോഗത്തിൽ മനംനൊന്തു
കൊണ്ട് മാത്രമാണ്.

വളരെ നിരുപദ്രവകരമെന്ന് തോന്നിക്കുന്ന പല രംഗങ്ങളിലും പഴയ
നാടുവാഴിത്തവ്യവസ്ഥിതിയെ വെള്ളപൂശാനുള്ള ഒരു ശ്രമം ഒളിഞ്ഞിരി
പ്പുണ്ട്. ഇന്ത്യയിലെ വർത്തമാനകാലപരിതഃസ്ഥിതിയിൽ ഇത് നിരവധി
സന്ദേഹങ്ങളുണർത്തുന്നു.

ക്ലാസിക്കൽ സംസ്കാരത്തിന്റെ പൊതിക്കെട്ടിനുള്ളിൽ ചാതുർവർ
ണ്യത്തിന്റെ നൃശംസതകൾ കാണാതിരുന്ന പൗരസ്ത്യവാദികളുടെ തനി
സ്വരൂപമാണ് ഇന്ത്യൻസിനിമയുടെ പുതിയ പ്രേക്ഷകർ. ഇവർക്കുവേണ്ടി
കൃത്യമായ രാഷ്ട്രീയ താൽപ്പര്യങ്ങൾച്ചേർന്ന സിനിമകൾ നിർമിക്കപ്പെടു

കയും ആഘോഷിക്കപ്പെടുകയും ചെയ്യുമ്പോൾ പ്രതിലോമകരമായ പല ആശയങ്ങളും പ്രവണതകളും സാധൂകരിക്കപ്പെടുകയും ശക്തിപ്പെടു കയും ചെയ്യുന്നു.

ദൃശ്യധാരാളിത്തത്തിന്റെ മകുടോദാഹരണമായ ഈ സിനിമ പല തെറ്റായ മാതൃകകളും സൃഷ്ടിക്കുന്നുണ്ട്. വൻമുതൽമുടക്ക് അതിലൊ ന്നാണ്. ബഹുരാഷ്ട്ര മാധ്യമകുത്തകകളുടെ മുമ്പിൽ പിടിച്ചുനിൽക്കുവാൻ തത്രപ്പെടുന്ന ഇന്ത്യൻ സിനിമാക്കാരന്റെ നില പരുങ്ങലിലാക്കുന്ന ഒരു പ്രവണതയാണിത്. സൂപ്പർഹിറ്റുകളെ പിൻതുടരുന്ന സ്വഭാവമുള്ള ഇന്ത്യൻ സിനിമയിൽ 'ദേവദാസ്' പ്രതിസന്ധിയുടെ വിഷവിത്തായാൽ അത്ഭുതപ്പെടാനില്ല.

2
താരത്തെ കൊല്ലുന്ന നടൻ

കാഴ്ച സമൂഹത്തിന്റെ ഭാഗമായിരിക്കുമ്പോൾതന്നെ തികച്ചും സ്വകാര്യമായ ഒരനുഭവമായി ഓരോ പ്രേക്ഷകനിലും സ്വയം സ്ഥാപി ച്ചെടുക്കാനുള്ള കഴിവാണ് സിനിമയുടെ അനന്യത. അതായത് സമൂഹം എന്ന ഒരു യാഥാർഥ്യത്തിന്റെ അഭേദ്യ ഘടകമായിരിക്കുമ്പോൾതന്നെ വ്യക്തി എന്ന നിലയിലുള്ള അസ്തിത്വത്തിന് പരമാവധി പ്രാധാന്യം നൽകുകയും വൈയക്തികമായ ഇഷ്ടാനിഷ്ടങ്ങളെ പരമാവധി മൂർഛി പ്പിച്ച് അതിന് കഴിയുന്നത്രയും സംതൃപ്തിയും ശമനവും ലഭിക്കുന്ന ഒരു പ്രതീതി സൃഷ്ടിക്കുകയും ചെയ്യുക. ഇങ്ങനെയുള്ള ഒരു മായാലോകത്ത് പ്രേക്ഷകൻ, സ്ക്രീൻ എന്നീ രണ്ടു യാഥാർഥ്യങ്ങൾക്കിടയിൽ അതീത യാഥാർഥ്യത്തിന്റേതായ ഒരുതലം രൂപംകൊള്ളുകയും അവിടെ ഓരോ പ്രേക്ഷകനും റോബിൻസൺ ക്രൂസോയെപ്പോലെ ഒരു ഏകാധിപതിയാ വുകയും ചെയ്യുന്നു. ഇങ്ങനെ പ്രതീതിയും യാഥാർഥ്യവും ഇഴചേർന്ന് സൃഷ്ടിക്കപ്പെടുന്ന സിനിമയുടെ പ്രപഞ്ചം അതിന്റെ സ്രഷ്ടാവായ മുത ലാളിത്ത വ്യവസ്ഥിതിയുടെ പരിഛേദമാണ്. അതായത് കുടുംബം, രാഷ്ട്രം തുടങ്ങിയ സാമൂഹിക വേരുകളെന്ന യാഥാർഥ്യത്തിനപ്പുറം പ്രവൃത്തി യിൽ പരമാവധി വൈയക്തികമായ തിരകളാണ് ഈ സമൂഹത്തെ നയി ക്കുന്നത്. ഹോട്ട്മണി തുടങ്ങിയ ഈ വ്യവസ്ഥിതിയുടെ നാഡീഞരമ്പു കൾ അദൃശ്യമായതിനാൽ മായികവും, സമൂഹത്തിൽ ഫലങ്ങളുണ്ടാക്കു ന്നതിനാൽ യാഥാർഥ്യവും ആണ്. അതുകൊണ്ടുതന്നെ താരസങ്കൽപ്പം എന്ന ജനപ്രിയസിനിമയുമായി ബന്ധപ്പെട്ട സാമൂഹിക നിർമിതി അഥൽ സമൂഹങ്ങളുടെ മൂല്യവിചാരങ്ങളുടെ ആകത്തുക കൂടിയാണ്. ഇതാണ് അമീർഖാനെ ചുറ്റിപ്പറ്റിയുണ്ടായ പുതിയ വിവാദങ്ങളെ വ്യത്യസ്തമാ ക്കുന്നത്.

അമീർഖാൻ പ്രശ്നത്തിന് രണ്ട് തലങ്ങളുണ്ട്. ഒന്ന് നടനെന്ന നില യിൽ അദ്ദേഹം നർമദ, ഗുജറാത്ത് സംഭവങ്ങളിൽ എടുത്ത നിലപാട്. ഈ രണ്ട് സംഭവങ്ങളിലും മറ്റ് ജനപ്രിയതാരങ്ങളിൽനിന്ന് വ്യത്യസ്ത മായി അദ്ദേഹം ഇരകളായ ആദിവാസികളുടെയും ന്യൂനപക്ഷങ്ങളുടെയും കൂടെ നിൽക്കുകയും സമ്മർദങ്ങളുണ്ടായിട്ടും തന്റെ നിലപാടുകളിൽ ഉറ ച്ചുനിൽക്കുകയും ചെയ്യുന്നു. രണ്ടാമതായി അദ്ദേഹത്തിന്റെ പുതിയ സിനി മ്മയായ 'ഫന'യുടെ കഥയും ട്രീറ്റ്മെന്റും അതിൽ അദ്ദേഹം ചെയ്ത നായക കഥാപാത്രത്തിന്റെ സ്വഭാവവും. ഇതുവരെയുള്ള ബോളിവുഡ് സിനിമകളിൽ നിന്ന് വ്യത്യസ്തമായി തീർത്തും പ്രതിനായക സ്വഭാവ മുള്ളതാണ് ഈ സിനിമയിലെ അമീറിന്റെ കഥാപാത്രം. സാധാരണ കാണാറുള്ളതുപോലെ നായകന്റെ പ്രതിനായകസ്വഭാവത്തെ നീതീക രിക്കുവാനോ മഹത്വവൽക്കരിക്കുവാനോ കാൽപ്പനികവൽക്കരിക്കു വാനോ ഉള്ള ഒരു ശ്രമവും ഇവിടെയില്ല.

ബോളിവുഡ് ഉൾപ്പെടെയുള്ള ജനപ്രിയസിനിമയിലെ ദൈവങ്ങൾ സാമൂഹിക, രാഷ്ട്രീയപ്രശ്നങ്ങളിൽ ഇടപെടുന്നതും അഭിപ്രായപ്രകടനം നടത്തുന്നതും പുതിയ കാര്യമൊന്നുമല്ല. സർക്കസിലെ മൃഗപീഡനത്തി നെതിരെയും മറ്റുമുള്ള ശില്പ്പാഷെട്ടിയുടെ 'പോരാട്ട'ങ്ങളും പോളിയോ ക്കെതിരെ അമിതാഭും ഷാരുഖും മറ്റും നടത്തുന്ന പ്രചാരണവും ബാല വേലക്കെതിരെ പലരും പ്രഖ്യാപിക്കുന്ന കുരിശുയുദ്ധവുമെല്ലാം ഇതിൽപ്പെടും. പക്ഷേ, ഈ പ്രശ്നങ്ങളെല്ലാംതന്നെ അധികാരിവർഗ ത്തിന്റെ താൽപ്പര്യങ്ങൾക്ക് വിരുദ്ധമല്ല എന്നുള്ളതാണ് ഇവയെ അമീ റിന്റെ നിലപാടുകളിൽനിന്ന് വ്യത്യസ്തമാക്കുന്നത്. അമീർ തന്റെ നില പാടുകളിലൂടെ കൃത്യമായി ചൊരണ്ടിയത് ഇന്ത്യൻ ഭരണവർഗത്തിന്റെ ഇളംമേനിയിലാണ്. അതുകൊണ്ടുതന്നെ അവിടെ ചോര ഒരുപാട് പൊടി യുകയും അപ്രതീക്ഷിതമായ പ്രഹരത്താൽ ഒട്ടൊരു അങ്കലാപ്പ് പ്രകട മാകുകയും ചെയ്തു. ഇത് ഒരു ജനപ്രിയ സിനിമാക്കാരൻ ചെയ്യാൻകഴി യുമെന്ന് കരുതിയതിന്റെ പരമാവധിയായിരുന്നു. കാരണം സമകാലിക ഇന്ത്യൻ സമൂഹത്തിലെ ഏറ്റവും പ്രബലമെന്ന് കരുതപ്പെടുന്ന രണ്ട് പ്രവ ണതകളെയാണ് അമീർ ഇവിടെ കടന്നാക്രമിച്ചത്. ഒന്നാമത്തേത് 'വിക സന'വും രണ്ടാമത്തേത് 'ഹിന്ദുത്വ'വും. സ്വാഭാവികമായും എല്ലാവരും പ്രതീക്ഷിച്ചത് അമീർ ഉടനെ ഒരു മാപ്പുപറഞ്ഞുകൊണ്ട് പ്രശ്നം തീർക്കും എന്നായിരുന്നു. പതിവ് ബോളിവുഡ് സ്റ്റൈലിൽ സൽമാന്റെ പശ്ചാത്താപം പോലെയോ ഖുഷ്ബുവിന്റെ കരച്ചിൽപോലെയോ. എന്നാൽ അതുണ്ടായില്ല. തുടർന്ന് തീവ്രഹിന്ദുത്വവാദികളും മൃദുഹിന്ദു ത്വവാദികളും ഒരുപോലെ രംഗത്തിറങ്ങുകയും ഉത്തരേന്ത്യയിൽ പ്രത്യേ കിച്ചും 'വികസന'ത്തിന്റെയും 'ഹിന്ദുത്വ'ത്തിന്റെയും ആൾരൂപമായ നരേ ന്ദ്രമോഡിയുടെ ഗുജറാത്തിൽ അമീറിന്റെ പുതിയ സിനിമ പ്രദർശിപ്പി ക്കാൻ അനുവദിക്കില്ലെന്ന് ഭീഷണിപ്പെടുത്തുകയും അമീറിന്റെ സിനിമ കളുടെ സി ഡികൾ നശിപ്പിക്കുകയും അദ്ദേഹം പ്രമോട്ട് ചെയ്യുന്ന ഉൽപ്പ

നങ്ങൾ ബഹിഷ്കരിക്കുവാനാഹ്വാനം ചെയ്യുകയും ചെയ്തു. എന്നിട്ടും അമീർ കുലുങ്ങിയില്ല. ഗുജറാത്തിലൊഴികെ മറ്റൊരിടത്തും ഈ ഭീഷണികളൊന്നും ഏറ്റതുമില്ല. ഗുജറാത്തിൽ സിനിമ പ്രദർശിപ്പിച്ച ക്ലബ് ഹിന്ദുത്വവാദികൾ അടിച്ചുതകർത്തതാണ് ഈ സംഭവത്തിന്റെ അവസാന എപ്പിസോഡ്.

ഇനി നമുക്ക് 'ഫന' എന്ന സിനിമയുടെ കാര്യമെടുക്കാം. തീർച്ചയായും ബോളിവുഡിന്റെ പതിവ് മസാലകൾ സിനിമയിലുണ്ട്. പക്ഷേ അമീറിന്റെ പാത്രസൃഷ്ടി ഒന്നുകൊണ്ട് മാത്രം സിനിമ വ്യത്യസ്തമാകുന്നു. അതുകൊണ്ട് തന്നെ മസാലയും സ്ഥിരം ചട്ടക്കൂടും നിർമാതാവിന്റെ ഉറക്കം കളയാതിരിക്കാനുള്ള ബാലൻസിംഗ് ആയി വേണം കരുതാൻ.

ഈ സിനിമയുടെ കഥ ഇങ്ങനെയാണ്: കാശ്മീരിൽ നിന്ന് ഒരന്ധ വിദ്യാർഥി (കാജൽ) സ്വാതന്ത്ര്യദിന പരേഡിൽ പങ്കെടുക്കുവാനായി ദില്ലിയിലെത്തുന്നു. അവിടെവെച്ച് അവൾ ഒരു ടൂറിസ്റ്റ് ഗൈഡുമായി (അമീർഖാൻ) പ്രണയത്തിലാവുന്നു. ഇയാൾ ഒരു അന്താരാഷ്ട്ര തീവ്രവാദിയാണെന്നവൾ അറിയുന്നില്ല. അവസാനം നായികക്ക് കാഴ്ച ലഭിക്കാനുള്ള ഓപ്പറേഷൻ ദിവസം അയാൾ രാഷ്ട്രപതിഭവൻ ആക്രമിക്കുന്നു. കാഴ്ച കിട്ടിയ അവൾ കേൾക്കുന്നത് തന്റെ കാമുകൻ ബോംബ് സ്ഫോടനത്തിൽ കൊല്ലപ്പെട്ടതായാണ്. തുടർന്ന് കാശ്മീരിലേക്ക് മടങ്ങിയ അവളുടെ ജീവിതത്തിലേക്ക് ഏഴു വർഷത്തിനുശേഷം അയാൾ വീണ്ടും കടന്നുവരുന്നു. ഇത്തവണ അയാളുടെ ലക്ഷ്യം ആറ്റംബോബ് പ്രവർത്തിപ്പിക്കാനുള്ള ട്രിഗർ നേടുകയാണ്. പട്ടാളവേഷത്തിൽ ബാരക്കിൽ കടന്ന് അത് സ്വന്തമാക്കിയ അയാൾ തുടർന്നു നടന്ന ഏറ്റുമുട്ടലിൽ പരിക്കേറ്റാണ് നായികയ്ക്കടുത്തെത്തുന്നത്. അവൾക്ക് അയാളെ തിരിച്ചറിയാൻ കഴിയുന്നില്ല. അവളെ തിരിച്ചറിയുന്ന അയാൾ അത് വെളിപ്പെടുത്തുന്നുമില്ല. അവസാനം അവൾ അയാളെ തിരിച്ചറിയുമ്പോഴേക്കും അവളുടെ അച്ഛനും സുഹൃത്തും അയാളാൽ കൊലചെയ്യപ്പെടുകയും അയാൾ തീവ്രവാദിയാണെന്ന് അവൾ മനസിലാക്കുകയും ചെയ്യുന്നു. തുടർന്ന് രക്ഷപ്പെടാൻ തുനിയുന്ന അയാളെ നായിക വെടിവെച്ച് കൊല്ലുന്നു.

ഇവിടെ നമുക്ക് വ്യത്യസ്തമായി കാണാവുന്നത് രണ്ടു കാര്യങ്ങളാണ്. ഒന്നാമതായി ഒരു സഹതാപവും പ്രേക്ഷക മനസിൽ നായകനുവേണ്ടിയുണ്ടാവുന്നില്ല. അയാൾ മരിക്കുവാനാണ് പ്രേക്ഷകനാഗ്രഹിക്കുക. നായിക പ്രേക്ഷകനുവേണ്ടി ആ കൃത്യം നിർവഹിക്കുകയും ചെയ്യുന്നു. ഇത്തരം ഒരു കഥാപാത്രത്തെ അമീർഖാനെപ്പോലെയുള്ള ഒരു സൂപ്പർ താരം ചെയ്യുക എന്നുള്ളത് അസാധാരണമാണ്. മുമ്പ് ഷാരുഖ്ഖാൻ 'ബാസിഗർ', 'ഡർ' തുടങ്ങിയ സിനിമകളിൽ അത്തരം രണ്ട് കഥാപാത്രങ്ങൾ ചെയ്തിരുന്നെങ്കിലും അന്ന് അദ്ദേഹം സൂപ്പർതാരമായിരുന്നില്ല. ആ രണ്ട് കഥാപാത്രങ്ങൾക്കും തങ്ങളുടെ പ്രതിനായക സ്വഭാവത്തിന് കൃത്യമായ കാരണങ്ങളുമുണ്ടായിരുന്നു. അതിനാൽ അവരുടെ മരണം

പ്രേക്ഷകരാഗ്രഹിച്ചിരുന്നില്ല. അതിലും പ്രധാനപ്പെട്ട ഒരു കാര്യം ഈ ഷാരൂഖ് കഥാപാത്രങ്ങൾ തീർത്തും വ്യക്തിപരമായ കാരണങ്ങളുടെ പുറ ത്താണ് പ്രതിനായകസ്വഭാവം കൈക്കൊള്ളുന്നത് എന്നതാണ്. എന്നാൽ 'ഫന'യിലെ അമീറിന്റെ കഥാപാത്രത്തിന് സംവിധായകൻ അത്തരം ഒരു ഭൂതകാലത്തിന്റെ തണൽ പതിവുപോലെ നൽകുന്നില്ല. കൂടാതെ അയാ ളുടെ ലക്ഷ്യം തികച്ചും രാഷ്ട്രീയമാണ്. വൈയക്തികമല്ല. ഈ രാഷ്ട്രീയം സമകാലിക ലോകക്രമത്തിലെ പൊള്ളുന്ന ഒരു പ്രശ്നമായ തീവ്രവാ ദവും ആകുന്നു.

ഇവിടെ നമുക്ക് കാണാൻ കഴിയുന്ന ഒരുകാര്യം ഒരു തീവ്രഹിന്ദു ത്വവാദിയുടെ കണ്ണിൽക്കൂടി നോക്കുമ്പോൾ അമീറിന്റെ പ്രസ്താവനക ളിൽ നിന്ന് (ഗുജറാത്ത് സംഭവത്തെക്കുറിച്ച്) 'ഫന'യിലെ കഥാപാത്ര ത്തിലേക്ക് ഒരു നേർരേഖ വരക്കാമെന്നുള്ളതാണ്. ഹിന്ദുത്വത്തിന്റെ വക ഭേദങ്ങൾക്ക് മനസിലിടം കൊടുക്കുന്ന വലിയൊരു വിഭാഗം ഉത്തരേന്ത്യൻ പ്രേക്ഷകർക്കും ഇങ്ങനെ നടനെ കഥാപാത്രത്തിന് പരസ്പര പൂരക മായി കാണാനുള്ള ഒരപകടകരമായ അന്തരീക്ഷം നിലനിൽക്കുമ്പോൾ തന്നെയാണ് അമീർ അത്തരം ഒരു നിലപാടെടുത്തതും. അത്തരം ഒരു കഥാപാത്രത്തെ അവതരിപ്പിച്ചതും. ഇത് നിർമാതാവിനെക്കാളും അപ കടം ചെയ്യുക നായകനെ അവതരിപ്പിക്കുന്ന നടനാണുതാനും.കാരണം സിനിമയെ മൊത്തം ഒരു യൂണിറ്റായെടുക്കുമ്പോൾ ഇവിടെ അത് ദേശീ തയെ ഉയർത്തിപ്പിടിക്കുക വഴി ഇന്ത്യൻ ഭരണവർഗത്തിന്റെ താൽപ്പര്യ ങ്ങൾക്കും മുഖ്യധാരാ സിനിമയുടെ അലിഖിത നിയമങ്ങൾക്കും അനു രൂപമായുള്ള ഒന്നാണ്.

സാധാരണഗതിയിൽ സിനിമയിലെ കഥാപാത്രങ്ങളിലൂടെ തങ്ങ ളുടെ വ്യക്തിജീവിതത്തെ മറച്ചുപിടിക്കുകയോ, രാഷ്ട്രീയ നിലപാടുകൾ മായ്ച്ചുകളയുകയോ ഒക്കെയാണ് ബോളിവുഡ് സൂപ്പർതാരങ്ങളുടെ ശീലം. സൽമാൻഖാന്റെ കഥാപാത്രങ്ങളും അദ്ദേഹത്തിന്റെ വ്യക്തിജീ വിതവും ഇതിന് മികച്ച ഉദാഹരണമായെടുക്കാം. എന്നാൽ ഇവിടെ വ്യക്തി ജീവിതത്തിൽ വലിയ ചീത്തപ്പേരുകളൊന്നും കേൾപ്പിക്കാത്ത അമീർ തന്റെ കരിയറിന് ദോഷം ചെയ്യാവുന്ന ചില രാഷ്ട്രീയ നിലപാടുകളെടു ക്കുകയും അതിനൊപ്പം കുട്ടിവായിക്കപ്പെടുവാൻ ഈ സന്ദർഭത്തിൽ ഏറ്റവും സാധ്യതയുള്ള ഒരു കഥാപാത്രത്തെ അവതരിപ്പിക്കുകയും ചെയ്യുമ്പോൾ അതിൽ ഒരസാധാരണത്വമുണ്ട്. പക്ഷേ ഈ ഒരു അപക ടനില തരണം ചെയ്തുകൊണ്ട് സിനിമ സാമ്പത്തികമായി വിജയിക്കു മ്പോൾ ഇവിടെ ആ വിജയം ഒരു ചൂണ്ടുപലക കൂടിയാണ്. എന്താണത് സൂചിപ്പിക്കുന്നത്?

നേരത്തെ പറഞ്ഞതുപോലെ താരപദവി എന്നത് തീർത്തും സാമൂ ഹികമായ ഒരു നിർമിതിയാണ്. നടന്റെ എന്തെങ്കിലും ഒരു സവിശേഷ മായ കഴിവും അതിനൊപ്പം അയാൾ അവതരിപ്പിക്കുന്ന കഥാപാത്രങ്ങ ളുടെ പൊതുസ്വഭാവവും താരപരിവേഷത്തിന് രൂപം നൽകുന്നതിലും

അതിനെ ബലപ്പെടുത്തുന്നതിലും നിർണായകമാണ്. സാധാരണഗതി
യിൽ ഈ പൊതുസ്വഭാവം എന്ന് പറയുന്നത് മുഖ്യധാരയുടെ ഒരാത്മ
വിമർശനമായാണ് കടന്നുവരാറ്. അതായത് സമൂഹത്തിന്റെ മുഖ്യധാര
ക്കത് അടിസ്ഥാനപരമായി എതിരായിരിക്കില്ല. അമിതാഭ്ബച്ചന്റെ രോഷാ
കുലനായ പൊലീസ് ആപ്പീസർ ഇതിന് മികച്ച ഉദാഹരണമാണ് (രോ
ഷാകുലനാകുന്നത് പൊലീസ് ആപ്പീസറെന്ന ബ്യൂറോക്രാറ്റായിട്ടാണ്
എന്നത് ശ്രദ്ധിക്കുക). അതുകൊണ്ട് തന്നെ ഈ നീക്കുപോക്ക് സ്വഭാവ
ത്തിന്റെ അറ്റങ്ങളിലേക്ക് കഥാപാത്രങ്ങൾ നീങ്ങുമ്പോൾ ഒന്നുകിൽ താര
പദവിയിൽ വിള്ളൽ വരും. അതല്ലെങ്കിൽ അത് ബലപ്പെടും. പൊതുവെ
സംഭവിക്കുന്നത് സിനിമയുടെ സാമ്പത്തിക പരാജയം എന്ന് വിളിക്കാ
വുന്ന ആദ്യം പറഞ്ഞ കാര്യമാണ്. വളരെ അപൂർവമായേ സൂപ്പർ വിജയം
എന്ന് വിളിക്കാവുന്ന രണ്ടാമത് പറഞ്ഞ സംഗതി സംഭവിക്കാറുള്ളൂ. അത്
സംഭവിക്കുമ്പോൾ അത് പ്രേക്ഷകന്റെ ഇഷ്ടങ്ങളിൽ വന്ന ഒരു മാറ്റത്തെ
യാണ് പ്രതിഫലിപ്പിക്കുക. ഇഷ്ടത്തിലെ മാറ്റം ആത്യന്തികമായി ബോധ
ത്തിലെ മാറ്റവും. അപ്പോൾ ശരാശരി ഉത്തരേന്ത്യൻ പ്രേക്ഷകന്റെ ബോധ
തലങ്ങളിൽ എന്തുമാറ്റമാണ് വന്നത് എന്നും അതെങ്ങനെ സംഭവിച്ചു
എന്നുമുള്ള അന്വേഷണം പ്രസക്തമാകുന്നു.

ഈ അന്വേഷണത്തിൽ നാം ആദ്യം ചികയേണ്ടത് ബോളിവുഡ്ഡിന്റെ
രാഷ്ട്രീയമാണ്. അത് ഇന്ത്യൻ ഭരണവർഗത്തിന്റെ താൽപ്പര്യങ്ങളാണ്
എന്ന് പ്രത്യേകിച്ച് പറയേണ്ടതില്ല. കാലാകാലങ്ങളിൽ ഇന്ത്യൻ ഭരണ
വർഗത്തിന്റെ ഇഷ്ടാനിഷ്ടങ്ങളിൽ വന്ന മാറ്റങ്ങൾ അതിൽ പ്രതിഫലി
ച്ചുകാണാം. ഇതിൽ ദേശീയപ്രസ്ഥാനത്തിന്റെ ഹാങ്ങോവറുണ്ടായിരുന്ന
ആദ്യകാലങ്ങളിൽ പുരോഗമന സാഹിത്യപ്രസ്ഥാനവും 'ഇപ്റ്റ'യുമായൊ
ക്കെയായി ബന്ധമുണ്ടായിരുന്ന ചില സിനിമാക്കാർ വഴി സ്വൽപ്പം ഇട
തുപക്ഷരാഷ്ട്രീയവും പുരോഗമനാത്മകമായ ദേശീയതയും തലനീട്ടിയ
തൊഴിച്ചാൽ ഇന്ത്യൻ ഭരണവർഗത്തിന്റെ രുചിഭേദങ്ങൾ പൊതുസമൂഹ
ത്തിനെക്കൊണ്ട് സ്വീകാര്യമാക്കുന്ന സാംസ്കാരിക തൊഴിലായിരുന്നു
ബോളിവുഡ്ഡിന്. ഇതിനിടക്ക് ശബാനാ ആസ്മി, ജാവേദ് അക്തർ തുട
ങ്ങിയ പ്രതിബദ്ധതയുടെ ആൾരൂപങ്ങൾ വെറും തുരുത്തുകൾ മാത്രമാ
യി മാറി. ഈ ഒരു അവസ്ഥയിൽ കഴിഞ്ഞ പതിനഞ്ചു വർഷം പ്രാധാന്യ
മർഹിക്കുന്നത് തീവ്രദേശീയവാദമുയർത്തിക്കൊണ്ട് ഹിന്ദുത്വവാദം
ഇന്ത്യൻ രാഷ്ട്രീയത്തെ ഉഴുതുമറിച്ച ഈ കാലയളവിൽ ബോളിവുഡ്
സാംസ്കാരികരംഗത്ത് ഈ ജോലി തന്നെയാണ് ചെയ്തത് എന്നതിനാ
ലാണ്. മുസ്ലിങ്ങളെ വില്ലന്മാരും ഹിന്ദുത്വ പശ്ചാത്തലമുള്ള താരങ്ങളെ
നായകന്മാരുമാക്കിക്കൊണ്ടുള്ള സിനിമകൾ ഒരു സ്ഥിരം ഫോർമുലയായി
മാറിയത് ഇക്കാലത്താണ്. സണ്ണിദിയോൾ എന്ന താരത്തിന്റെ ജനനം
ഇക്കാലത്തെ പൊതുരാഷ്ട്രീയ പ്രവണതയുടെയും അത് താരപദവി രൂപ
പ്പെടുത്തുന്നതിൽ വഹിക്കുന്ന പങ്കിന്റെയും മികച്ച ദൃഷ്ടാന്തമാണ്.

എന്നാൽ കഴിഞ്ഞ പാർലമെന്റ് തിരഞ്ഞെടുപ്പ് ഈ രാഷ്ട്രീയ പ്രവ ണതയുടെ അന്ത്യം കൂടിയാണ് അടയാളപ്പെടുത്തിയത്. തീവ്ര-മിത ഹിന്ദു ത്വവാദമുയർത്തിക്കൊണ്ട് നിലനിൽക്കുന്ന ബി ജെ പിയെയും കോൺഗ്ര സിനെയും മൂലക്കിരുത്തിയ ജനങ്ങൾ ഇടതുപുരോഗമന ശക്തികൾക്ക് ഇന്ത്യൻ രാഷ്ട്രീയത്തിലുള്ള നിർണായക പങ്ക് അടയാളപ്പെടുത്തുകയും അവർ പാർലമെന്ററി രാഷ്ട്രീയത്തിൽ പ്ലെ മെയ്ക്കേഴ്സായി ഇടപെടാ നുള്ള അവസരം ഒരുക്കിക്കൊടുക്കുകയും ചെയ്തു. തുടർന്നുള്ള ഇന്ത്യൻ രാഷ്ട്രീയം കണ്ട ഏറ്റവും വലിയ അത്ഭുതം തീവ്രഹിന്ദുത്വത്തിന്റെ വക്താക്കൾ കേൾക്കുന്ന നിരന്തരമായ ആഘാതങ്ങളായിരുന്നു. ഇതിന്റെ പ്രതിഫലനം സിനിമാരംഗത്തും കണ്ടുതുടങ്ങി. സണ്ണിദിയോളിന്റെയും ബോബിദിയോളിന്റെയും സിനിമകളുടെ നിരന്തരമായ പരാജയം ഇതി നുദാഹരണമാണ്.

മൈറോൺ വൈനർ അഭിപ്രായപ്പെടുന്നതുപോലെ ഇന്ത്യൻ രാഷ്ട്രീ യത്തിലെ പാർശ്വവൽകൃത ജനത രാഷ്ട്രീയവെട്ടത്തിലേക്കു കടന്നുവന്ന ഒരപൂർവ സന്ദർഭമാണിത്. തെറ്റിദ്ധരിക്കപ്പെട്ടവർ, തെറ്റായി പ്രതിനിധീ കരിക്കപ്പെട്ടവർ സ്വയം വെളിപ്പെടുത്തുന്ന ഒരു ചരിത്രസന്ദർഭം സഞ്ജയ് ലീല ബെൻസാലി എന്ന ബ്രഹ്മാണ്ഡ സംവിധായകന്റെ 'ബ്ലാക്ക്' എന്ന അന്ധതയെ പ്രമേയമാക്കിയ സിനിമ ബോളിവുഡ്ഡിലും വന്ന ഈ മാറ്റം പ്രതിഫലിപ്പിക്കുന്നതിന്റെ വിജയമാണ്. ഇപ്പോൾ 'ഫന' അതിന്റെ മറ്റൊ രുദാഹരണമാകുന്നു.

സിനിമയിൽ പ്രേക്ഷകൻ കീഴാളനും സിനിമാക്കാർ മേലാളനുമാ ണ്. പക്ഷേ, ആധുനികകാലത്ത് മേലാളർ കൂടുതലായി താഴോട്ട് നോക്കേ ണ്ടിവരുന്നു എന്നതാണ് വ്യത്യാസം. മുമ്പ് കീഴാളർ മേലാളരെ അനുക രിക്കാൻ ശ്രമിച്ചിരുന്ന സംസ്കൃതവൽക്കരണം എന്ന പ്രക്രിയയുടെ ഒരു വിപരീതമായി നമുക്കിതു കാണാം. കാരണം ഇപ്പോൾ ജനാധിപത്യ-മു തലാളിത്ത വ്യവസ്ഥിതികളിൽ മേലാളന്റെ അധികാരവും നിലനിൽപ്പും ഉരുത്തിരിഞ്ഞു വരുന്നത് താഴെത്തട്ടിൽ നിന്നാണ്. അതേസമയം പുതിയ ലോകക്രമത്തിൽ ദേശീയ അതിരുകളെ വിഗണിച്ചുകൊണ്ട് ഒരു ബഹു സാംസ്കാരികതയും ബഹുദേശീയതയും ഉരുവംകൊണ്ട് വളർന്നുവരു ന്നുണ്ട്. അതിന്റെ ഗുണദോഷങ്ങളെക്കുറിച്ച് ഭിന്നാഭിപ്രായമുണ്ടാകാമെ ങ്കിലും വിവരസാങ്കേതികതയുടെ ചിറകിലേറിവരുന്ന ഈയൊരു യാഥാർഥ്യമാണ് ഇന്ത്യൻ ബഹുജനതയുടെ ബോധത്തെ മാറ്റിമറിക്കു ന്നതിൽ നിർണായകമായത്.

ഈ മാറ്റത്തിൽ വഹിച്ച പങ്കിന്റെ അടിസ്ഥാനത്തിൽ ടെലിവിഷന്റെ പ്രാധാന്യം ഊന്നിപ്പറയേണ്ടിയിരിക്കുന്നു. കാരണം പകുതിയും നിരക്ഷ രരായ ഇന്ത്യക്കാരിൽ പത്ര-മാധ്യമങ്ങളുടെ സ്വാധീനം പരിമിതമാണ്. ശ്രവ്യമാധ്യമമാണെങ്കിൽ ഗവൺമെന്റിന്റെ നിയന്ത്രണത്തിലും. എന്നാൽ തൊണ്ണുറുകളിൽ ദൃശ്യമാധ്യമരംഗത്തുണ്ടായ വിപ്ലവകരമായ മാറ്റങ്ങൾ ആനുകാലിക, പ്രാദേശിക, ദേശീയ, അന്തർദേശീയ സംഭവങ്ങളെ കൂടു

തലായി ജനങ്ങളിലെത്തിച്ചു. അതുകൊണ്ടുതന്നെ അൻസാൽപ്ലാസാ യിലെ ഏറ്റുമുട്ടലിന്റെ ദുരൂഹതയും ഗുജറാത്ത് രാഷ്ട്രീയത്തിലെ ചുഴി കളും ഗ്വോണ്ടനാമോയിലെ മൃഗീയതയും റജീനയുടെ ചാഞ്ചാട്ടങ്ങളും പലകോണുകളിൽ നിന്നു നോക്കിക്കാണാൻ അവർക്കു കഴിഞ്ഞു. ഇത് ദേശീയതയെ ഊതിപ്പെരുപ്പിച്ച് സ്വന്തം നിക്ഷിപ്ത താൽപ്പര്യങ്ങൾ സം രക്ഷിക്കുന്ന ഇന്ത്യൻ ഭരണവർഗത്തെയും അവരുടെ രാഷ്ട്രീയ രൂപങ്ങ ളെയും അടുത്തറിയാൻ സാധാരണ ഇന്ത്യക്കാരനു സഹായകമായി. അതും ഔദ്യോഗിക മാധ്യമങ്ങളുടെ കണ്ണഞ്ചിപ്പിക്കുന്ന 'തിളക്ക' പ്രചാ രണങ്ങളുടെ പ്രളയത്തിൽ.

രക്തത്തിലലിഞ്ഞു ചേർന്ന പല മിഥ്യാസങ്കൽപ്പങ്ങളിലെയും പൊള്ളത്തരങ്ങൾ തിരിച്ചറിഞ്ഞ് അതിനെതിരെ പ്രതികരിക്കാൻ ഇന്ത്യൻ ജനത ഒരുങ്ങിക്കഴിഞ്ഞു. ജുർഗൻ ഹെബർമാസ് പറയുന്നതുപോലെ ഇതൊരു പൊതു ഇടത്തിന്റെ (Public Sphere) സൃഷ്ടികൊണ്ട് സംഭവി ച്ചതാണ്. ഈ ഇടം സൃഷ്ടിച്ചതാവട്ടെ ദൃശ്യമാധ്യമങ്ങളും. 'ഫന' എന്ന സിനിമയുടെ വിജയം വിരൽചൂണ്ടുന്നത് ഒരു ജനതതി മിഥ്യകളിൽനിന്നു പതുക്കെപ്പതുക്കെ യാഥാർഥ്യത്തിലേക്കു മിഴിതുറക്കുന്നതിന്റെ പ്രാരംഭ സൂചനകളിലേക്കാണ്.

3

'ഗുരു'
ഗാന്ധിയും അംബാനിയും ചേരുന്നിടം

ഇന്ത്യൻ സിനിമയിൽ ഇന്ന് ഏറ്റവും കൂടുതൽ ചർച്ച ചെയ്യപ്പെ ടുന്ന സംവിധായകനാണ് മണിരത്നം. എന്നും ഏറ്റവും കൂടുതൽ വിവാ ദങ്ങൾക്ക് കാരണമാകുന്ന സിനിമാക്കാരൻ. ഇതിന് പല കാരണങ്ങളുണ്ട്. അതിൽ പ്രധാനം അദ്ദേഹം എന്നും അതാതുകാലത്തെ സുപ്രധാന രാഷ്ട്രീയ പ്രശ്നങ്ങളെ അഭിസംബോധന ചെയ്യുന്നതാണ്. ഇവിടെ പ്രശ്ന മാകുന്നത് സംവിധായകന്റെ പക്ഷമാണ്. അദ്ദേഹം ഇരകൾക്കൊപ്പമോ വേട്ടക്കാരനൊപ്പമോ അതോ വെറും കാഴ്ചക്കാരനോ എന്നത് എന്നും പ്രേക്ഷകനെ അങ്കലാപ്പിലാക്കുന്ന ചോദ്യമാണ്. എങ്കിലും മണിയുടെ ചിത്രങ്ങൾ നമുക്കിഷ്ടമാണ്. അവയുടെ ക്രാഫ്റ്റ് മനോഹരങ്ങളാണ്. പുതിയ ചിത്രമായ 'ഗുരു'വും ഇതിനപവാദമല്ല.

'ഗുരു' പറയുന്നത് തത്വത്തിൽ സ്വാതന്ത്ര്യാനന്തര ഇന്ത്യയുടെ സമ്പ ദ്വ്യവസ്ഥയും അതിലെ ചുഴികളും തടകളും ഒഴുക്കും അടിയൊഴുക്കും കുത്തൊഴുക്കും ഒക്കെത്തന്നെ. ഡോക്യുമെന്ററി സംവിധായകന്റെ ജിജ്ഞാസയോടെയും ഫിക്ഷൻസ് കൈകാര്യം ചെയ്യുന്നതിലെ കൈയൊ തുക്കത്തോടെയും സംവിധായകൻ സ്വാതന്ത്ര്യാനന്തര ഇന്ത്യയുടെ സാമ്പ ത്തിക ചരിത്രത്തിന്റെ അമ്പതുവർഷങ്ങൾ പിൻതുടരുന്നു. വലിയൊരു ക്യാൻവാസിലേക്ക് ചിത്രം വഴുതിവീഴുന്നു. 'ഇരുവർ' പോലെ ഇത് നമ്മുടെ ഉറച്ചുപോയ ജനപ്രിയ ശീലങ്ങളിൽ അസ്വസ്ഥതകളുണ്ടാക്കി യേക്കാം. എങ്കിലും അസൂയാവഹമായ പൂർണതകൊണ്ട് ഫ്രെയിമുകളെ അവിസ്മരണീയമാക്കുന്നുണ്ട് മണി. സൗന്ദര്യശാസ്ത്രപരമായ ഈ യാഥാർഥ്യങ്ങൾക്കപ്പുറം സിനിമയെ സമകാലികമായി ഏറ്റവും ശ്രദ്ധേ യമാക്കുന്നത് പ്രമേയം തന്നെ. എതിർത്തും അനുകൂലിച്ചും ഒരുപാട് ശബ്ദ ങ്ങൾ സംവിധായകനിവിടെ കേൾക്കേണ്ടതായി വരുന്നു.

ഗുരു പ്രാഥമിക വിദ്യാഭ്യാസം ലഭിച്ച ഒരു മാർവാഡിയാണ്. അയാ
ളുടെ അച്ഛൻ തുണിക്കച്ചവടം നടത്തി തുലഞ്ഞ വാധ്യാർ. ചെറുപ്പത്തിലെ
ഉത്സാഹിയായ ഗുരു അച്ഛന്റെ അനിഷ്ടം മറികടന്നുകൊണ്ട് തുർക്കിയിൽ
എണ്ണക്കമ്പനിയിൽ ജോലിക്ക് ചേരുന്നു. കൗമാരത്തിനും യൗവനത്തി
നുമിടയിലുള്ള കാര്യം. ബഹുരാഷ്ട്ര എണ്ണക്കമ്പനിയുടെ താഴെത്തട്ടിൽ
ജോലിക്കാരനായി കഴിച്ചുകൂട്ടിയ അയാൾ സ്വാതന്ത്ര്യാനന്തര ഇന്ത്യയി
ലേക്ക് തിരിച്ചുവരുന്നത് വ്യക്തമായ കണക്കുകൂട്ടലുകളോടു കൂടിയാണ്.
അച്ഛന്റെയും മറ്റു അഭ്യുദയകാംക്ഷികളുടെയും എതിർപ്പ് വകവെക്കാതെ
അയാൾ മുംബൈയിലെത്തി തുണിക്കച്ചവടം തുടങ്ങുന്നു. അവിടെവെച്ച്
തടസങ്ങളെല്ലാം ഒന്നിന് പുറകെ ഒന്നായി തട്ടി മാറ്റി ഗുരു, ഗുരുഭായ്
ആകുന്നു. ജനങ്ങളിൽനിന്ന് പണം പിരിച്ച് അയാൾ പോളിസ്റ്റർ കമ്പനി
തുടങ്ങുന്നു. പിന്നെ വളർച്ചയാണ്. മാനംമുട്ടെ. ഇതിനിടക്ക് ഇടതുപക്ഷ
സ്വഭാവമുള്ള പത്രപ്രവർത്തകനായ മിഥുൻചക്രവർത്തിയുടെ കഥാപാ
ത്രവുമായി ഗുരു ആദ്യം അടുക്കുകയും പിന്നീട് കച്ചവടത്തിൽ കള്ള
ങ്ങൾ കാണിക്കാൻ തുടങ്ങിയതോടെ അകലുകയും ചെയ്യുന്നു. തുടർന്ന്
ഇവർ തമ്മിലുള്ള യുദ്ധം ഒരുഭാഗത്തും ഗുരുവിന്റെ വളർച്ച മറുഭാഗത്തു
മായി നടക്കുകയും ഒടുവിൽ പേനയുടെ ശക്തിക്ക് മുമ്പിൽ നായകൻ
വീഴുകയും ചെയ്യുന്നു. പക്ഷേ, ഈ വീഴ്ചയിൽനിന്ന് ഉയിർത്തെണീറ്റ
ഗുരു അവസാനം ലോകത്തിലെ ഏറ്റവും മികച്ച കമ്പനികളിലൊന്നിന്റെ
തലപ്പത്തെത്തുമ്പോൾ കഥ തീരുന്നു.

കഴിഞ്ഞ അമ്പതുവർഷക്കാലത്തെ ഇന്ത്യൻ വ്യവസായത്തിന്റെ ചരി
ത്രമെടുത്താൽ 'ഗുരു' ആരാണെന്ന് ഒറ്റനോട്ടത്തിൽ മനസിലാകും. ധീരു
ഭായി അംബാനിയുടെ സിനിമാഭാഷ്യമാണ് ഗുരുഭായ് എന്ന് പലരും ചിന്തി
ച്ചുപോകുന്നതിങ്ങനെയാണ്. റിലയൻസിന്റെ പത്തുരുപ ഷെയറുകളും
ബോംബെഡയിംഗുമായിട്ടുള്ള യുദ്ധവും ഗോയങ്കയുടെ (ഇന്ത്യൻ എക്സ്
പ്രസ്) കുരിശുയുദ്ധവും ഒന്നോർത്തുനോക്കി കാലഗണനാക്രമത്തിൽ
കൂട്ടിവായിച്ചു നോക്കൂ. അംബാനിയെ മഹത്വവൽക്കരിക്കുകയാണോ
മണിരത്നം എന്ന ചോദ്യം നമുക്ക് തൽക്കാലം മാറ്റിവെക്കാം. കൂടുതൽ
അടുത്തുനിന്ന് നോക്കുമ്പോൾ കാണാനാവുന്നത് ഗുരു ഒരു സൂചകമായി
മാറുന്നതാണ്.

പക്ഷേ, ഒരു പ്രത്യേക വ്യക്തി എന്നതിലുപരിയായി ഒരു ആശയ
ധാരയായാണ് ഗുരു എന്ന പാത്രത്തെ മണിരത്നം അവതരിപ്പിച്ചിരിക്കു
ന്നത്. അതുകൊണ്ട്തന്നെ ദേശീയപ്രസ്ഥാനത്തിലും മഹാത്മാഗാന്ധി
യിലും ഇവിടെ സിനിമയുടെ ആശയപരമായ വേരുകൾ സംവിധായകൻ
കൊണ്ടുചെന്നെത്തിക്കുന്നത് കാണാം. സത്യത്തിൽ മറ്റാരെക്കാളും കൂടു
തൽ മഹാത്മാഗാന്ധിയോടാണ് ഗുരുവിന് സാമ്യം. അത് നാം പഠിച്ച
മഹാത്മാഗാന്ധിയെന്ന രാഷ്ട്രീയ-സാംസ്കാരിക നിർമിതിയായ കാൽപ്പ
നിക സങ്കൽപ്പമല്ല. മറിച്ച് ആഗോളവൽകൃത കാലഘട്ടത്തിൽ പുനർവാ
യിക്കപ്പെടുന്ന മധ്യവർഗം ഇഷ്ടപ്പെടുന്ന ഒരു ഗാന്ധി.

ഗാന്ധി എന്ന് പറയുമ്പോൾ നമ്മുടെ മനസിലാദ്യം വരിക സ്വദേശി എന്ന പദമാണ്. വിദേശിയെ ബഹിഷ്കരിക്കുവാനുള്ള ഗാന്ധിയുടെ ആഹ്വാനം സ്വദേശിയായ നെയ്ത്തുകാരനെ സഹായിക്കാനായിരുന്നു. സിനിമയിൽ ഗുരുവും ചെയ്യുന്നതിതുതന്നെ. കോൺട്രാക്ടർ എന്ന വിദേ ശിയുടെ ടെക്സ്റ്റൈൽ കുത്തക തകർക്കാനാണ് ഗുരു സ്വദേശി പോളി സ്റ്റർ കമ്പനിയായ 'ശക്തി' തുടങ്ങുന്നത്. ഗാന്ധിയുടേതെന്നപോലെ വിദേ ശവസ്ത്രത്തിന്റെ പുറത്താണ് ഗുരുവും കൈവെക്കുന്നത്. ഇന്ത്യൻ ദേശീയ നേതാക്കളിൽ ജനങ്ങളുടെ പ്രാധാന്യം തിരിച്ചറിഞ്ഞ് അവരെ സമരസജ്ജരാക്കുകയും അവർക്ക് മനസിലാകുന്ന ഭാഷയും ലോജിക്കും സംസാരിക്കുകയും ചെയ്തത് ഗാന്ധിയാണ്. സിനിമയിൽ ഗുരുവാണ് ഷെയറുകളെ, ഷെയർമാർക്കറ്റിനെ ജനങ്ങളിലെത്തിക്കുന്നത്. കൊളോ ണിയൽ വിദ്യാഭ്യാസത്തെ ദേശീയ നേതാക്കൾ കൊളോണിയലിസത്തി നെതിരെ പൊരുതാനുള്ള ഉപാധിയായി കണ്ടപ്പോൾ വിദേശികൾ സൃഷ്ടിച്ച സ്റ്റോക്ക് എക്സ്ചേഞ്ച് ആണ് വിദേശികൾക്കെതിരെ ഗുരുവും ആയുധമാക്കുന്നത്.

ഗാന്ധിയുടെ ശക്തി ഗാന്ധിയന്മാരായ അനുയായികളായിരുന്നു. ഗുരു വിന്റെ ശക്തിയാവട്ടെ തന്റെ ഷെയർ ഹോൾഡേഴ്സായ ലക്ഷങ്ങളും. ഗാന്ധി ആരെയും പിണക്കിയിരുന്നില്ല. ഗുരു ആരെയും പിണക്കുന്നില്ല. അയാളെന്നും ലക്ഷ്യബോധമുള്ള ബിസിനസുകാരനായിരുന്നു. പക്ഷേ ഗാന്ധിയോട് ഇടതുപക്ഷമെന്നപോലെ ഗുരുവിനോട് മിഥുൻചക്രവർത്തി യുടെ ഇടതുസ്വഭാവമുള്ള കഥാപാത്രവും ക്രമേണ അകലുന്നു. ഗാന്ധി പ്രധാനമായും പ്രതിനിധീകരിച്ചത് ഇന്ത്യൻ മധ്യവർഗത്തിന്റെ വീക്ഷണ ങ്ങളായിരുന്നു. ഗുരുവും അതെ. ഇതിനു പുറമെ രണ്ടുപേരും ജനിച്ചത് ഗുജറാത്തിലാണ്. രണ്ടുപേരും ബനിയ ആണ്. രണ്ടുപേരും ശത്രുക്ക ളുടെ പോലും പ്രശംസ പിടിച്ചുപറ്റുന്നുണ്ട്.

ഈ സാദൃശ്യങ്ങൾ ഒന്നുംതന്നെ യാദൃച്ഛികമല്ല. കാരണം ഒന്നിന് പുറകെ ഒന്നായി സിനിമയിൽ ദേശീയപ്രസ്ഥാനത്തിന്റെ ചരിത്രമെന്ന പോലെ ഈ സാദൃശ്യങ്ങൾ യഥാക്രമം കടന്നുവരുന്നുണ്ട്. സിനിമയിൽ പലവുരു ഗാന്ധി ഉദ്ധരിക്കപ്പെടുന്നുണ്ട്. ഗുരു പല തവണ ഗാന്ധിയെ ക്കുറിച്ച് സംസാരിക്കുന്നുണ്ട്. ഇതിന് പുറമെയാണ് വളരെ നിർണായക മായ ഒരു ഘട്ടത്തിൽ കോടതിമുറിയിൽ വച്ച് തന്റെ ജാതീയമായ സ്ഥാനം ഗുരു ഉയർത്തിക്കാട്ടുന്നത്.

അപ്പോൾ 1947 ൽ അവസാനിച്ച ദേശീയപ്രസ്ഥാനത്തിന്റെ തുടർച്ച അതായത് സാമ്പത്തിക സ്വാതന്ത്ര്യത്തിനും പരമാധികാരത്തിനും വേണ്ടി തദ്വാരാ അദൃശ്യനായ ശത്രുവായ നവ–കൊളോണിയലിസത്തിനെതി രെയുള്ള പോരാട്ടമായാണ് തദ്ദേശീയ മൂലധനത്തിന്റെ വളർച്ച സിനിമ യിൽ പ്രതിനിധീകരിക്കപ്പെടുന്നത്. അതുകൊണ്ട് തന്നെ ദേശീയരായ മുതൽമുടക്കുകാർക്ക് ദേശീയ നേതാക്കളുടെ മുഖം സിനിമ നൽകുന്നു. അപ്പോൾ അംബാനിയും നാരായണമൂർത്തിയുമെല്ലാം പ്രേക്ഷകന്റെ

അബോധതലത്തിൽ ഗാന്ധിജിയിൽനിന്നുള്ള ഒരു പരമ്പരയിലെ അവർക്ക റിയാവുന്ന കണ്ണികളായി സ്ഥാനം പിടിക്കുന്നു. ഇത് സിനിമയുടെ രാഷ്ട്രീയം. ഈ രാഷ്ട്രീയം പ്രശ്നവൽക്കരിക്കപ്പെടേണ്ടതു തന്നെയാണ്.

ഒട്ടുമിക്ക സിനിമാക്കാരെപ്പോലെയും സുരക്ഷിതമായ ഒരകല ത്തിൽനിന്ന് കഥ പറയാനും എന്നാൽ താൻ സ്വീകരിച്ച വീക്ഷണകോ ണിൽനിന്ന് സത്യത്തെ കൂടുതൽ അടുത്തുകാണാനും മണിരത്നത്തി നായിട്ടുണ്ട്. നവസിനിമയുടെയും മൂന്നാംസിനിമയുടെയും സങ്കേതങ്ങൾ ഏറ്റവും കൂടുതലായി മുഖ്യധാരയിൽ ഉൾച്ചേർത്ത സംവിധായകന്റേതാ യതുകൊണ്ട് തന്നെ ഈ സിനിമയും മുഖ്യധാരയിലെ വേറിട്ടൊരനുഭവ മാകുന്നു. ഒപ്പം മാർവാഡി ബിസിനസുകാരന്റെ ശരീരഭാഷപോലും അസ ലായി പകർത്തിയതിന് അഭിഷേക് ബച്ചൻ അഭിനന്ദനമർഹിക്കുന്നു.

4
സ്പൈഡർമാന്റെ സമ്മതിയും താണ്ഡവവും

സിനിമയിൽ-പ്രത്യേകിച്ചും മുഖ്യധാരാ സിനിമയിൽ- ജീവിതം എന്നത് വെട്ടിമാറ്റപ്പെടുന്ന ഒന്നാണ്. സിനിമയുടെ രാഷ്ട്രീയം അതുകൊണ്ടുതന്നെ നിഗൂഢവും അദൃശ്യവുമായിരിക്കുന്നു.

വ്യവസ്ഥിതിയുടെ ചതിക്കുഴികളെയും പൊള്ളത്തരങ്ങളെയും 'മനോഹര'മായി മൂടിവെച്ചുകൊണ്ട് കൃത്യമായ പ്രത്യയശാസ്ത്രധർമം നിർവഹിക്കുകയും ആയുധങ്ങൾ തോറ്റിടത്ത് എളുപ്പം ചെലവ് കുറഞ്ഞ രീതിയിൽ വിജയം നേടാനുമുള്ള കൗശലം സിനിമക്കുണ്ട്. ഈ കൗശലം വിജയം നേടിക്കൊണ്ടിരിക്കുമ്പോൾ തിരിച്ചറിവിന്റെ രാഷ്ട്രീയം വളരെ പ്രസക്തമാണ്; അനിവാര്യവും. ഹോളിവുഡിലും ബോളിവുഡിലും റെക്കോഡുകൾ ഭേദിച്ചുമുന്നേറുന്ന സ്പൈഡർമാൻ IIന്റെ മുഖംമൂടിയും മേൽക്കുപ്പായവും ഊരി അന്തർദേശീയ രാഷ്ട്രീയത്തിന്റെ പകൽവെളിച്ചത്തിൽ വിശകലനം ചെയ്യപ്പെടേണ്ടതിതുകൊണ്ടാണ്.

ഈ സിനിമയുടെ സൃഷ്ടിക്കുപിറകിൽ നവകൊളോണിയലിസത്തിന്റെ കൃത്യവും കണിശവുമായ കൈകളാണുള്ളത്. നമ്മുടെ അനുവാദത്തോടെ നമ്മുടെ മോഹസാക്ഷാത്കാരം എന്ന മട്ടിൽ നമ്മെ കീഴ്പ്പെടുത്തലാണല്ലോ നവ–കൊളോണിയൽ തന്ത്രങ്ങളുടെ ഭാഗമായ പൊതു സമ്മതി നിർമാണം. ഗ്രാംഷി പറയുന്നതുപോലെ സാംസ്കാരികായുധമാണ് അതിന്റെ ഏറ്റവും വലിയ ശക്തിയും. അതുകൊണ്ടുതന്നെ സെപ്തംബർ പതിനൊന്നാന്തരം എന്ന് സാമ്രാജ്യത്വ മാധ്യമങ്ങൾ കൊട്ടിഘോഷിക്കുന്ന വർത്തമാനകാല സാഹചര്യത്തിൽ നിശ്ചയമായും നടക്കേണ്ടിയിരുന്ന ഒരു അപകോളനീകരണ പ്രക്രിയയെ (De-colonisation) ഒരു പുനർകോളനിവൽക്കരണ പ്രക്രിയ (Re-colonisation)യാക്കി മാറ്റിയെടുക്കാനുള്ള നവസാമ്രാജ്യത്വബോധം സ്പൈഡർമാന്റെ വലയിൽ

നമ്മെ കുരുക്കുന്നു. രണ്ടാം ഭാഗത്തിലെ പാത്രസൃഷ്ടിയിലും ആഖ്യാന ശൈലിയിലും വന്ന മാറ്റങ്ങൾ ഇതിനുള്ള ഉദാഹരണങ്ങളാണ്.

ഹോളിവുഡിന്റെ പതിവ് കോമിക്-സാഹസിക-എന്റർടെയ്നറുക ളിൽ നിന്നും വ്യത്യസ്തമായി ഇവിടെ നായകന് ഒരു മാനുഷിക ഭാവമു ണ്ട്. ഇതിനെ മാനുഷികമായ അമാനുഷികത (Humenistic super human) എന്നു വിളിക്കാമെന്നു തോന്നുന്നു. ഹോളിവുഡിന്റെ സവിശേഷ സൂപ്പർഹീറോകളായ റാംബോയ്ക്കും പ്രിഡേറ്ററിനുമില്ലാത്ത അമാനുഷി കമായ സൂപ്പർമാൻ, ഹീമാൻ, ടെർമിനേറ്റർ തുടങ്ങിയവർക്കുമില്ലാത്ത വികാരവിചാരങ്ങൾ സ്പൈഡർമാൻ സെക്കന്റിനുണ്ട്. അയാൾ ഒരേസ മയം രണ്ടു ജീവിതം നയിക്കുന്നവനാണ്. ഒന്നാമതായി വാക്കർ എന്ന സാധാരണക്കാരനായ കോളേജ് വിദ്യാർഥിയായും ഒരു സ്പൈഡർമാ നായും. ഇത് അബോധപൂർവം നടക്കുന്ന ഒരു പ്രവർത്തനമല്ല. എവിടെ യെല്ലാം പ്രശ്നങ്ങൾ (തിന്മ) ഉണ്ടോ അവിടെയെല്ലാം തന്റെ കോട്ടഴിച്ചു വെച്ച് സ്പൈഡർ വസ്ത്രമിട്ട് വാക്കർ സഹായത്തിനെത്തുന്നു. ദൗത്യം നിറവേറ്റിക്കഴിഞ്ഞാൽ അടുത്തനിമിഷം കോട്ടോ, ഷർട്ടോ ധരിച്ച് സാധാ രണക്കാരനായി മാറുന്നു.

ഇത്തരം ഒരു പാത്രസൃഷ്ടിയിലൂടെ, രംഗാവിഷ്കാരത്തിലൂടെ പിന്ന ണിക്കാർ നൽകുന്ന സന്ദേശം സ്പൈഡർമാൻ അമാനുഷികനല്ല എന്നതാണ്. ഇതിനെ ഉറപ്പിക്കുവാനായി വാക്കറിന് പ്രത്യേക കഴിവു ലഭിക്കുന്നത് ശാസ്ത്രീയമായ ഒരു സംഭവമായാണ് ഒന്നാം ഭാഗത്തിലും ചിത്രകഥകളിലും ഉൾപ്പെടുത്തിയിരിക്കുന്നത്. അതായത് പരീക്ഷണശാ ലയിൽ വച്ച് അണുവികിരണമേറ്റ ഒരു ചിലന്തി വാക്കറെ കടിക്കുന്ന രംഗം. അതായത് സൂപ്പർമാന്റെ സൃഷ്ടിക്കു പിന്നിൽ അന്യഗ്രഹ ഇടപെടലുക ളൊന്നുമില്ല. അതുപോലെ രണ്ടാം ഭാഗത്ത് നാം കാണുന്നത് പ്രണയി നിക്കുവേണ്ടി നല്ലൊരു വിദ്യാർഥിയും തൊഴിലാളിയുമായിരിക്കാൻ വേണ്ടി തന്റെ സ്പൈഡർ കഴിവുകൾ ഉപേക്ഷിക്കാൻ തയാറാവുന്ന വാക്കറെ യാണ്. അതായത് നമ്മളാരെയുംപോലെ പരിമിതമായ ആഗ്രഹങ്ങൾക്ക് മുൻഗണന നൽകുന്ന ഒരാൾ. ഇവിടെവെച്ചാണ് നവ-ഉദാരവാദവുമായി സ്പൈഡർമാൻ എങ്ങനെ താദാത്മ്യം പ്രാപിച്ചിരിക്കുന്നു എന്ന് എളുപ്പം മനസിലാവുക.

നവ-ഉദാരവാദത്തിന്റെ ഏറ്റവും വലിയ പ്രത്യേകത അത് അങ്ങേ യറ്റം 'മാനവിക'വും 'മാനുഷിക'വുമായി തോന്നിക്കുന്നു എന്നതാണ്. മനുഷ്യന്റെ വികാരത്തെയും വിചാരത്തെയും യാന്ത്രികമായി വേർതി രിച്ചു നിറുത്തുന്ന വർഗീകരണങ്ങൾക്കെതിരാണെന്ന് അത് സ്വയം സ്ഥാപിച്ചെടുത്തിട്ടുണ്ട്. ഒന്നും അതിന് അന്യമല്ല എന്നതാണ് അതിന്റെ മുദ്രാവാക്യം. അത് ശാസ്ത്രം പറയുകയും കപടശാസ്ത്രത്തെ ഉപയോ ഗിക്കുകയും ചെയ്യും. സെക്കുലറിസം സംസാരിക്കുകയും തിയോക്രാറ്റി ക്കായി പെരുമാറുകയും ചെയ്യും. സമാധാനമാഘോഷിക്കുകയും യുദ്ധ വെറി മൂത്ത് ഭ്രാന്തെടുക്കുകയും ചെയ്യും.

പഴയ ഭരണാധികാരികളുടെ ഭരണകുടങ്ങളുടെ ആഗ്രഹം സാധാ രണക്കാർക്ക് തങ്ങൾ തീർത്തും അമാനുഷികരാണെന്ന തോന്നലുണ്ടാ ക്കണം എന്നതായിരുന്നു. ഇങ്ങനെ ആദരവും ഭയവും പിടിച്ചുവാങ്ങുന്ന സ്വഭാവം കൊളോണിയൽ കാലഘട്ടംവരെ വളരെ പ്രബലമായിരുന്നു. ചർച്ചിൽ എപ്പോഴും ജനങ്ങളിൽ നിന്നുമകന്നു നിൽക്കുവാൻ ശ്രമിച്ചത തുകൊണ്ടാണ്. എന്നാൽ നവ–ഉദാരവാദകാലത്തെ നവകൊളോണിയൽ ഭരണാധികാരികൾ അങ്ങനെയല്ല. തങ്ങൾ സാധാരണക്കാരാണ് എന്നു കാണിക്കാനുള്ള വ്യഗ്രതയും അതേസമയം അമാനുഷികമായി ചിലത് തങ്ങളിലുണ്ടെന്ന് സ്ഥാപിച്ചെടുക്കാനുള്ള സൂത്രങ്ങളുമാണ് അവരുടെ മുഖമുദ്ര. മോണിക്കാക്കേസിലെ ക്ലിന്റന്റെ പശ്ചാത്താപ വചനങ്ങളും താജ്മഹൽ കണ്ടപ്പോഴുള്ള വിഭ്രമവും ഇതിന്റെ ഒരു ഉദാഹരണം. തന്റെ നിസ്സഹായതയെക്കുറിച്ചുള്ള അടൽ ബിഹാരി വാജ്പേയി വചനങ്ങളിലും ഇന്ത്യയെ 'തിളക്കിയ' കണക്കുകളിലും ഈ ദൈ്വതസ്വഭാവം കാണാൻ കഴിയും. ഇതിനുപുറമെയാണ് മക്കളുടെ മദ്യപാനത്തിലുള്ള ബുഷിന്റെ ഉൽക്കണ്ഠയും ക്ലിന്റന്റെതന്നെ സാക്സ്ഫോൺ വായനയും ടോണിബ്ലെ യറിന്റെ ഫുട്ബോൾ ഭ്രമവും സംഗീതഭ്രാന്തും കെറിയുടെ സംഗീതഭ്രമ വുമെല്ലാം. സൂക്ഷിച്ചുനോക്കൂ ഈ മാനുഷികഭാവമുള്ള അമാനുഷിക നല്ലെ തിരശ്ശീലയിലെ വാക്കറും.

സ്പൈഡർമാന്റെ (വാക്കറിന്റെ) ഏറ്റവും വലിയ പ്രശ്നം കാമുകി യോടൊത്ത് ചെലവഴിക്കാൻ ആവശ്യത്തിന് സമയമില്ലാത്തതാണ്. മാധ്യ മങ്ങളിലൂടെ ഇതേ പ്രശ്നം പങ്കുവെക്കാത്ത ഏതു ഭരണാധികാരിയാണ് നമുക്കുള്ളത്? ഇങ്ങനെ സ്പൈഡർമാൻ നമ്മോടു പങ്കുവെക്കുന്നത് ബുഷ് പ്രഭൃതികളുടെ പ്രശ്നങ്ങളാണ്. അങ്ങനെ ആവശ്യപ്പെടുന്നത് തിന്മ ക്കെതിരെയുള്ള അനന്തമായ 'യുദ്ധ'ത്തിനുള്ള സമ്മതിയും തിന്മയുടെ അച്ചുതണ്ടിനെതിരെയുള്ള 'വെറുക്കപ്പെട്ട' യുദ്ധത്തിനുള്ള പിന്തുണയും. ഫ്രെയിമുകൾക്കിടയിൽ മറഞ്ഞിരിക്കുന്ന ഈ ഉദ്ദേശ്യത്തെ സ്പൈഡർ മാന്റെ ശത്രുക്കൾ – സിനിമയിലെ വില്ലന്മാർ– കൃത്യമായി അടയാളപ്പെ ടുത്തുന്നുണ്ട്.

ഒന്നാംഭാഗത്തെ വില്ലന്റെ മകനും അയാളുടെ സുഹൃത്തും ആണ് രണ്ടാംഭാഗത്തിലെ വില്ലന്മാർ. ഇവർ വാക്കറിന്റെ (സ്പൈഡർമാൻ) സുഹൃത്തുക്കളുമാണ്. (ഇവിടെ ശീതയുദ്ധകാലത്ത് സദ്ദാമും ലാദനു മെല്ലാം അമേരിക്കയുടെ ആത്മമിത്രങ്ങളായിരുന്നത് ഓർക്കുക) ശാസ്ത്ര ത്തിന്റെ നന്മയെക്കുറിച്ചുള്ള ധാർമിക ബോധനങ്ങൾ അവർ വാക്കറു മായി പങ്കുവെക്കുന്നുമുണ്ട്. പക്ഷേ, നേർവിപരീതമായാണവർ അതുപ യോഗിക്കുന്നതെന്നുമാത്രം.

പഴയ മിത്രങ്ങളായ ഇസ്ലാമിക തീവ്രവാദികൾ ഇന്ന് അമേരിക്കക്കെ തിരെ ഉപയോഗിക്കുന്നതും ഇതേ തന്ത്രമാണല്ലോ. രണ്ടാം സ്പൈഡർമാ നിലെ വില്ലനെപ്പോലെ സാങ്കേതികവിദ്യകൊണ്ട് സി ഐ എക്കുപോലും ആലോചിക്കാനാവാത്ത കാര്യങ്ങളല്ലേ സെപ്തംബർ പതിനൊന്നിന്

ലാദനും കുർദുകൾക്കുമെതിരെ സദ്ദാമും കാട്ടിക്കൂട്ടിയത്. തന്റെ പരാക്ര
മങ്ങൾക്കവസാനം വാക്കർ വില്ലനെ മാനസാന്തരപ്പെടുത്തുന്നത് പണ്ട്
അവർ പങ്കുവെച്ച ശാസ്ത്രത്തിന്റെ എത്തിക്സുകൾ പറഞ്ഞാണ്. ഇവിടെ
ബുഷിന്റെ കുരിശുയുദ്ധമെന്ന പ്രയോഗവും ലാദന്റെയും കൂട്ടരുടെയും
ജിഹാദി വചനങ്ങളും ഏഷ്യയെ പ്രത്യേകിച്ചും മുസ്ലിം രാജ്യങ്ങളെ ല
ക്ഷ്യം വെച്ചുകൊണ്ടുള്ള പുതിയ സുവിശേഷവേലയും ഓർക്കേണ്ടതു
ണ്ട്. ഒപ്പം ഒന്നാംഭാഗത്ത് തന്റെ കഴിവുകൾ തിന്മക്കെതിരെ ഉപയോഗി
ക്കുവാൻ വാക്കർ മടിച്ചുനിന്നതുകൊണ്ട് കൊള്ളക്കാരനാൽ വധിക്കപ്പെട്ട
അയാളുടെ അച്ഛന്റെ ശവകുടീരവും അടുത്തുള്ള കുരിശും ആവർത്തിച്ചു
കാണിക്കുന്നുമുണ്ട് സിനിമയിൽ. ഇവിടെ മുൻകൂട്ടിയുള്ള യുദ്ധം എന്ന
ബുഷിന്റെ ഇറാഖ് യുദ്ധവ്യാഖ്യാനം ഓർക്കുമ്പോൾ അത് ബുഷിന്റെ
'വെറുക്കപ്പെട്ട' യുദ്ധത്തിനുള്ള ഒരു നീതീകരണം കൂടിയാണ്. അതാ
യത് ഇവിടെ ധനി 'അതിനശീകരണകാരിയായ ആയുധങ്ങൾ കൈവശം
വെച്ചിരുന്ന' സദ്ദാമിനെതിരെ നവസാമ്രാജ്യത്വം അതിന്റെ അമാനുഷിക
മായ ടോമോഹോക്കുകൾകൊണ്ട് നശിപ്പിച്ചിട്ടില്ലായിരുന്നുവെങ്കിൽ വാക്ക
റിന്റെ സാധാരണക്കാരനായ അച്ഛന്റെ ഗതി സാധാരണ ജനങ്ങൾക്കുമു
ണ്ടാകുമായിരുന്നു എന്നതാണ്.

ഇതിനു പുറമെ തീ പിടിച്ച ഒരു കെട്ടിടത്തിൽ നിന്നും സ്പൈഡർ
കഴിവുകൾ ഉപേക്ഷിച്ച വാക്കർ ഒരു ചൈനീസ് (ഏഷ്യൻ) കുട്ടിയെ രക്ഷ
പ്പെടുത്തുന്ന ഒരു രംഗം കൂടിയുണ്ട്. സമകാലിക അന്തർദേശീയ രാഷ്ട്രീയ
സാഹചര്യത്തിൽ സാമ്രാജ്യത്വ മാധ്യമങ്ങൾ വരച്ചിട്ട പ്രതിബദ്ധതയുടെ
മൂർത്തിമദ്ഭാവമായ അമേരിക്കയുടെ ചിത്രമാണ് പ്രേക്ഷകന്റെ ഉപബോ
ധമനസിൽ ഇങ്ങനെ പ്രതിഷ്ഠിക്കപ്പെടുക. സിനിമയുടെ പല രംഗങ്ങ
ളിലും ഒരാവശ്യവുമില്ലാതെ ആവർത്തിച്ചുകാണിക്കുന്ന അമേരിക്കൻ
പതാക ഈ പ്രത്യയശാസ്ത്ര പ്രചാരണത്തിന് അടിവരയിടുന്നുണ്ട്.
സ്വന്തം ആവശ്യങ്ങൾക്കുവേണ്ടി സ്പൈഡർ കഴിവുകൾ ഉപയോഗിക്കു
മ്പോൾ പരാജയപ്പെടുന്ന സ്പൈഡർമാനെയും ഈ ചിത്രത്തിൽ നമുക്ക്
കാണാം. ഇതാവട്ടെ വിയത്നാം, ക്യൂബ, കൊറിയ തുടങ്ങിയ തോറ്റ യുദ്ധ
ങ്ങളുടെ നാണക്കേടിനെ ചില വ്യക്തികളുടെ പിഴവും ബലഹീനതയു
മായി സ്ഥാപിച്ചെടുക്കാനുള്ള ഒരുശ്രമത്തിന്റെ ഭാഗമാണ്. തദ്വാരാ സുറി
ച്ചിലും ആംസ്റ്റർഡാമിലും കാൻകുനിലുമെല്ലാം ജനകീയമായ ചെറുത്തു
നിൽപ്പുകൾക്കു മുമ്പിൽ കാലിടറിയ ഒരു വ്യവസ്ഥിതിയെക്കുറിച്ചുള്ള
ജനങ്ങളുടെ സന്ദേഹങ്ങൾ അകറ്റാനുള്ള തന്ത്രവും.

സ്ത്രീവാദപരമായ കാര്യങ്ങളിലും തികഞ്ഞ നവ-സാമ്രാജ്യത്വ
സ്വഭാവം തന്നെയാണ് ഈ സിനിമ കാണിക്കുന്നത്. നായികയെ ഒരി
ക്കലും തന്നെ പ്രണയിക്കുവാൻ നേരിട്ട് നിർബന്ധിക്കാതെ എന്നാൽ
അതിനായുള്ള അന്തരീക്ഷം സൃഷ്ടിച്ച് ലക്ഷ്യം നേടുകയാണ് സ്പൈ
ഡർമാൻ ചെയ്യുന്നത്. ഈ മസ്തിഷ്കപ്രക്ഷാളനം പറയാതെ പറയു
കയും ആവശ്യപ്പെടാതെ നേടിയെടുക്കുകയുംചെയ്യുന്ന നവളദാരവാദകാ
ലത്തെ മാന്യമായ ചൂഷണത്തിന്റെ ഉത്തമഭാവമാണ്.

അതുകൊണ്ട് തികച്ചും 'നിരുപദ്രവ'കരവും ശൈശവ സ്വഭാവമു
ള്ളതും ആയ സിനിമകളിലൂടെയും മറ്റ് കലാരൂപങ്ങളിലൂടെയും നവസാ
മ്രാജ്യത്വം നടത്തുന്ന കറുപ്പുയുദ്ധം നാം തിരിച്ചറിയേണ്ടിയിരിക്കുന്നു.
ഇത് ഉള്ളിൽ നടക്കുന്ന വർഗസമരത്തെ അനുകൂലമാക്കി മാറ്റുകയും
അതിനെ കുരുശുയുദ്ധമായി ചിത്രീകരിച്ചുകൊണ്ട്, നമ്മുടെ സമ്മതി നേടി
യെടുക്കാനുമുള്ള മയക്കുമരുന്ന് പ്രയോഗമാണ്. "കുട്ടികൾക്കും എനിക്കും
ഞങ്ങൾക്കെല്ലാവർക്കും സ്പൈഡർമാനെ വേണമെന്ന" വാക്കറിന്റെ
വൃദ്ധയായ അമ്മയുടെ വാക്കുകൾ നൽകുന്ന സന്ദേശമിതാണ്. ആഫ്രി
ക്കക്കാരൻ എന്ന ബുദ്ധിയില്ലാത്ത തടിയനും (ലോതർ) ഏഷ്യക്കാരനെന്ന
അടുക്കളപ്പണിക്കാരനായ ഉപകാരിയും (ഹോജാ) രാജരക്തമുള്ള വെള്ള
ക്കാരനിലൂടെ (മാൻഡ്രേക്ക്) നയിക്കപ്പെടേണ്ടവനുമാണെന്ന് നമ്മെ പഠി
പ്പിച്ച്, അംഗീകരിപ്പിച്ചശേഷം സാമ്രാജ്യം കല എന്ന വജ്രായുധത്തെ
പുതിയ ലക്ഷ്യങ്ങൾക്കായി ചുഴറ്റുകയാണ്. യോഗിയുടെ അനുഗ്രഹ
ത്തിൽ ദിവ്യശക്തി നേടിയ നെഞ്ചിൽ ത്രിശൂലചിഹ്നത്തെ ധനിപ്പിക്കുന്ന
അടയാളവുമിട്ട സ്പൈഡർമാന്റെ ഒരിന്ത്യൻ വകഭേദവും ഒരുങ്ങിക്കഴി
ഞ്ഞു. ഹിന്ദുത്വശക്തികൾ ഇങ്ങനെ നവ–സാമ്രാജ്യത്വത്തിന്റെ പ്രാദേശി
കവകഭേദമായി ആടിത്തിമർക്കുമ്പോൾ തിരിച്ചറിവിനെ സമരതന്ത്രമാ
ക്കുക എന്നതും പ്രയോഗിക്കുക എന്നതും വളരെ പ്രധാനമാണ്. ഇതിന്
മാധ്യമബോധമുള്ള ഒരു സമൂഹം രൂപംകൊള്ളേണ്ടതുണ്ട്. ഇന്ന് ജന
പ്രിയമാധ്യമങ്ങൾ കുത്തകയാക്കി വെച്ചിരിക്കുന്ന ആ മണ്ഡലം പിടിച്ചെ
ടുക്കുക എന്നുള്ളത് അതുകൊണ്ട് തന്നെ സമാന്തര വ്യവഹാരങ്ങളെ
സംബന്ധിച്ചിടത്തോളം വളരെ പ്രധാനവും പുരോഗമന ചെറുത്തുനിൽപ്പു
സംഘങ്ങളെ സംബന്ധിച്ചിടത്തോളം അനിവാര്യവുമാണ്. ഈ സമര
ത്തിന് ഇനിയും മൂർച്ചയും വേഗവും കൂട്ടുവാൻ വൈകിക്കൂടാ എന്ന ചരി
ത്രപരമായ ഓർമപ്പെടുത്തലാവുന്നു സ്പൈഡർമാന്റെ സമ്മതിയും
താണ്ഡവവും.

5

മാൻഹട്ടനിലെ വാനവും സ്പൈഡിയുടെ ലോകവും

സ്പൈഡർമാൻ വീണ്ടും വന്നു. മാൻഹട്ടന്റെ ആകാശത്ത് സീനോ ഫോബിയയും ക്ലസ്ട്രോഫോബിയയും അടക്കിവാഴുന്ന അമേരിക്കൻ നാഗ രികതയുടെ മാനസിക വൈകല്യങ്ങളുടെ, ആധികളുടെ ലക്ഷണമായി ബോക്സോഫീസിൽ സ്പൈഡി പുതിയ റെക്കോഡുകൾ തീർത്തിരി ക്കുന്നു. ലോകം മുഴുവനും സിനിമാപ്രേമികളെ, ബാല്യകൗമാരങ്ങളെ വലയിലാക്കി അമാനുഷികനായ ഈ രക്ഷകൻ സ്വപ്നങ്ങളും യാഥാർഥ്യ ങ്ങളും കുഴമഞ്ഞുപരുവത്തിലലിഞ്ഞു ചേർന്ന ആധുനികോത്തര പരി സരത്ത് അതീത യാഥാർഥ്യത്തിന്റേതായ സ്വന്തം അസ്തിത്വം അരക്കി ട്ടുറപ്പിക്കുമ്പോൾ അത് അമേരിക്കനൈസേഷൻ എന്ന സാമൂഹിക സാമ്പ ത്തിക പ്രക്രിയയുടെ സാംസ്കാരിക രൂപത്തെയാണ് ലക്ഷണമൊത്ത രീതിയിൽ പ്രതിനിധാനം ചെയ്യുന്നതെന്ന് കാണാം.

റാംബോയും പ്രിഡേറ്ററും ജെയിംസ്ബോണ്ടും പ്രതിനിധാനം ചെയ്ത സാംസ്കാരിക മാതൃകകൾ നമുക്ക് പരിചിതമാണ്. ഒരുപാട് തവണ ഇവിടെ ഹോളിവുഡ്ഡിന്റെ സാമ്രാജ്യത്വസ്തുതിഗീതങ്ങളുടെ രാഷ്ട്രീയം നാം ചർച്ച ചെയ്തു കഴിഞ്ഞതാണ്. പക്ഷേ തൊണ്ണൂറുക ളിലെ ഹോളിവുഡ് വിശദാംശങ്ങളിൽ ഒത്തിരി വ്യത്യസ്തതകൾ പ്രകട മാക്കുകയുണ്ടായി. അതിലൊന്ന് 'മാട്രിക്സ്' പോലെയുള്ള സിനിമക ളാണ്. തിന്മകളുടെ പ്രതിനിധാനങ്ങൾ വിജയിച്ചവശേഷിക്കുന്ന പ്രമേയ ങ്ങൾ. റിയലിസ്റ്റിക്കല്ലാത്ത, അങ്ങനെ അവകാശപ്പെടാത്ത കഥാപാത്ര ങ്ങൾ. അന്യഗ്രഹജീവികൾക്ക് പകരം ശാസ്ത്രം സൃഷ്ടിച്ച അർധമനു ഷ്യരായ നായകന്മാർ. ഇതിനൊപ്പം മനോജ് നൈറ്റ് ശ്യാമളൻ സ്റ്റൈലി ലുള്ള മിസ്റ്റിക്കൽ പ്രമേയങ്ങളും, മെറ്റാഫിസിക്കൽ സ്വഭാവമുള്ള കഥാ പാത്രങ്ങളും. ഇത് പ്രമേയസ്വീകരണത്തിൽ തൊണ്ണൂറുകളിൽ ഹോളി

വുഡിൽ വന്ന മാറ്റമാണ് കാണിക്കുന്നത്. നന്മയും സ്റ്റേറ്റ് ഡിപ്പാർട്ട്മെന്റും ജയിച്ചുകേറുന്ന വൺവേ ട്രാഫിക് സ്വഭാവമുള്ളപ്രമേയങ്ങളുടെ ഘടന യിൽവന്ന മാറ്റങ്ങൾ പരിശോധിക്കപ്പെടേണ്ടതുണ്ട്. അതിനുമുമ്പ് കഥ പറയുന്ന രീതിയിൽ ഹോളിവുഡിൽ വന്ന കാതലായ ഒരു മാറ്റവും മന സിലാക്കേണ്ടതുണ്ട്. ഇതിനേറ്റവും നല്ല ഉദാഹരണമാണ് 'മുമന്റോ' എന്ന സിനിമ. സമയം, ഓർമ, യാഥാർഥ്യം തുടങ്ങിയവയുമായി ബന്ധപ്പെട്ട സിനിമാറ്റിക് ധാരണകളെ പൊളിച്ചെഴുതുന്ന ഈ സിനിമ ലക്ഷണമൊത്ത ഒരു ആധുനികോത്തര സിനിമയാണ് 'ഗജിനി' എന്ന പേരിൽ തമിഴിൽ മെലോഡ്രമാറ്റിക് ശൈലിയിൽ വികൃതമായി റീമെയ്ക്ക് ചെയ്യപ്പെട്ട ഈ സിനിമ ആധുനികോത്തര കാലഘട്ടത്തിലെ അമേരിക്കൻ സാമൂഹിക മനഃശാസ്ത്രത്തിന്റെ മികവുറ്റ പ്രതിനിധാനമായാണ് വിലയിരുത്തപ്പെടു ന്നത്. സ്പൈഡർമാൻ മൂന്നാം ഭാഗം ഹോളിവുഡിലെ ഈ പുതിയ പ്രവ ണതകളുടെ കൂടി സൃഷ്ടിയാണ്. പരിമിതമായ തോതിലാണെങ്കിലും.

പീറ്റർ പാർക്കർ എന്ന സ്പൈഡർമാന് ഇത്തവണയും പ്രശ്നങ്ങൾ പതിവുപോലെതന്നെ വ്യക്തിപരവും സാമൂഹികവുമാണ്. പ്രതീക്ഷിച്ച തുപോലെ സ്പൈഡിയുടെ സുഹൃത്തും ഒന്നാംഭാഗത്തിലെ പ്രതിനായ കന്റെ മകനുമായ ഹാരിയാണ് മൂന്നാം ഭാഗത്തിലെ ഒരു തലവേദന. തന്റെ അച്ഛനെ കൊന്നത് സ്പൈഡിയാണെന്ന തെറ്റിദ്ധാരണയിൽ രണ്ടുതവണ നായകനെ അയാൾ അപായപ്പെടുത്താൻ ശ്രമിക്കുകയും അവസാനം തിരിച്ചറിവ് വന്നപ്പോൾ നായകനുവേണ്ടി മരിക്കുകയും ചെയ്യുന്നു. മറ്റ് രണ്ട് വില്ലന്മാർ മണൽമനുഷ്യനും സ്പൈഡിയുടെ സഹപ്രവർത്തക നായ പത്രപ്രവർത്തകനുമാണ്. ഇതിൽ മണൽ മനുഷ്യൻ സ്പൈഡി യുടെ അമ്മാവന്റെ കൊലയാളിയാണ്. എങ്കിലും അയാൾക്ക് നായകൻ മാപ്പുകൊടുക്കുന്നു. സഹപ്രവർത്തകനായ വില്ലൻ സ്വയം കുഴിച്ച കുഴി യിൽ വീണ് ഒടുങ്ങുന്നു. ഇതിനെല്ലാം പുറമെയാണ് കാമുകിയുമായുള്ള അസ്വാരസ്യങ്ങൾ. അവസാനം പതിവുപോലെ വില്ലന്മാരുടെ പിടി യിൽപ്പെട്ട കാമുകിയെ സ്പൈഡി രക്ഷപ്പെടുത്തുമ്പോൾ പ്രശ്നം അവ സാനിക്കുന്നു.

മൂന്നാം ഭാഗത്തിന്റെ പ്രത്യേകത കഥ പറഞ്ഞരീതി തന്നെയാണ്. ആദ്യവസാനം ശക്തമായ ഒരു കഥയിവിടെയില്ല. ആദ്യവസാനം നിറ ഞ്ഞുനിൽക്കുന്ന ശക്തനായ പ്രതിനായകനില്ല. ഒന്നുംരണ്ടും ഭാഗങ്ങളി ലുണ്ടായിരുന്നതുപോലെ ശക്തമായ വൈകാരികസംഘട്ടനങ്ങളില്ല. മറിച്ച് 'ടോം ആൻഡ് ജറി'പോലെ വളരെ അയഞ്ഞ രീതിയിൽ പരസ്പരം ബന്ധിക്കപ്പെട്ട ഒട്ടനവധി കഥാസന്ദർഭങ്ങളാണ് മൂന്നാംഭാഗത്തെ വ്യത്യ സ്തമാക്കുന്നത്. ഈ മാറ്റം എങ്ങനെയാണ് കാണേണ്ടത്? തീർച്ചയായും തെക്കും വടക്കുമുള്ള കാഴ്ചശീലങ്ങളെ ഇത് തൃപ്തിപ്പെടുത്തുന്നില്ല എന്ന താണ് ന്യൂയോർക്ക് ടൈംസിന്റെയും ടൈംസ് ഓഫ് ഇന്ത്യയുടെയും റേറ്റി ങ്ങുകൾ സൂചിപ്പിക്കുന്നത്.

സ്പൈഡർമാനെ മറ്റ് അമാനുഷിക ഹോളിവുഡ് നായകരിൽനിന്ന് വ്യത്യസ്തമാക്കുന്ന നിരവധി ഘടകങ്ങളുണ്ട്. മുമ്പ് പറഞ്ഞതുപോലെ അന്യഗ്രഹജീവികൾക്കും ദൈവികശക്തികൾക്കും ക്രഡിറ്റ് നൽകാതെ തികച്ചും ശാസ്ത്രീയമായാണ് സ്പൈഡർമാന്റെ ജനനം. അതായത് അണുവികരണമേറ്റ ചിലന്തിയുടെ കടികൊണ്ടതിന്റെ ഫലമായുണ്ടായ ഉൾപരിവർത്തനം. അതുപോലെ വില്ലന്മാരും അമാനുഷികരാകുന്നത് ശാസ്ത്രീയ മാർഗങ്ങളിലൂടെയാണ്. മൂന്നാംഭാഗത്തിലെ മണൽമനുഷ്യ ന്‍തന്നെ ഉദാഹരണം. ശാസ്ത്രീയ പരീക്ഷണമാണ് അയാളെ അമാനു ഷികനാക്കുന്നത്. ആകപ്പാടെയുള്ള ഒരേയൊരു അശാസ്ത്രീയ സൃഷ്ടി കറുത്ത സ്പൈഡർമാനാണ്. ഉൾക്കകൊണ്ടുവന്ന അന്യഗ്രഹജീവി. എങ്കിലും അതിനുമുണ്ടൊരു കാൾസാഗൻ സ്പർശം. അപ്പോൾ വസ്തു താപരമായി സ്പൈഡർമാൻ ഒരു മാനുഷിക സൃഷ്ടിയാണ്. അതുകൊ ണ്ടുതന്നെ സൃഷ്ടിയുടെയും ആഖ്യാനത്തിന്റെയും രാഷ്ട്രീയമാണ് ഈ കഥാപാത്രത്തിന്റെ വിമർശനാത്മക വിശകലനത്തിന്റെ അടിസ്ഥാനമാ കേണ്ടത്.

ആഗോളവൽകൃതലോകത്തെക്കുറിച്ചുള്ള അമേരിക്കൻ സങ്കൽപ്പങ്ങ ളിൽ നിന്നാണ് സ്പൈഡർമാന്റെ ജനനം എന്നു കാണാം. എങ്ങനെയും ഏത് സമയത്തും പ്രത്യക്ഷപ്പെടാവുന്ന ഒരു ശത്രുവിനെക്കുറിച്ചുള്ള ഭയം. അമേരിക്കൻ ഹൃദയഭൂമിയിൽ ഏത് നേരവും സംഭവിക്കാവുന്ന ഒരാപത്ത്. സെപ്തംബർ പതിനൊന്നുപോലെ. ഏറ്റവും വലിയ സൈനികശക്തി യായിരിക്കുമ്പോഴും സ്വന്തം ജനതയെ ഈയൊരുഭയം വേട്ടയാടുന്നത് ഭരണകൂടത്തിനറിയാം. ഒപ്പം ഭരണകൂടത്തിന്റെ കഴിവിൽ ജനങ്ങൾക്കുള്ള വിശ്വാസക്കുറവും ഇതിന് ആക്കം കൂട്ടുന്ന തരത്തിൽ ലോകത്താകമാ നം രൂപംകൊണ്ടുവരുന്ന അമേരിക്കൻ വിരുദ്ധ വികാരവും. സത്യത്തിൽ ഈയൊരു സാമൂഹിക മനഃശാസ്ത്രമാണ് സ്പൈഡർമാന്റെ ശത്രുക്ക ളായി തിരശീലയിൽ പ്രത്യക്ഷപ്പെടുന്നത്. സ്പൈഡർമാനാകട്ടെ ഗവ ൺമെന്റ് പരാജയപ്പെടുന്നിടത്ത് ജയിക്കുന്ന രക്ഷകനും. അതുകൊണ്ടാണ് സിനിമയിൽ പലപ്പോഴും അമേരിക്കൻ ദേശീയപതാകയുടെ പശ്ചാത്ത ലത്തിൽ നിന്ന് സ്പൈഡർമാൻ അപകടസ്ഥലങ്ങളിലേക്ക് ചാടിയിറങ്ങു ന്നത്, ശരവേഗത്തിൽ കുതിക്കുന്ന പൊലീസ് കാറുകളും ഹെലികോ പ്റ്ററുകളും മറികടന്ന് സ്പൈഡി ആദ്യം സംഭവസ്ഥലത്തെത്തുന്നത്. അതെ, സിനിമയിൽ ഇത്തരം വിശദാംശങ്ങൾ ബോധപൂർവം തന്നെ ഉൾ പ്പെടുത്തിയതാണ്. സ്പൈഡിയുടെ അമാനുഷികത്വം ഊട്ടിയുറപ്പിക്കു വാൻവേണ്ടി കരുതിക്കൂട്ടിയുള്ള ശ്രമത്തിന്റെ ഭാഗം. എന്തിനുവേണ്ടിയാണ് ഈ അമാനുഷിക പരിവേഷം സൃഷ്ടിക്കുന്നത് എന്നതാണിവിടത്തെ ചോദ്യം.

ഈ സിനിമ ആഗോളവൽകൃതാനന്തര അമേരിക്കൻ സാമൂഹിക മനഃശാസ്ത്രത്തിന്റെ പ്രതിനിധാനമാകുന്നത് രണ്ട് കാരണങ്ങൾ കൊണ്ടാ ണ്. ഒന്നാമതായി, അമേരിക്കനൈസേഷനിലൂടെ ലോകം അമേരിക്കൻ

പ്രതിബിംബമാക്കുന്ന രാഷ്ട്രീയ-സാംസ്കാരിക പ്രക്രിയ. ദെല്ല്യൂസും മറ്റും പറയുന്ന ഡീ ടെറിട്ടോറിയലൈസേഷൻ എന്ന ഈ പ്രക്രിയയ്ക്ക് തൊണ്ണൂ റുകളോടെ കൈവന്ന ആക്കം. രണ്ടാമതായി, റാംബോയും പ്രിഡേറും അഫ്ഗാനിലും കൊറിയയിലും വിയത്നാമിലും അങ്ങോട്ട് ചെന്ന് സൈന്യത്തെ സഹായിച്ചതാണെങ്കിൽ, സ്പൈഡർമാൻ അമേരിക്കയിൽ അതിന്റെ ഹൃദയഭൂമിയായ ന്യൂയോർക്കിലെ മാൻഹട്ടനിൽ സാധാരണ ക്കാരനായി ജീവിച്ചുകൊണ്ട് അസാധാരണ സന്ദർഭങ്ങളിൽ അമേരിക്കൻ ജനതയുടെ രക്ഷകനായി രൂപംമാറുകയാണ്. ഇവിടെ അമേരിക്ക ഒരേ സമയം ഭൂമിശാസ്ത്രപരമായി ഐക്യനാടുകളും സാംസ്കാരികമായി അതിവേഗം ശക്തിപ്പെട്ടുവരുന്ന കൊക്കകോള സംസ്കാരവുമാണ്. സർക്കാർ പരാജയപ്പെടുന്നിടത്ത് ജയിക്കുന്ന സാധാരണക്കാരനായ നായ കനാവട്ടെ നിർണായകഘട്ടത്തിൽ ഉണർന്നെഴുന്നേൽക്കുന്ന ദേശസ്നേ ഹമാണ്. അതായത് അമേരിക്കയുടെ ദേശീയതാൽപ്പര്യം. അതുകൊണ്ട് യു എസിന്റെ ദേശീയതാൽപ്പര്യങ്ങളുമായി ഐക്യപ്പെട്ടുകൊണ്ട് അമാ നുഷികനാകാൻ വേണ്ടി സാധാരണ അമേരിക്കക്കാരന് ആ സംസ്കാര ത്തിന് അടിമപ്പെട്ടവർക്ക് സ്റ്റേറ്റ് ഡിപ്പാർട്ട്മെന്റ് നൽകുന്ന ഒരു സന്ദേശ മായി വേണം രാഷ്ട്രീയമായി സ്പൈഡർമാനെ വായിച്ചെടുക്കേണ്ടത്.

ഇത്തരം ഒരു രാഷ്ട്രീയ സന്ദേശത്തെ സുവ്യക്തമാക്കുന്ന അനേകം സന്ദർഭങ്ങൾ സിനിമയിലുണ്ട്. തിന്മയുടെ സ്പൈഡർമാൻ എന്ന ഏറ്റവും പുതിയ രൂപം അതായത് കറുത്ത സ്പൈഡർമാൻ ഇതിന് ഉദാഹരണ മാണ്. ഈ 'കറുത്ത' ശക്തിയിൽ ഭ്രമംപൂണ്ട സ്പൈഡി വഴിവിട്ടു സഞ്ച രിക്കുന്നത് സിനിമയിൽ കാണിക്കുന്നുണ്ട്. ഇത് കൃത്യമായി നന്മ/തിന്മ, ഈഗോ/സൂപ്പർ ഈഗോ എന്നുള്ള ധാർമികവും മനഃശാസ്ത്രപരവുമായ ദ്വന്ദ്വങ്ങളുടെ പ്രതിനിധാനമാണ്. അതായത് നന്മ ചെയ്യുന്ന സ്പൈഡർ മാൻ അമേരിക്കൻ ദേശീയതയാണ്. ദൈവത്തിന്റെ അനുഗ്രഹമുള്ളവ നാണ്. നല്ലവനാണ്. ഇനി രൂപംകൊണ്ട് സ്പൈഡർമാനായ കറുത്ത സ്പൈഡർമാനാകട്ടെ അന്യഗ്രഹജീവിയാണ്; തിന്മയുടെ പ്രതീകമാണ്. അപ്പോൾ ഈ അന്യഗ്രഹമായി അറേബ്യയെയോ ഏഷ്യയെയോ വായി ച്ചുനോക്കൂ. ഇപ്പോൾ നമുക്ക് കിട്ടുന്ന ഉത്തരം, അമേരിക്കൻനൃശംസത കളുടെ പാപഭാരം അറബിച്ചങ്ങാതികളുടെയും ആഫ്രിക്കൻ റിബലുക ളുടെയും മറ്റും തലയിൽ വെച്ചുകൊടുക്കുന്ന ഹോളിവുഡ് നേതൃത്വത്തി ലുള്ള ജ്ഞാനസ്നാന പ്രക്രിയയെ അടിസ്ഥാനപ്പെടുത്തിയുള്ളതാകു ന്നത് സ്വാഭാവികം തന്നെ.

ഇത്തരം ഒരു ഘട്ടത്തിൽ ഹോളിവുഡിലെ പുതിയ പ്രവണതകൾ അതിരുകടക്കാതിരിക്കാനുള്ള ഒരു സാംസ്കാരിക മനഃശാസ്ത്രസമീപനം കൂടിയായി സ്പൈഡർമാനെ കാണേണ്ടിവരും. അതായത് മാട്രിക്സു കൾ തിന്മക്കു വേണ്ടി ജയിച്ചാലും നന്മ ആത്യന്തികമായി സ്പൈഡർമാ നിലൂടെ സംരക്ഷിക്കപ്പെടും എന്നുള്ള ഉറപ്പ്. ഹോളിവുഡിന്റെ സുപ്രസി ദ്ധമായ ആന്തരിക മെക്കാനിസം.

ഇത്തരം ഒരു സാംസ്കാരികദൗത്യം അമേരിക്കൻ മേധാവിത്വത്തി
നായുള്ള രാഷ്ട്രീയ, സാംസ്കാരിക പ്രക്രിയയിൽ ഈ സിനിമ നിർവഹി
ക്കുമ്പോഴും അത് മുന്നോട്ടുവെക്കാൻ ശ്രമിക്കുന്ന സൗന്ദര്യശാസ്ത്ര
ത്തിലെ പുതുമ ശ്രദ്ധിക്കപ്പെടേണ്ടതുണ്ട്. അതായത് സുനിബദ്ധമായ,
വൈകാരികമായി കെട്ടുറപ്പുള്ള ഒരു കഥക്ക് പകരം എവിടന്നും കടന്നു
വരാവുന്ന ആർക്കുംവേണ്ടി അയഞ്ഞുകിടക്കുന്ന കഥാസന്ദർഭങ്ങളുടെ
ചങ്ങല. ഇത് പുതിയ സാംസ്കാരികാനുഭവത്തിന്റെ ചലച്ചിത്രഭാഷ്യമാ
ണ്. അനിവാര്യമായും ചരിത്രം കലാസൃഷ്ടിയിൽ സമയാസമയം നട
ത്തുന്ന ഏറെക്കുറെ സ്വതന്ത്രമായ ഇടപെടലിന്റെ ഏറ്റവും പുതിയ ഉദാ
ഹരണം. ഹോളിവുഡിൽ, 'മുമന്റോക്ക്'ശേഷം 'മാട്രിക്സി'നൊപ്പം
സ്പൈഡർമാനും ഏറെക്കുറെ പതിവുവഴികളിൽ നിന്ന് പരിമിതമായ
തോതിലാണെങ്കിലും ഇത്തരം വ്യതിയാനം രേഖപ്പെടുത്തുന്നു എന്നത്
സൗന്ദര്യശാസ്ത്രപരമായി ഒരു മേന്മയാണ്.

6

'മഖ്മൽബഫിന്റെ' സ്ക്രീം ഓഫ് ദി ആന്റ്സ്

നല്ല കലാസൃഷ്ടികൾ എന്നും അസ്വസ്ഥജനകമായ കാലങ്ങളുടെ സൃഷ്ടിയാണ്. രചനാശൈലിയുടെ ശക്തിസൗന്ദര്യങ്ങൾ അതിജീവന ത്തിന്റെ അടങ്ങാത്ത ജ്വാലകളെ പ്രതിനിധീകരിച്ചപ്പോഴാണ് ഇത്തരം സൃഷ്ടികളുണ്ടായത്. ഇതാണ് ഇറാനിയൻ സിനിമയുടെ അനന്യത– മൊഹസെൻ മഖ്മൽ ബഫിന്റെയും. സെൻസർ ബോർഡിന്റെ പിടിവാ ശികൾ മറികടക്കുക എന്നത് കൂടി 1998 ൽ ഇറാൻ വിടുന്നതുവരെ അദ്ദേ ഹത്തിന്റെ സിനിമകളുടെ ശിൽപ്പഘടനയെ നിർണയിച്ച അന്വേഷണ ങ്ങൾക്ക് കാരണമായിരുന്നു. ഇത് തികച്ചും ദ്വന്ദ്വാത്മകമായി കാര്യങ്ങൾ പറയുന്ന ഒരു ശൈലി തന്നെ സൃഷ്ടിക്കാൻ അദ്ദേഹത്തെ സഹായിച്ചു.

മഖ്മൽബഫിന്റെ പുതിയ ചിത്രമാണ് 'സ്ക്രീം ഓഫ് ദി ആന്റ്സ്'. ഇതിന്റെ പശ്ചാത്തലം ഇന്ത്യയാണ്. ജൂലൈ 14 മുതൽ 23 വരെ നടന്ന ഏഷ്യൻ സിനിമകളുടെ എട്ടാമത്തെ ഓഷ്യാൻസ് സിനിഹ്ഫാൻ ഫെസ്റ്റിവ ലിൽ ഈ സിനിമ പ്രദർശിപ്പിക്കുകയുണ്ടായി. സിനിമയുടെ രണ്ടാമത്തെ അന്താരാഷ്ട്ര പ്രദർശനമായിരുന്നു ഇത്.

ഇറാനിൽനിന്നും മധുവിധു ആഘോഷിക്കാനായി ഇന്ത്യയിലെത്തിയ കമിതാക്കളാണ് സിനിമയുടെ കേന്ദ്രകഥാപാത്രങ്ങൾ. പുരുഷൻ കമ്മ്യൂ ണിസ്റ്റായ നിരീശ്വരവാദിയാണ്. സ്ത്രീ തികഞ്ഞ ദൈവവിശ്വാസിയും. ഇന്ത്യൻ മതഭക്തയും. ഇന്ത്യയെ അറിയുകയും സർവോപരി രാജസ്ഥാ നിലെ മരുഭൂമിയിൽ വസിക്കുന്ന 'സമ്പൂർണ' മനുഷ്യനെ കണ്ടെത്തി ഉപദേശം തേടുകയും അവളുടെ പ്രധാന ലക്ഷ്യമാണ്. ഇടക്ക് ഇരുവർക്കു മിടയിൽ വൻ അഭിപ്രായവ്യത്യാസങ്ങൾ ഉടലെടുക്കുന്നുമുണ്ട്. കാരണം നായകന് കഷ്ടപ്പാടുകളുടെയും സമരങ്ങളുടെയും മുഖമാണ് ഇന്ത്യയിൽ കാണാൻ കഴിഞ്ഞതെങ്കിൽ നായികക്ക് പൂക്കളുടെ നിഷ്കളങ്കതയും ഉട

യാടകളുടെ ചാരുതയും കോട്ടക്കൊത്തളങ്ങളുടെ പ്രൗഢിയുമാണ് പഥ്യം. ഇതിനിടക്ക് ഇന്ത്യൻ എന്ന വലിയ കടങ്കഥയുടെ കുരുക്കഴിക്കുന്ന ഒരു സംവാദത്തിലൂടെ മിറാക്കിളുകളുടെ പൊള്ളത്തരവും രാഷ്ട്രീയവും അവരുടെ മുന്നിൽ ഇതൾവിടരുന്നുണ്ട്. എങ്കിലും നായിക സമ്പൂർണ പുരുഷനെ കാണാനുള്ള തന്റെ ലക്ഷ്യത്തിലുറച്ചുനിൽക്കുകയാണ്. അവസാനം രാജസ്ഥാനിലെ മണൽക്കാട്ടിലെ ഒരു സാധാരണ ആട്ടിടയനായി അവരയാളെ കണ്ടെത്തുന്നു. തുടർന്ന് അയാൾ നൽകിയ ഉപദേശവുമായി അവർ ബനാറസിലെത്തുന്നു. അവിടെവെച്ച് ഇന്ത്യൻ തത്വചിന്തയുടെയും സമൂഹത്തിന്റെയും ഏതാണ്ട് പൂർണമായ ഒരു ചിത്രം ലഭിക്കുന്നതോടുകൂടി നായിക മരണമടയുന്നതായി സംവിധായകൻ സൂചിപ്പിക്കുന്നു.

ഈ സിനിമയിൽ ആദ്യന്തം തത്വചിന്തകളാണ്. സാധാരണക്കാർ പോലും ഉരുവിടുന്നത് അതിഭൗതികമായ കാര്യങ്ങൾ മാത്രം. അതുകൊണ്ടുതന്നെ 85 മിനിട്ടുകഴിയുമ്പോൾ ആനന്ദിന്റെ ഒരു നോവൽ വായിച്ച അനുഭവമാണ് പ്രേക്ഷകനുണ്ടാവുക.

എന്താണ് ഇന്ത്യ എന്ന ഒരന്വേഷണമാണ് സത്യത്തിൽ സിനിമ. പക്ഷേ, കൃത്യമായി ഇവിടെ സംവിധായകനൊന്നും പറയുന്നില്ല. അതേ സമയം വ്യത്യസ്തഭാഷ്യങ്ങൾ ശക്തമായ വിഷ്വൽസിലൂടെ അദ്ദേഹം പ്രേക്ഷകനിലെത്തിക്കുന്നുണ്ട്. ഒരുപക്ഷേ തത്വചിന്താപരമായ ഒരുതരം റിയലിസമായിരിക്കാം അദ്ദേഹം ഉദ്ദേശിച്ചത്. കൊളോണിയലാനന്തര പഠനങ്ങളുടെ ഈ പെരുമഴയത്ത് ഓറിയന്റലിസ്റ്റിന്റെ ചുഴ്‌ന്നുനോട്ടങ്ങൾ തന്നെയാണ് ഇന്ത്യയെക്കുറിച്ചുള്ള പുറംകാഴ്ചകളുടെ മർമം എന്നതാണ് വ്യക്തമാകുന്ന കാര്യം.

ഒരേസമയം പുരുഷൻ/സ്ത്രീ, ഭൗതികത/ ആത്മീയത തുടങ്ങിയ ദ്വന്ദങ്ങൾ കടന്നവരുമ്പോഴും പലപ്പോഴും സിനിമയിൽ മുന്നിട്ടു നിൽക്കുന്നത് സ്ത്രീയുടെ കാഴ്ചകളും, അതിലുൾച്ചേർന്ന ആത്മീയതയുമാണ്. ഈ ആത്മീയത ഗംഗയുടെ മടിത്തട്ടിൽ നിർവാണമടയുമ്പോൾ, ഇണയെ നഷ്ടപ്പെട്ട ഭൗതികത സാകല്യത്തിന്റെ സാക്ഷിയും അനാഥനുമാകുന്നു. ഇവിടെയെന്താണ് ആത്യന്തികമായി സംവിധായകൻ പറയാനാഗ്രഹിക്കുന്നത്?

സിനിമയിൽ പുരുഷന്റെ വീക്ഷണം പലപ്പോഴും ഒരു അഭിജാത, ഡൈഷണിക ന്യൂനപക്ഷത്തിന്റെതായാണ് അനുഭവപ്പെടുന്നത്. ഇതിന് സമാന്തരമായാണ് നായികയുടെ കാഴ്ചകൾ സഞ്ചരിക്കുന്നത്. ഇത് സിനിമയിലെ ഇതര കഥാപാത്രങ്ങളുടെ ഇടപെടലിലൂടെ ഒരു ജനക്കൂട്ടത്തിന്റെ-ജനസാമാന്യത്തിന്റെ മനഃശാസ്ത്രത്തെ സിനിമയിൽ അടയാളപ്പെടുത്തുന്നുണ്ട്. ഈ അടയാളമുദ്രകളെ പിൻതുടരുമ്പോഴാണ് എഡ്വേഡ് സെയ്ദിന്റെ ഭാഷയിൽ പറഞ്ഞാൽ അപരനുവേണ്ടിയുള്ള അന്വേഷണമെന്ന യാഥാർഥ്യം ഡീകോഡ് ചെയ്യപ്പെടുന്നത്. ഇത് സിനിമയിൽ ഒരു സന്തുലനം സാധ്യമാക്കുന്നുണ്ട്. അതായത് ജനസാമാന്യത്തിന്റെ മനഃ

ശാസ്ത്രത്തിന്റെ ആഴവും സാധ്യതകളും ഫോക്കസ് ചെയ്യുമ്പോഴും സംവിധായകൻ ശക്തമായ ഭാഷയിൽ അതിനെ വിമർശിക്കുകയും തുറ ന്നുകാട്ടുകയും ചെയ്യുന്നുണ്ട്. ഇത് നായകനിലൂടെയും ട്രെയിൻയാത്ര യിൽ അവർ കണ്ടുമുട്ടുന്ന പത്രപ്രവർത്തകനിലൂടെയുമാണ്.

സിനിമ തുടങ്ങുന്നതുതന്നെ വരാനിടയില്ലാത്ത തീവണ്ടിക്കുവേണ്ടി നായികാനായകന്മാർ കാത്തുനിൽക്കുന്ന രംഗത്തുനിന്നാണ്. ഇവിടെ പാളം ഒരു സാധ്യതയാവുന്നു. ട്രെയിൻ എന്നുള്ളത് അപ്പോൾ സാമാന്യ ബോധവും. മാക്സ് മുള്ളർ തുടങ്ങി ഓറിയന്റലിസ്റ്റുകളെ സംബന്ധിച്ചി ടത്തോളം മാർക്കോപോളോയും മറ്റും രേഖപ്പെടുത്തിയ ചില വിവരങ്ങൾ സാധ്യതകളും അതിന്റെ പുറത്തുള്ള അന്വേഷണം സാമാന്യബോധത്തി ന്റെതുമായിരുന്നു. എന്നാൽ സാധ്യതകൾ എപ്പോഴും സാമാന്യബോ ധത്തെ തൃപ്തിപ്പെടുത്തില്ല. ഇതാണ് വരാത്ത ട്രെയിൻ സൂചിപ്പിക്കുന്ന ത്. ഇതറിയണമെങ്കിൽ പാണ്ഡിത്യത്തിനപ്പുറം അനുഭവത്തിന്റെയും അനു ഭൂതിയുടെയും ഒരു വശം മനസിലാക്കപ്പെടേണ്ടതുണ്ട്. ഇതാണ് വണ്ടി വരില്ലെന്ന് പാളത്തിൽ ചെവിടുവെച്ചുനോക്കി കുട്ടികൾ അവരേക്കാൾ വിവരവും വിദ്യാഭ്യാസവും പ്രായവുമുള്ള നായികാനായകന്മാർക്ക് പറ ഞ്ഞുകൊടുക്കുന്നത്.

'ദി ഇൻക്രഡിബിൾ' എന്നൊക്കെയുള്ള നമ്മുടെ ടൂറിസം വകുപ്പിന്റെ പരസ്യങ്ങളെ സത്യത്തിൽ തുറന്നുകാട്ടുന്നവിധമാണ് സിനിമ പുരോഗ മിക്കുന്നത്. ഇതാദ്യം നമുക്ക് കാണാനാവുക നായികാനായകന്മാരുടെ സഹയാത്രികനായ തെന്നിന്ത്യൻ പത്രപ്രവർത്തകനിലാണ്. ഇന്ത്യയിൽ ടൂറിസ്റ്റുകൾ അയഥാർഥ്യമന്വേഷിച്ചാണ് വരുന്നതെന്ന് പറയുന്ന അയാൾ ഇവിടെയുള്ള അത്ഭുതങ്ങളെല്ലാം തന്നെ തട്ടിപ്പാണെന്നും തെളിയിക്കു ന്നു. ഇത് കണ്ണുകൊണ്ട് ട്രെയിൻ തടഞ്ഞുനിർത്തുന്ന യോഗിയെ ഇന്റർവ്യൂ ചെയ്തിട്ടാണ്. താൻ ട്രെയിനിനുമുന്നിൽ വിശപ്പുമൂലം ആത്മ ഹത്യ ചെയ്യാനിരുന്നതാണെന്നും ഭയം തോന്നിയ ഡ്രൈവർ വണ്ടി സ്വയം നിർത്തിയതാണെന്നും അയാൾ വ്യക്തമാക്കുന്നു. എന്നാൽ ട്രെയിൻ നിൽക്കുന്നത് താൻ കാരണമാണെന്ന് കരുതി യാത്രക്കാർ തനിക്കു തരുന്ന ഭക്ഷണം പങ്കിട്ടെടുക്കാൻവേണ്ടി ചില ഭിക്ഷക്കാർ തന്നെ തടവി ലാക്കിയിരിക്കുകയാണെന്നും പറ്റുമെങ്കിൽ തന്നെ രക്ഷപ്പെടുത്തണ മെന്നും 'യോഗി' പറയുന്നു.

അയാളെ രക്ഷിക്കുവാൻ ശ്രമിക്കുന്ന നായകനെ ഭിക്ഷക്കാർ ആക്ര മിക്കുന്നു. അയാൾക്ക് യോഗിയെ ഉപേക്ഷിച്ച് സ്വന്തം തടി കാക്കേണ്ടിവ രുന്നു. പിന്നീട് ഒരു ട്രെയിനിന് മുമ്പിലേക്ക് ഭിക്ഷക്കാർ യോഗിയെ ഇരു ത്തുന്നതാണ് നാം കാണുന്നത്. എന്നാൽ അവിടെ ട്രെയിൻ നിൽക്കു ന്നില്ല എന്നാണ് സംവിധായകൻ അടുക്കുന്ന ട്രെയിനിന്റെ ദൃശ്യ ത്തിൽനിന്നും നിർത്താത്ത ട്രെയിനിന്റെ ശബ്ദം റിക്ഷയിൽ പോകുന്ന നായികനായകന്മാർക്ക് പശ്ചാത്തല സംഗീതമായിക്കൊടുക്കുന്നതു വഴിയും സൂചിപ്പിക്കുന്നത്. ഇത് പരാജയപ്പെടുന്ന ചെറുത്തുനിൽപ്പുകൾ

ആത്യന്തികമായി ചരിത്രപരമായ വിജയത്തിന്റെ തുടക്കമായി ചിത്രീക രിക്കുന്ന വിധമാണ്. ഇവിടെ ട്രെയിൻ ചരിത്രത്തിന്റെ പ്രതീകമാകുന്നു.

എന്നാൽ ഇവിടെനിന്നും സിനിമയുടെ വിമർശനങ്ങളെ ഓരം ചേർത്തുകൊണ്ട് ജനക്കൂട്ട മനഃശാസ്ത്രത്തിന്റെ ശക്തിയിലേക്ക് ഫോക്കസ് ചെയ്യുന്നു. ഇവിടെ അപ്പോൾ വിമർശനം നഗ്നമാക്കിയ തട്ടി പ്പുകളുടെ, ചൂഷണത്തിന്റെ ദുർമേദസ് നായികയുടെ കൊളുത്താനിരി ക്കുന്ന ചിതയായായാണ് സംവിധായകൻ കാണിക്കുന്നത്. അപ്പോൾ നായ കന്റെ മുഖത്തെ ഭാവമെന്താണ്? ലോങ് ഷോട്ട് സംവിധായകന് നൽകുന്ന ആനുകൂല്യം ഈ പ്രേക്ഷകസാധ്യതയെ നിരാകരിക്കുന്നു.

ബനാറസിലെ സീക്വൻസുകൾ പലപ്പോഴും മായാവാദത്തിന്റെ ശക്ത മായ വക്താക്കളായി മാറുന്നത് കാണാം. പാതിവെന്ത ശവം, വേവാതെ ഒഴുകിനീങ്ങുന്ന ശവം, അണയുന്നതും അണയാത്തതും കൊളുത്താത്ത തുമായ ചിതകൾ, അതിനിടയ്ക്ക് നടക്കുന്ന വേദപഠനം, ബാലികമാരുടെ പൂക്കച്ചവടം, അങ്ങനെ മായാവാദത്തിന്റെ ശക്തമായ സ്വാധീനം ഈ അവസാന ഭാഗത്തു കാണാൻ കഴിയും. മായാവാദത്തിന്റെ ഈ വ്യത്യ സ്ത സൂചകങ്ങളെ ബന്ധിപ്പിക്കുന്ന ചരടായാണ് ജർമൻകാരനായ സന്യാ സി കടന്നുവരുന്നത്. തന്റെ മുൻജന്മങ്ങളെക്കുറിച്ച് വാചാലനാകുന്ന അയാൾ ഇന്ത്യൻ തത്വചിന്തയുടെ അടിസ്ഥാനമായ മായാവാദത്തെ പ്രകീർത്തിക്കുന്നുണ്ട്. അതിനിടയ്ക്ക് മരണശേഷവും മാറിപ്പോകാത്ത അനുഷ്ഠാനപരവും സാമ്പത്തികവുമായ ഉച്ചനീചത്വങ്ങളെ മായാവാദം സാധൂകരിക്കുന്ന വിധം അയാൾ ചൂണ്ടിക്കാട്ടുന്നുണ്ട്. പക്ഷേ, അവസാനം ഒരു ജല സമാധിക്കെന്നവണ്ണം ഗംഗയിലിറങ്ങുന്ന അയാളും മത ങ്ങളെക്കുറിച്ച് അയാൾ നടത്തുന്ന യഥാതഥമായ ചില വിലയിരുത്തലു കളും ചിലപ്പോഴൊക്കെ നായകന്റെ പ്രതിചിന്തകളെ ഉലക്കുന്നത് കാണാം.

ഭൗതികതയും, ആത്മീയതയും തമ്മിലുള്ള സംവാദം അവസാനി ക്കാത്തതാണ്. അതുകൊണ്ടുതന്നെ ഈ രണ്ടറ്റങ്ങൾക്കിടയിൽ നിർണാ യകമാകുന്നത് വൈരുധ്യാത്മകത ആണ്. തന്റെ പുതിയ ചിത്രത്തിൽ ഈ വശത്തിന് ബഫ് ഊന്നൽ നൽകിയതായി കാണാം. ചിന്ത-പ്രതിചി ന്തകളുടെ മാറിമറിയുന്ന ബലതന്ത്രം സിനിമയിൽ ഇതടയാളപ്പെടുത്തു ന്നു. കമ്യൂണിസ്റ്റായ നായകൻ ആത്മീയവാദിയായയോ, ആത്മീയവാദിയായ നായികയുടെ മരണം അയാളെ കൂടുതൽ ഭൗതികവാദിയാക്കിയോ എന്ന് തീർത്തുപറയാത്ത ക്ലൈമാക്സ് ഇവിടെ തത്വചിന്തകളുടെ ശീതയു ദ്ധത്തെ വലയം ചെയ്യുന്ന അമൂർത്തതക്കും അവ്യക്തതക്കും മികച്ച ദൃഷ്ടാന്തം തന്നെ.

വിധി-മൂല്യ നിർണയങ്ങളിലേക്ക് കടക്കാതെ സിനിമയെ പ്രേക്ഷ കന് വിട്ടുകൊടുക്കുകയാണ് ആത്യന്തികമായി ഇവിടെ സംവിധായകൻ. അദ്ദേഹമിവിടെ മാറിമാറി പക്ഷംചേർന്നുകൊണ്ട് ചില കാര്യങ്ങൾ പറ യുന്നു. ഈ കാര്യങ്ങൾ നമുക്ക് പരിചിതമാണുതാനും. പക്ഷേ സംവി ധായകന്റെ പക്ഷം കണ്ടെത്താനാകാതെ വരുന്നതാണിവിടത്തെ പുതുമ.

ഇത് സിനിമയെ ഒരു തുറന്ന ലോകമാക്കുന്നു. ഒരു ഇന്ത്യൻ ദാർശനിക സൂപ്പർ മാർക്കറ്റ്. നമ്മൾ ഇവിടെ പരിചിതമായ വഴികളിൽ സഞ്ചരിക്കുകയും യാദൃച്ഛികമായി പരിചിത ഇടങ്ങളിലെ സൂക്ഷ്മമായ അപരിചിത ത്വങ്ങൾ കണ്ടെത്തുകയും അത് മനസിന്റെ ആർക്കൈവുകളിൽ പതിയുകയും ചെയ്യുന്നു.

ഈ സിനിമയിൽ ഇതാണ് സംവിധായകന്റെ വിജയം.

7
മൂന്നാം ലോകത്തിന്റെ സുവർണചകോരം

സിനിമയുടെ വിജയം മറ്റെതൊരു കലാരൂപത്തെയുമെന്നപോലെ തന്നെ അതിന്റെ സംവേദനാത്മകതയെ ആശ്രയിച്ചിരിക്കുന്നു. ഏതൊരു കലാരൂപവും അനിവാര്യമായും ഒരു ചരക്കുകൂടിയായി മാറിയ ആധുനി ക-ഉത്തരാധുനിക പരിതഃസ്ഥിതിയിൽ പ്രത്യേകിച്ചും. അതുകൊണ്ടു തന്നെ ഉദാത്തസിനിമ, പ്രതിബദ്ധതയുള്ള സിനിമ എന്നൊക്കെയുള്ള സങ്കൽപ്പങ്ങൾക്കും ഇവിടെ പരിധികളും പരിമിതികളും ഒഴിച്ചുകൂടാത്ത താവുന്നു. കാരണം പണത്തിന്റെയും സാങ്കേതികവിദ്യയുടെയും ധാരാ ളിത്തത്തോട് മൽസരിക്കുമ്പോൾ ഒറ്റപ്പെടലിന്റെ തുരുത്തുകൾ അപ്രസ ക്തമാണ്. അപ്പോൾ വേണ്ടത് പൊതുസമൂഹത്തിന്റെ കാഴ്ചാശീലങ്ങളെ വലിയതരത്തിൽ അസ്വസ്ഥമാക്കാതെ അതിനെ അട്ടിമറിക്കാനുള്ള പോർമുനകളുറപ്പിച്ചു നിറുത്തിയിട്ടുള്ള ദീർഘവീക്ഷണത്തോടുകൂടിയുള്ള ഒരു പ്രതിസിനിമാസംസ്കാരമാണ്. പതിനൊന്നാമത് കേരള അന്താരാഷ്ട്ര ഫിലിം ഫെസ്റ്റിവലിലെ സിനിമയുടെ തെരഞ്ഞെടുപ്പിൽ ഈയൊരു അന്വേഷണവും പ്രായോഗിക ചിന്തയും നമുക്ക് കാണാം. മികച്ച ചിത്ര ത്തിനുള്ള സുവർണ ചകോരം പങ്കിട്ടെടുത്ത ബംഗ്ലാദേശ് ചിത്രമായ അബുസയ്യിദിന്റെ 'ഫോർ എവർ ഫ്ളോസും' സെമിഹ് കപ്ലനോഖിന്റെ ടർക്കിഷ് ചിത്രമായ 'എയ്ഞ്ചൽസ് ഫാളും' ഈ വൈരുധ്യാത്മകതയുടെ വിപ്ലവാത്മകത വിളിച്ചോതുന്നു.

ഈ രണ്ട് സിനിമകളുടെയും പശ്ചാത്തലം മൂന്നാംലോകമാണ്. നമു ക്കിതിനെ ഒരേസമയം മൂന്നാംലോകത്തിന്റെയും അത്തരം രാജ്യങ്ങളിലെ തീക്ഷ്ണമായ ആന്തരിക വൈരുധ്യങ്ങളുടെയും പ്രതിനിധാനമായി വില യിരുത്താം. കാരണം ഒന്നാംലോകത്തിനുമുന്നിൽ നിസ്സഹായകമാകുന്ന

അവികസിത രാഷ്ട്രങ്ങൾ കൃത്യമായ പ്രതീകങ്ങളിലൂടെ സിനിമയിലെ ഇരകളിൽ മുദ്രിതമായിരിക്കുന്നു. പുരുഷ-പണമേധാവിത്വത്തിന്റെ അധികാര രാഷ്ട്രീയത്തിനു മുന്നിൽ നിസ്സഹായരവരെ ഒരു ആനുകൂല്യമായി കരുതുന്ന 'ഫോർ എവർ ഫ്ളോസി'ലെ നായികയും ഇത്തരം ഒരു അധികാര വ്യവസ്ഥിതിക്കെതിരെ ഏറ്റവും ശക്തമായ രീതിയിൽതന്നെ പ്രതികരിക്കുന്ന 'എയ്ഞ്ചൽസ് ഫാളി'ലെ നായികയും ഇതാണ് കാണിക്കുന്നത്. ഇങ്ങനെ രാഷ്ട്രീയാന്തരീയമായ അധീശശക്തി ഓരോ സമൂഹത്തിലും എങ്ങനെ ഇരകളെ സൃഷ്ടിച്ചും നിലനിറുത്തിയും സ്വന്തം താൽപ്പര്യങ്ങൾ സംരക്ഷിക്കുന്നു എന്നതിലേക്ക് വൈയക്തികമായ ഒരു അന്വേഷണവും ഈ സിനിമകളുടെ മുഖ്യപ്രതിപാദ്യമാണ്. പ്രത്യക്ഷത്തിൽ സിനിമകൾ പ്രതിനിധീകരിക്കുന്നതും ഇതുതന്നെ.

നമുക്കീ രണ്ടു സിനിമകളും പറയുന്ന കഥ നോക്കാം. 'ഫോർ എവർ ഫ്ളോസി'ലെ നായികയായ തിത്തി ഒരു അഭിസാരികയാണ്. തന്റെ ശപിക്കപ്പെട്ട തൊഴിലിലൂടെ സ്വന്തം കുടുംബത്തിന്റെ മൊത്തം ഭാരം ചുമലിലേറ്റിയവർ. പക്ഷേ, ഇവർ ഒരിക്കലും തന്റെ തൊഴിലിനെ കുറ്റപ്പെടുത്തുന്നില്ല. തന്റെ അവസ്ഥയിൽ ദുഃഖിക്കുമ്പോഴും ഒരാളുടെ മുന്നിലും അവർ കണ്ണുനീർ കടലുകൾ തീർക്കുന്നില്ല. മറിച്ച് ഓരോ പതിവുകാരനുമുമ്പിലും അവർ തന്റെ ഭാഗം ഭംഗിയായി ചെയ്തുതീർക്കുന്നു. ആന്തരിക സംഘർഷങ്ങൾ അവർ നിസ്സഹായതയുടെ മൂടുപടമിട്ട് മാറ്റിവെക്കുന്നു. ഒടുവിൽ കുടുംബം രക്ഷപ്പെടുമ്പോൾ ജീവിതം അവർക്കുമുന്നിൽ പ്രതീക്ഷകളൊന്നും മാറ്റിവെക്കുന്നില്ല. എന്നാൽ അവർ ചവറായി വലിച്ചെറിയപ്പെടുന്നുമില്ല. ഈയൊരു ദശാസന്ധിയിൽ സിനിമ പതിവുവഴികൾ വിട്ട് അധികാരബലതന്ത്രത്തിന്റെ പുതിയൊരു തലത്തിൽ ചെന്നുനിൽക്കുന്നു.

'എയ്ഞ്ചൽസ് ഫാൾ' പ്രധാനമായും കൈകാര്യം ചെയ്യുന്നത് വീട്ടിലും തൊഴിലിടങ്ങളിലും സ്ത്രീകൾക്ക് അനുഭവിക്കേണ്ടിവരുന്ന നാനാതരം ചൂഷണങ്ങളാണ്. ഇതിൽ പ്രധാനപ്പെട്ടത് ലൈംഗികംതന്നെ. ഈ സിനിമയിലെ നായിക ഒരു ഹോട്ടൽ ഗേൾ ആണ്. അങ്ങേയറ്റം ചൂഷണം നിറഞ്ഞുനിൽക്കുന്ന ഒരു ചുറ്റുപാടാണത്. കൂടെ ജോലി ചെയ്യുന്നവരുടെ കൊതിവലിക്കുന്ന നോട്ടങ്ങൾ മാത്രംമതി ഇവിടെ സംവിധായകന്റെ കരവിരുത് വ്യക്തമാക്കാൻ. ഈയൊരു ചുറ്റുപാടിലായതുകൊണ്ടുതന്നെ, സ്നേഹിക്കുന്ന സഹപ്രവർത്തകനെക്കൂടി അവർക്ക് അവഗണിക്കേണ്ടതായി വരുന്നു പലപ്പോഴും. വീട്ടിൽ പിതാവിനോടൊപ്പമാണ് ഇവർ താമസിക്കുന്നത്. അവിടെയും അന്തരീക്ഷം ഒട്ടും ഭേദമല്ല. ഒടുക്കം പിതാവിനെ കൊന്ന് കടലിലൊഴുക്കിക്കൊണ്ട് അവർ പ്രതികരിക്കുന്നു. ഇവിടെവെച്ച് അവർ തന്റെ സുഹൃത്തിന്റെ സ്നേഹം തിരിച്ചറിയുന്നു.

ഈ രണ്ടു സിനിമകളും ചുരുക്കത്തിൽ ഒരു സ്ത്രീപക്ഷ വീക്ഷണകോണിലൂടെ മൂന്നാംലോകത്തിന്റെ ആധുനികോത്തര അവസ്ഥയിലേ

ക്കെത്തിനോക്കുന്നതു കാണാം. ഇവിടെ 'ഫോർ എവർ ഫ്ളോസ്' ട്രീറ്റ്മെന്റിൽ ഏതൊരു മുഖ്യധാരാ സിനിമയോടും കിടപിടിക്കുന്നതാ ണ്. 'എയ്ഞ്ചൽസ് ഫാൾ' ആവട്ടെ ടിപ്പിക്കൽ ഗൊദാർദിയൻ സ്റ്റൈൽ ആണ് അനുവർത്തിക്കുന്നത്. ഇഴയുന്ന, മിനിറ്റുകളുടെ ദൈർഘ്യമുള്ള ഷോർട്ടുകൾ, സംഭാഷണത്തിലെ പിശുക്ക് അങ്ങനെ പലതും സാധാ രണ പ്രേക്ഷകരെ സംബന്ധിച്ചിടത്തോളം സിനിമയെ ബോറാക്കി മാറ്റി. പക്ഷേ, ഫ്രെയിമുകളുടെ ശക്തിയും സൗജന്യവും സിനിമയെ കലാപര മായി കൈപിടിച്ചു നടത്തുന്നു.

നമ്മുടെ പരിസരത്തിൽ ഈ സിനിമകളെ ഏറ്റവും പ്രസക്തമാക്കു ന്നത് ഇവ കൈകാര്യം ചെയ്യുന്ന പ്രമേയങ്ങളുടെ സ്വഭാവവും, കൈകാര്യം ചെയ്ത രീതിയിലെ വ്യത്യസ്തതയുമാണ്. ഇന്നത്തെ ലോകസിനിമയിൽ മുസ്ലിം പ്രേമങ്ങൾക്ക് പഞ്ഞമില്ല. പക്ഷേ, അവ ഒന്നുകിൽ മഖ്മൽ ബഫിന്റെ ഖാണ്ഡഹാർ സ്റ്റൈലിലോ അതല്ലെങ്കിൽ പലസ്തീനിയൻ ചിത്രങ്ങളെപ്പോലെ ഇരകളുടെ മുറിവായിട്ടോ ആണ്. ഹോളിവുഡിലും ബോളിവുഡിലും എല്ലാമുള്ള മുഖ്യധാരാ സിനിമകൾ പിന്തുടരുന്നതും ഈ രണ്ട് അറ്റങ്ങളിൽ വിചാരത്തിന്റെയും വികാരത്തിന്റെയും സ്തോഭ ജനകമായ വർത്തമാനം തന്നെ. പക്ഷേ, ഇതിനിടക്ക് നമുക്ക് നഷ്ടമാ കുന്ന കാഴ്ചകളുണ്ട്. ഇത്തരം കാഴ്ചകൾ തന്നെയാണ് 'ഫോർ എവർ ഫ്ളോസി'നെയും 'എയ്ഞ്ചൽസ് ഫാളി'നെയും വ്യത്യസ്തമാക്കുന്നത്.

ഈ ചലച്ചിത്രമേളയുടെ ഒരു പ്രധാന സവിശേഷത ശക്തമായ സ്ത്രീപക്ഷ പ്രതിനിധാനങ്ങൾ മുന്നോട്ടുവെക്കുന്നുവെന്നതാണ്. ഇവർ പലപ്പോഴും ജീവിതത്തിന്റെ സർവ മേഖലകളിലും പുരുഷകഥാപാത്ര ങ്ങളെ അതിലംഘിച്ചു നിൽക്കുന്നവരാണ്. വോൾവറിലെ നായിക, ഫോർ വിമൻ ബെയൻഫുട്ടിലെ സ്ത്രീ കഥാപാത്രങ്ങൾ, റെസ്റ്റ്സ്റ്റിലെ നായിക, അങ്ങനെ നമുക്ക് സ്ത്രീപക്ഷ ചിന്തയുടെ ശക്തമായ അടിയൊഴുക്കു കാണാം. ഇതിൽ പല ചിത്രങ്ങളിലും പുരുഷ കഥാപാത്രങ്ങൾ വെട്ടിനു റുക്കപ്പെട്ട് വലിച്ചെറിയപ്പെടുന്നതും കാണാം. ഇതെല്ലാം തരുന്ന സൂചന കളെന്തെല്ലാമാണ്?

ഇന്നത്തെ ആഗോള ചുറ്റുപാടിൽ ഏറ്റവും കൂടുതൽ ചൂഷണം ചെയ്യ പ്പെടുന്നത് സ്ത്രീകൾ തന്നെയാണ്. ദശകങ്ങൾക്കുമുമ്പ് അലക്സാണ്ടർ ട്രാകല്ലന്തായ് ചൂണ്ടിക്കാണിച്ചതുപോലെ മുതലാളിത്തത്തിന്റെ ആകാശം കുടുംബത്തിന്റെ സുരക്ഷിതത്വത്തിന്റെ മേൽക്കുരകൾ എടുത്തുമാറ്റുക യോ, പുതുക്കിപ്പണിയുകയോ ചെയ്തതിന്റെ ഫലമായി സ്ത്രീകൾക്കും തൊഴിലിടങ്ങളന്വേഷിക്കേണ്ടതായി വന്നു. പരിചയക്കുറവിന്റെയും പുരു ഷന്റെ കുത്തകവാഴുന്ന തൊഴിൽപരിസരങ്ങളുടെയും പ്രശ്നങ്ങൾ സ്ത്രീ കൾക്ക് ഏറ്റവും ദുസ്സഹമായ പരിതഃസ്ഥിതിയാണ് അന്നേ സൃഷ്ടിച്ചത്. ഇന്നും സുനിതാവില്യംസും മേധാപട്കറും ഉയരങ്ങൾ കീഴടക്കുമ്പോഴും

മറ്റൊരുവശത്ത് സ്ത്രീ കൂടുതൽ കൂടുതൽ ചൂഷണത്തിന് വിധേയമാ യിക്കൊണ്ടിരിക്കുന്നതു കാണാം. പുതിയ തൊഴിൽ പരിസരങ്ങളാകട്ടെ ഈ ചൂഷണത്തിന് പുതിയ സാധ്യതകൾ പകർന്നു നൽകി നീതിവൽക്ക രിക്കുകയും ചെയ്തിരിക്കുന്നു. അതായത് ഇത് ചൂഷണത്തിന്റെ സുതാ ര്യമായ ഒരു മറയാണ്. പക്ഷേ, ഈ സുതാര്യതക്ക് നമ്മുടെ കാഴ്ചകളെ ഒട്ടും പിടിതരാതെ മാനിപ്പുലേറ്റ് ചെയ്യാനാകും.

തൊഴിലിടങ്ങളിലെയും തൊഴിലിന്റെയും ഈ പ്രശ്നങ്ങൾക്കൊപ്പ മാണ് കുടുംബബന്ധങ്ങളുടെ സങ്കീർണമാകലും ശിഥിലീകരണവുംകൂടി കടന്നുവരുന്നത്. ലോകത്തെല്ലായിടത്തും തന്നെ സ്ത്രീകൾ കുടുംബ നാഥർ ആകുന്നത് ഒരു അത്ഭുതമേ അല്ല. പക്ഷേ സാമ്പത്തികമായ ഈ സ്വാശ്രയത്വവും കുടുംബബന്ധങ്ങളിലെ അടിയുറച്ചുപോയ പുരുഷമേ ധാവിത്വത്തിന്റെ സ്വാഭാവികമായ ഒരു മാറ്റം സാധ്യമാക്കിയില്ല. ഇത്തരം ഒരു മാറ്റം സാധ്യമാക്കുവാനുള്ള വിപ്ലവകരമായ പ്രവർത്തനത്തിന്റെ ഫല മായാണ് ഗാർഹിക പീഡനവും വിവാഹമോചനവും ഇന്ന് വർധിച്ചുവരു ന്നത്. ഈയൊരു യാഥാർഥ്യം 'എയ്ഞ്ചൽസ് ഫാളി'ൽ വളരെ പ്രകടമാ യിത്തന്നെ നമുക്ക് കാണാം.

ഇതിനൊപ്പം തന്നെയാണ് ഇസ്ലാമികമായ ചുറ്റുപാടുകൾകൂടി ഈ സിനിമകളിൽ കടന്നുവരുന്നത്. ഇവിടെ ഒരു സമുദായത്തിന്റെ ആധുനി കവൽക്കരണത്തിന്റെതായ പ്രശ്നങ്ങൾ വളരെ കൃത്യമായി തന്നെ കട ന്നുവരുന്നുണ്ട്. നിലവിലുള്ള മൂല്യബോധത്തിലും ജീവിതപരിസരത്തിലും വരുന്ന മാറ്റങ്ങൾ സമൂഹത്തിലും വ്യക്തിജീവിതത്തിലും സൃഷ്ടിക്കുന്ന പ്രശ്നങ്ങൾ, ആധുനികത തെറ്റിദ്ധരിക്കപ്പെടുകയും. അത് പാശ്ചാത്യ സംസ്കാരമായി കടന്നുവരുകയും ചെയ്യുന്നതിന്റെ (എഡ്വേർഡ് സെയ്ദ് ചൂണ്ടിക്കാണിച്ച) പ്രശ്നം ഇവിടെ നമുക്കു കാണാം. 'ഫാൾ ഓഫ് ദി എയ്ഞ്ചൽസി'ലെ നായികയുടെ ഉപഭോഗാസക്തിയും വൈകാരിക സംഘ ട്ടനങ്ങളും ഇത്തരം ഒരു പശ്ചാത്തലത്തിലാണ് ഇവിടെ ശ്രദ്ധേയമാകു ന്നത്. ഒരറ്റത്ത് ജീവിതം സാമ്പത്തികമായ പ്രശ്നങ്ങളിൽപെട്ട് ഉഴലു ന്നു. മറുവശത്താവട്ടെ ജീവിതസൗകര്യങ്ങൾ ഏതുനിലക്കും ഈ പ്രശ്ന ങ്ങളാൽ ബാധിക്കപ്പെടാതെ നിൽക്കുന്നു. ഇവിടെ സംവിധായകൻ കാര്യ ങ്ങൾ പറയാതെ പറയുകയാണ് ചെയ്യുന്നത്. ഇങ്ങനെ പറയാതെ പോകുന്ന കാര്യങ്ങളും, സംഭാഷണത്തിലെ പിശുക്കും സിനിമയെ നമ്മെക്കൊണ്ട് അനുഭവിപ്പിക്കുന്നു. ഉപഭോഗാസക്തി പിടിപെട്ട കേരളം പോലത്തെ ഒരു സമൂഹത്തിന് ഇതെളുപ്പം വായിച്ചെടുക്കാനാകേണ്ടതാണ്.

'ഫോർ എവർ ഫ്ലോസി'ൽ സത്യത്തിൽ സംഭവിക്കുന്നത് സാം സ്കാരികവും മതപരവുമായ മൂല്യങ്ങളും അതിജീവനവും തമ്മിലുള്ള സംഘർഷമാണ്. ഇവിടെ സോഷ്യൽ ഡാർവനിസത്തിന്റെതായ ഒരു സിനിമാ-സാംസ്കാരിക ഭാഷ്യം നമുക്ക് കാണാനാകും. പക്ഷേ സംവി

ധായകൻ ലേഖകനോട് സ്വകാര്യമായി പറഞ്ഞതുപോലെ എന്താണ് അതിജീവനം എന്നതാണ് പ്രശ്നം. ഈ സിനിമയിലെ നായികയായ തിത്തി അതിജീവിക്കുന്നവളാണ്. പക്ഷേ അതിജീവനത്തിന്റെ അന്ത്യം അവളുടെ മുന്നിൽ ശൂന്യതയാണ്. സിനിമയുടെ അന്ത്യരംഗങ്ങളിൽ വീട്ടി ലേക്ക് യാത്രതിരിക്കുന്ന തിത്തിയുടെ മനസിൽ താൻ കണ്ടുമുട്ടിയ പുരു ഷന്മാരുടെ ചിത്രങ്ങൾ ഒരു ചക്രം പോലെ കടന്നുവരുന്നത് ഇതാണ് സൂചിപ്പിക്കുന്നത്. അവൾ ഈ ചക്രത്തിന്റെ കേന്ദ്രമാണ്. ഈ ചാക്രി കത അങ്ങനെതന്നെ നിലനിൽക്കുകയും, കേന്ദ്രബിന്ദുവിന് പക്ഷേ അരി കുകളിലേക്കും പുറത്തേക്കുമുള്ള പ്രയാണം തീർത്തും അസാധ്യമായി മാറുകയും ചെയ്യുന്നു. ഇവിടെ വൈയക്തികമായ പ്രശ്നങ്ങൾ വലിയൊരു സാമൂഹിക പ്രശ്നമായി മാറുന്ന ഒരു പ്രത്യയശാസ്ത്ര പരിസരമാണ് രൂപംകൊണ്ടുവരുന്നതെന്ന് കാണാം.

നാളെയുടെ ജാതകപ്പടി

1
'ബിഗ് ബി'
നാളെയുടെ ജാതകപ്പടി

'ബിഗ് ബി' എന്ന മലയാള സിനിമ കൃത്യമായി പറഞ്ഞാൽ ഒരു മുഖ്യധാരാ സിനിമയാണ്. അതുകൊണ്ട് തന്നെ ലക്ഷ്യം ബോക്സോ ഫീസ് ആയിരുന്നു. എന്നാൽ വലിയ ഓളങ്ങളൊന്നും പണപ്പെട്ടിയെന്ന തട്ടകത്തിൽ സിനിമ ഉണ്ടാക്കിയില്ല. പക്ഷേ മറ്റൊന്നുണ്ടാക്കി. സിനിമ കണ്ടിറങ്ങിയ പ്രേക്ഷകരിൽ ഒരു വിഭാഗം 'ബോറൻ' എന്ന് പറഞ്ഞപ്പോൾ മറ്റൊരുകൂട്ടർ 'കലക്കൻ' എന്ന് പറഞ്ഞു. ഈ സമ്മിശ്രപ്രതികരണം മുഖ്യധാരാ മലയാളസിനിമയെ, അതിന്റെ പ്രേക്ഷകസമൂഹത്തെ ഗൗര വമായി കാണുന്നവർക്ക് സ്വൽപ്പം താൽപ്പര്യമുളവാക്കാൻ പോകുന്നതാ യിരുന്നു. പൊതുവെ 'ബോറൻ' 'കലക്കൻ' 'കണ്ടിരിക്കാം' എന്നിവയാണ് നമ്മുടെ പ്രേക്ഷകസമൂഹത്തിന്റെ സ്ഥിരം പ്രതികരണങ്ങൾ. ഒരേ സിനി മയെക്കുറിച്ച് അഭിപ്രായവ്യത്യാസമുണ്ടാകുക അപൂർവം (ഇപ്പറഞ്ഞ പ്രേക്ഷകസമൂഹത്തിൽ കറ തീർന്ന ഫാൻക്ലബുകാർ ഉൾപ്പെടുന്നില്ല). സിനിമ കണ്ടുകഴിഞ്ഞപ്പോൾ ബിഗ് ബി സൃഷ്ടിച്ച ആശയക്കുഴപ്പത്തിൽ കാമ്പുണ്ടെന്ന് വ്യക്തം.

പ്രമേയം വച്ചുനോക്കുമ്പോൾ ഒരു പുതുമയും ഇല്ല. സ്ഥിരം പ്രതി കാരകഥ. ഒറ്റക്ക് താമസിക്കുന്ന അവിവാഹിതയും സാമൂഹിക പ്രവർത്ത കയും സർവാദരണീയയുമായ മേരിടീച്ചർ എന്ന മധ്യവയസ്ക കൊല ചെയ്യപ്പെടുന്നു. ഇതിന് പ്രതികാരം ചെയ്യാൻ അവരുടെ നാല് വളർത്തു മക്കൾ ഇറങ്ങിപ്പുറപ്പെടുന്നു. അവസാനം സ്ഥിരം രാഷ്ട്രീയ, ഗുണ്ടാ കൂട്ടു കെട്ടിന്റെ കറുത്ത ലോകത്ത് അവർ ഘാതകരെ കണ്ടെത്തി പ്രതികാരം ചെയ്യുന്നു.

അപ്പോൾ ഇവിടെ പ്രമേയം സിനിമയുടെ വിജയപരാജയങ്ങൾ നിർണയിച്ച ഘടകങ്ങളിൽ പ്രധാനപ്പെട്ടതല്ല. കാരണം സ്ഥിരം പ്രമേയ

ങ്ങൾ തന്നെയാണ് ഇവിടെ സൂപ്പർ ഹിറ്റുകളും സൂപ്പർ ഫ്ളോപ്പുകളു മായി മാറാറ്. അതുകൊണ്ട് തന്നെ പ്രേക്ഷകരുടെ ആശയക്കുഴപ്പത്തി നാധാരം ആഖ്യാനത്തിലെ പ്രത്യേകതയാണെന്ന് വരുന്നു.

ആദ്യം നമുക്ക് പകുതിയിലേറെ പ്രേക്ഷകരെക്കൊണ്ടും സിനിമയെ 'ബോറെന്ന്' വിശേഷിപ്പിച്ചതെന്താണെന്ന് നോക്കാം. ഇതിന് പ്രധാനകാ രണം നമ്മുടെ ജനപ്രിയ കാഴ്ചാശീലമാണ്. ഹൈ മെലോഡ്രാമ എന്ന അങ്ങേയറ്റം വൈകാരികമായ ഒരാവിഷ്കാരരീതിയാണ് ഇന്ന് നമ്മുടെ ജനപ്രിയ കാഴ്ചാശീലത്തിന്റെ അടിസ്ഥാനം. വികാരങ്ങളെ, ദുരന്തങ്ങളെ പൊലിപ്പിച്ചു കാട്ടൽ. ഏറ്റവും സൂക്ഷ്മമായ പ്രശ്നങ്ങളെപ്പോലും അങ്ങേ യറ്റം ബാഹ്യവൽക്കരിച്ച് അവതരിപ്പിക്കുക. ഇത് എന്നും തമിഴ് സിനിമ യുടെ ഒരു പ്രത്യേകതയായിരുന്നു. തൊണ്ണൂറുകളിലെ പ്രതിസന്ധിയുടെ കാലം തൊട്ട് അതിജീവനത്തിനായി മുഖ്യധാരാ മലയാളസിനിമയും ഈ വഴിക്കു തന്നെ കണ്ണും പൂട്ടി നടന്നു. ഇത് നമുക്ക് 'ദേവാസുര'ത്തിൽ നിന്നും (1993), 'നരസിംഹ'ത്തി(2000)ലേക്കുള്ള ദൂരമായി കണക്കാക്കാം. ടി മുരളീധരൻ മലയാള സിനിമയെക്കുറിച്ചുള്ള തന്റെ ലേഖനത്തിൽ ചൂണ്ടിക്കാണിച്ചതുപോലെ അടുത്ത കാലംവരെ തമിഴ് തെലുങ്ക് തുട ങ്ങിയ 'നിലവാരംകുറഞ്ഞ സിനിമയെയല്ല ഹോളിവുഡിനെയും ബോളി വുഡിനെയും മാതൃകയാക്കാനാണ് മലയാള സിനിമ, കാര്യാട്ട് യുഗം മുതൽ ശ്രമിച്ചത്. (1) എഴുപതുകളിലും എൺപതുകളിലും ഈ പ്രവണ തയിൽ ഇറ്റാലിയൻ ന്യൂവേവ് സിനിമ ശക്തമായ സ്വാധീനം ചെലുത്തി. ഇതുകൊണ്ടാണ് ജനപ്രിയ മലയാള സിനിമകൾ പോലും ക്ലാസിക് സിനി മകളാണെന്ന ശ്രുതി മറുനാടുകളിൽ വരെ പടർന്ന്, നമ്മുടെ സിനിമക്കും സിനിമക്കാർക്കും ബഹുമാന്യത ലഭിച്ചത്. ആർട്ട് സിനിമക്കും കച്ചവട സിനിമക്കും നടക്കുനിന്നുകൊണ്ട് പത്മരാജന്റെയും ഭരതന്റെയും നേതൃ ത്വത്തിൽ മധ്യധാരാസിനിമ വിവിധ സിനിമാ പ്രവണതകൾക്ക് പരസ്പരം സംക്രമിക്കാനുള്ള ഒരു അർധതാര്യസ്ഥരമായി പ്രവർത്തിച്ചത് ഈ സന്ദർഭത്തിൽ നിർണായകമായിരുന്നു. അതുകൊണ്ടുതന്നെ ജോഷി, ഐ വി ശശി, പ്രതാപ് പോത്തൻ തുടങ്ങിയവരുടെ വരെ സിനിമകൾ സൗന്ദ ര്യശാസ്ത്രപരമായി അന്യഭാഷാ മുഖ്യധാരാ സിനിമകളെക്കാൾ മിക ച്ചുനിന്നു. എന്നാൽ തൊണ്ണൂറുകളിൽ പുത്തൻ സാമ്പത്തിക പരിഷ്കാര ങ്ങൾ സൃഷ്ടിച്ച അനിശ്ചിതത്വത്തിൽ പടിഞ്ഞാറുള്ള സാങ്കേതികമായ മുന്നേറ്റങ്ങൾ അതിവേഗം പിടിച്ചെടുത്ത തമിഴ്സിനിമ മലയാളിയുടെ മാറ്റ ത്തിനുവേണ്ടിയുള്ള ത്വരയ്ക്ക് പുതിയ ജനപ്രിയ കാഴ്ചാശീലമായി മറു പടി നൽകി. പ്രത്യേകിച്ചും ശങ്കറിന്റെ 'ജന്റിൽമാൻ' 'കാതലൻ' 'ഇന്ത്യൻ' തുടങ്ങിയ സിനിമകൾ ഇതിന് ഉത്തമനിദർശനങ്ങളാണ്. ഇതിന്റെ ഫലമാ യാണ് മലയാള സിനിമകൾ മൂക്കുംകുത്തി വീണപ്പോൾ തമിഴ് സിനിമ കൾ ഇവിടെ തകർത്തോടിയത്.

സാങ്കേതികമായ മികവിനപ്പുറം ഭൂരിപക്ഷം തമിഴ്സിനിമകളുടെയും സ്വഭാവം പഴയ ഹൈമെലോഡ്രാമയുടെത് തന്നെയായിരുന്നു. തമിഴ്

സിനിമ കൊണ്ടുവന്ന പുതിയ സൗന്ദര്യശാസ്ത്രം ഹൈമെലോഡ്രാമയും സാങ്കേതികത്തികവും ഉൾച്ചേർന്നതായിരുന്നു. തമിഴ്സിനിമയുടെ മൂല ധനശേഷിയും വിപണിയുമില്ലാത്ത മലയാളസിനിമ ഈ സൗന്ദര്യശാ സ്ത്രത്തെ കൂട്ടുപിടിച്ചപ്പോൾ സാങ്കേതികത്തികവെന്ന ശങ്കർ സിനിമക ളുടെ മേന്മയിൽ വെള്ളം ചേർത്തതും ഹൈമെലോഡ്രാമ എന്ന തമിഴ് സിനിമയുടെ കലാപരമായ വൈകല്യത്തിന് ഊന്നൽ കൊടുത്തതുമാ യിപ്പോയി. ഇതാണ് 'ദേവാസുര'ത്തിൽനിന്ന് 'നരസിംഹ' ത്തിലേക്ക് മുഖ്യ ധാരാ മലയാളസിനിമ സഞ്ചരിച്ച ദൂരം. ഐ വി ശശി തന്റെ ഏറ്റവും മികച്ച സിനിമയായി കരുതുന്ന 'ദേവാസുരം' അതിന്റെ സൗന്ദര്യശാസ്ത്ര പരവും രാഷ്ട്രീയവുമായ എല്ലാ പരിമിതികൾക്കുമപ്പുറം മലയാളത്ത ത്തിന്റെ കൈയൊപ്പുള്ളതായിരുന്നു എന്നാൽ 'നരസിംഹ'മാവട്ടെ എല്ലാ അർഥത്തിലും 'പടയപ്പ' പോലെയുള്ള അടിപൊളി തമിഴ് സിനിമകളുടെ അച്ചിൽ വാർത്തെടുത്ത പുതിയ ജനപ്രിയശൈലിക്ക് മാതൃകയായിത്തീ രുകയും ചെയ്തു.

ബ്ലെസി ഒഴിച്ചുള്ള മിക്ക പുതുമുഖ സംവിധായകരും പിൻതുടർന്നത് ഈ ശൈലിയാണ്. ഇവരുടെ വിജയം ഈ ശൈലിക്കും അത് സൃഷ്ടിച്ച കാഴ്ചാശീലത്തിനും ശക്തമായ അടിത്തറ പകർന്നുനൽകി. ഈ പുതിയ പ്രവണത പഴയകാലത്ത് അന്യഭാഷാ സിനിമകൾക്കിടയിൽ മലയാള സിനിമക്ക് സൗന്ദര്യശാസ്ത്രപരമായുണ്ടായ മേധാവിത്വത്തെ തുടർന്നു കൊണ്ടുപോകുന്ന വിധത്തിലായിരുന്നില്ല. മറിച്ച്, തെന്നിന്ത്യൻ സിനിമ യിലെ ശക്തമായ തമിഴ് സിനിമാ സൗന്ദര്യശാസ്ത്രത്തിന് അടിയറവ് പറയുന്ന തരത്തിലായിരുന്നു. സാങ്കേതികമായി മേന്മ പുലർത്താത്ത 'മല യാളം' പറയുന്ന സിനിമകളാണ് ഇന്ന് പുറത്തിറങ്ങുന്ന ഒട്ടുമിക്ക മല യാളം സിനിമകളും. ഈ പ്രവണതക്ക് അതിന്റെതായ ചരിത്രപ്രാധാ ന്യവും സാമൂഹികശാസ്ത്രപരവും മനഃശാസ്ത്രപരവുമായ കാരണങ്ങ ളുമുണ്ട് എന്നതിനാൽ ഈ പുതിയ കാഴ്ചാശീലത്തെ ഇകഴ്ത്തിക്കാ ണിക്കാൻ ഇവിടെ ഉദ്ദേശ്യമില്ല.' 'ബിഗ് ബി' ചിലർക്ക് 'ബോറാ'യി തോന്നാൻ കാരണം ആ സിനിമ ഈ കാഴ്ചാശീലത്തിന്റെ നാലതിരു കൾക്കുള്ളിൽ ഒതുങ്ങാത്തതാണ്. മറിച്ച്, ആ ശീലത്തിന്റെ ആധാരശില കളെ പാടെ ഈ സിനിമ നിരാകരിക്കുന്നു. ഒരു ലക്ഷണമൊത്ത നിഷേ ധിയായി.

ഇനി നമുക്ക് 'ബിഗ് ബി' യെ 'കലക്ക'നായി മാറ്റിയ കാരണങ്ങൾ നോക്കുക. ഈ പ്രതികരണം പുറത്തുവന്നത് പ്രധാനമായും ഹോളിവു ഡ്, ബോളിവുഡ് ത്രില്ലറുകൾ ഇഷ്ടപ്പെടുന്ന പ്രേക്ഷകരിൽ നിന്നും 'മല യാളം, പറയുന്ന തമിഴ്സിനിമകളെന്ന് നാം മുമ്പ് വിശേഷിപ്പിച്ച പുതിയ തരം മലയാളസിനിമകളിൽ അസംതൃപ്തരായവരിൽനിന്നുമാണ്. അതാ യത് മലയാള സിനിമയെ അയൽപക്കത്തെ മൂന്നാംകിട കാഴ്ചാശീലങ്ങ ളിൽനിന്ന് വ്യത്യസ്തമാക്കുന്ന എന്തോ ഒന്നുണ്ടെന്ന് കരുതുകയും എന്നാൽ ആ അനന്യത എന്താണെന്ന് കൃത്യമായി ചൂണ്ടിക്കാട്ടാൻ കഴി

യാത്തവരുമായ പ്രേക്ഷകർ. കാഴ്ചാശീലങ്ങളിലെ മാറ്റത്തിനുവേണ്ടി
യുള്ള അവരുടെ അന്വേഷണത്തെ തൃപ്തിപ്പെടുത്താൻ ഈ പുതിയ
പ്രവണതകൾക്ക് കഴിഞ്ഞിരുന്നില്ല. അവർ ഈ പുതിയതരം സിനിമക
ളുമായി അഡ്ജസ്റ്റ് ചെയ്യുക എന്നത് മലയാളിയുടെ എക്കാലത്തെയും
അതിജീവനതന്ത്രമാണല്ലോ. എന്നാൽ അതേസമയം തന്നെ ഉയർന്ന
സാംസ്കാരിക നിലവാരത്തെക്കുറിച്ചുള്ള സുപ്പീരിയോരിറ്റി കോംപ്ലക്സ്
മലയാളിയുടെ സാമൂഹികജീവിതത്തിന്റെ ഒഴിച്ചുകൂടാനാവാത്ത ഭാഗമാണ്,
അഡ്ജസ്റ്റ്മെന്റുകൾക്കിടയിലും അതുകൊണ്ടുതന്നെ തങ്ങൾക്കൊത്ത
ഒരു ജനപ്രിയ കാഴ്ചശീലത്തിനായുള്ള അന്വേഷണം പുതിയ സാമൂ
ഹിക സാമ്പത്തിക പരിതഃസ്ഥിതിയിൽ അവർ തുടർന്നുകൊണ്ടിരുന്നു.
'ബിഗ് ബി' ഈ അന്വേഷണത്തിന് ലക്ഷണമൊത്ത മറുപടിയാകുന്നു.

മലയാളിയുടെ ജനപ്രിയ സിനിമാസംസ്കാരത്തിന് അടിസ്ഥാനമായ
മെലോഡ്രാമയുടെ ചട്ടക്കൂട് ഈ സിനിമയ്ക്കുണ്ട്. പക്ഷേ, ഒട്ടുംതന്നെ
അതിവൈകാരികമല്ല സിനിമ. സിനിമയുടെ സർവമേഖലയിലും തന്റെ
താനാഗ്രഹിച്ചതിന്റെ പരമാവധി സാധിപ്പിച്ചെടുക്കുവാൻ സിനിമാറ്റോഗ്രാ
ഫർ കൂടിയായ സംവിധായകന് കഴിഞ്ഞിട്ടുണ്ട്. ഇവിടെ ചോദ്യം എന്താണ്
അദ്ദേഹം ആഗ്രഹിച്ചതെന്നതാണ്.

മലയാള സിനിമാ വ്യവസായത്തിന്റെ പരിമിതിക്കുള്ളിൽ ഒതുങ്ങി
നിൽക്കുമ്പോഴും ഹോളിവുഡ് സ്റ്റൈലിൽ ഒരു സിനിമ നിർമിക്കുക എന്ന
താണ് സംവിധായകന്റെ ആഗ്രഹം എന്ന് തോന്നുന്നു. ഏതാണ്ടിതുത
ന്നെയാണ് തങ്ങളുടെ പ്രബുദ്ധതയിൽ ഊറ്റംകൊള്ളുന്ന മലയാളി
പ്രേക്ഷകരും ആഗ്രഹിച്ചത്. സാങ്കേതികമായി ഉയർന്നുനിൽക്കുന്ന, അതേ
സമയം തന്നെ, ജനപ്രിയശീലങ്ങൾക്കൊപ്പം നിൽക്കുന്ന സിനിമാശൈ
ലി. 'ബിഗ് ബി'യിൽ സംവിധായകനും ഇത്തരം പ്രേക്ഷകരും ഒരുപോലെ
തൃപ്തരാണ്.

മലയാളസിനിമ ഇതുവരെ അനുഭവിച്ചിട്ടില്ലാത്ത സാങ്കേതികത്തി
കവാണ് ഈ സിനിമയ്ക്ക് അവകാശപ്പെടാനുള്ളത്. ഹോളിവുഡ് സിനി
മയെ അനുസ്മരിപ്പിക്കുന്ന ക്യാമറ വർക്ക്. മേരിടീച്ചർ മരിച്ചുവീഴുന്ന ഒറ്റ
രംഗം മാത്രം മതി ഇതിന് അടിവരയിടാൻ. അതുപോലത്തന്നെ ക്ലൈമാ
ക്സ്. ഈ ഭാഗം മാത്രം കാണുമ്പോൾ ഇതൊരു ഹോളിവുഡ് സിനിമ
യാണെന്നാണ് നമുക്ക് തോന്നുക. അതുപോലെത്തന്നെ അമിതാഭിനയ
ത്തിന്റെ ലാഞ്ഛനപോലും എവിടെയുമില്ല. മറിച്ച് മമ്മൂട്ടിയടക്കം എല്ലാ
വരും മികച്ച രീതിയിൽ അണ്ടർ ആക്ട് ചെയ്യുകയാണ്. ഇത് 'നരസിംഹം'
തുടങ്ങിവെച്ച അലറൽ പ്രവണതയ്ക്ക് കടകവിരുദ്ധമാണ്. ക്ലോസപ്പുകളും
ലോങ്ഷോട്ടുകളുമെല്ലാം ആവശ്യമായ രീതിയിൽ ഉപയോഗപ്പെടുത്തി
യിട്ടുണ്ട്. അതായത് കഥാപാത്രങ്ങളുടെ മുഖത്തിന് അര ഇഞ്ച് അകല
ത്തിൽ ക്യാമറ പിടിച്ച് സിനിമ = ക്ലോസപ്പ് ഷോട്ടുകൾ എന്ന് നിർവചിച്ചി
രിക്കുന്ന നരസിംഹാനന്തര പ്രവണതയെ അടിമുടി സിനിമ നിഷേധിച്ചി
രിക്കുന്നു. അനാവശ്യമായ പൊലിപ്പിച്ചുകാട്ടൽ എവിടെയുമില്ല. പാട്ടിലോ,

ഡാൻസിലോ, ഫൈറ്റിലോ, പ്രണയത്തിലോ മരണത്തിലോ ഒന്നും. മുരു കന്റെ പ്രണയവും മേരിഡിച്ചറുടെയും ഇളയ അനിയന്റെയും മരണവും പ്രതിനായകന്റെ നിഗ്രഹവും എല്ലാം ഇതിന് മികച്ച ഉദാഹരണങ്ങളാ ണ്. അനാവശ്യമായ ഒരു വിശദാംശത്തിലേക്കും സംവിധായകൻ സിനി മയെ വലിച്ചുകൊണ്ടുപോകുന്നില്ല. അതായത് ബിലാൽ എന്ന മമ്മൂട്ടി കഥാപാത്രത്തിന്റെ അധോലോകജീവിതമോ മേരിഡിച്ചറുടെ ഭൂതകാലമോ ഒന്നും നമ്മുടെ ജനപ്രിയകാഴ്ചാശീലത്തിന് വിരുദ്ധമായി ഇവിടെ വലിച്ചു നീട്ടപ്പെടുകയോ വലിച്ചിടുകയോ ചെയ്യുന്നില്ല.

ഹോളിവുഡ് സ്റ്റൈലിൽ സിനിമയെടുക്കുമ്പോഴും ഇന്ത്യൻ സിനിമ യുടെ പ്രത്യേകതയായ ഗാനങ്ങൾ ഉൾപ്പെടുത്തിയിരിക്കുന്നത് കാലത്തി നൊപ്പം സിനിമ അതിന്റെ ദേശത്തെയും കൂടി അടയാളപ്പെടുത്തുന്നതിന്റെ നിദർശനമാകുന്നു. ഇതിന്റെ രാഷ്ട്രീയ പ്രത്യയശാസ്ത്രമാനങ്ങളിലേക്ക് പിന്നീട്. അതിനുമുമ്പ് ഗാനചിത്രീകരണരംഗത്തുവരെ അനുവർത്തിച്ച കൃത്യമായ അച്ചടക്കം കാണേണ്ടതുണ്ട്. നമ്മുടെ ഗാനചിത്രീകരണരം ഗത്തെ ഇന്നത്തെ ഒഴിച്ചുകൂടാനാവാത്ത അതിനാട്യവും നായികയുടെ ലൈംഗികാവയവങ്ങൾക്കും ചൂടൻ ചലനങ്ങൾക്കുമുള്ള പ്രാധാന്യവും ഈ സിനിമയിലില്ല. മറിച്ച് തികഞ്ഞ മിതത്വവും ഔചിത്യവും കാവ്യാ ത്മകതയുമാണ് ഈ ഗാനരംഗങ്ങളെ മനോഹരമാക്കുന്നത്. അതായത് എല്ലാം ബാഹ്യവൽക്കരിക്കുന്ന പൊതുപ്രവണതയ്ക്ക് പകരം ഇവിടെ വൈയക്തികവും സാമൂഹികവുമായ കാര്യങ്ങൾ വരെ സിനിമയുടെ ശരീ രത്തിൽ ഏറെയും ആന്തരികവൽക്കരിക്കപ്പെട്ടിരിക്കുകയാണ്. ഇരുട്ട്, മഴ തുടങ്ങിയ ഘടകങ്ങളെ കൃത്യമായി ഉപയോഗിച്ചിരിക്കുന്നത് നോക്കുക. ഇതിനൊപ്പം കാർ ചെയ്സിങ്ന്റെ സമയത്ത് ഉപയോഗിച്ച പതിഞ്ഞ പശ്ചാ ത്തല സംഗീതം കൂടി ചേർത്തുവായിക്കണം. ഇത്തരം രംഗങ്ങളിൽ പൊതുവെ ഹൈ ബീറ്റ്സാണ് എന്നും നമ്മുടെ ജനപ്രിയശീലങ്ങളിൽ പഥ്യം എന്നുകൂടി ഓർക്കണം.

മലയാള സിനിമയുടെ അനന്യതയെ ഇഷ്ടപ്പെടുന്ന സ്വന്തം പ്രബു ദ്ധതയിൽ അഭിമാനം കൊള്ളുന്ന പ്രേക്ഷകർക്ക് ബിഗ് ബി 'കലക്കനൊ'യി തോന്നിയതിന് കാരണമായ പ്രത്യയശാസ്ത്രപരിസരം ഡീ ടെറിട്ടോറി യലിസം എന്ന ആധുനികോത്തര പ്രവണതയുമായി ബന്ധപ്പെട്ടതാണ്. ഫ്രെഡറിക് ജയിംസൺ, ദല്ലൂസ്, ഗത്താരി എന്നിവർ വിശദമായി അപ ഗ്രഥിച്ച ഈ പ്രവണതയുടെ അടിസ്ഥാനം സാംസ്കാരികമായ തുന്നല ഴിക്കലും പുനർ ഏകീകരണവുമാണ്. അതായത് അമേരിക്കൻ മൂലധന ത്തിന്റെ തണലിൽ പാശ്ചാത്യ മാതൃകയിലുള്ള ഒരു സമൂഹം രൂപപ്പെടു മ്പോൾ വ്യത്യസ്ത സംസ്കാരങ്ങളെ ഘടകങ്ങളായി തുന്നലഴിച്ചശേഷം വീണ്ടും തുന്നിപ്പിടിപ്പിക്കുക എന്നത് ഫിനാൻസ് മൂലധനത്തിൽ മിക ച്ചൊരു യുദ്ധതന്ത്രമാണ്. നമ്മൾ നവ ഉദാരവാദത്തിന്റെ തണലിൽ ശക്തി പ്പെട്ടുകൊണ്ടുവരുന്ന ഈ നവമുതലാളിത്ത പ്രവണതയെ എതിർത്താലും ഇല്ലെങ്കിലും അത് നമ്മുടെ സമൂഹത്തിൽ പിടിമുറുക്കിക്കഴിഞ്ഞു. അതു

മാത്രമല്ല ഈ പിടിയിൽനിന്നും എളുപ്പത്തിലും പെട്ടെന്നും രക്ഷപ്പെടുക സാധ്യമല്ല. പ്രത്യേകിച്ച് ഉപഭോക്ത്യ സംസ്കാരത്തിന്റെ ശക്തമായ സ്വാധീനവലയത്തിൽപ്പെട്ട കേരളംപോലത്തെ ഒരു മധ്യവർഗസമൂഹ ത്തിൽ. അതുകൊണ്ടുതന്നെ നാം കോള കഴിക്കുകയും യോഗായും കരാ ട്ടെയും അഭ്യസിപ്പിക്കുകയയും, മാർക്സിനെയും ഫ്രോയിഡിനെയും വാത്മീകിയെയും ഹോമറിനെയും ഒരേസമയം പല ഭാഷകളിൽ വായി ക്കുകയും ചെയ്യും. അതേസമയം തന്നെ ഈ സാംസ്കാരിക തുന്നൽക്കു ട്ടിൽ കേരളീയതയുടെ അംശം ഇന്നും കൂടുതൽ തന്നെയാണ്. അതാ യത് മലയാളിയായിരിക്കുമ്പോഴും നമ്മൾ ആഗോളീകൃതമായ ഒരു മല യാളി അസ്ഥിത്വം ആണ്. ഇത്തരം ഒരു സമൂഹത്തിന്റെ അഭിരുചികളിൽ വേഗവും പൂർണതയും പരമാവധി സംതൃപ്തിയും ആധാരശിലകളാണ്. ഈ ആധാരശിലകളെ നിർണയിക്കുന്നതാവട്ടെ ടെക്നോളിയും. ഈ ടെക്നോളജിയുടെ മേൽ ആത്യന്തികമായ മേധാവിത്വം പാശ്ചാത്യമൂല ധനത്തിനായതിനാൽ പടിഞ്ഞാറൻ സംസ്കാരത്തിന്റെതായ, അല്ലെങ്കിൽ അങ്ങനെ തോന്നിക്കുന്ന ഒരു സ്വഭാവം ആഗോളീകരിക്കപ്പെട്ട മലയാളി അസ്തിത്വത്തിന് ഉണ്ട്. ഈ സ്വഭാവത്തിന്റെ സ്വാധീനവലയമാകട്ടെ അനു നിമിഷം വലുതായി വന്നുകൊണ്ടിരിക്കുകയാണുതാനും. ഈ പ്രവണ തയെ കൃത്യമായി അഭിസംബോധന ചെയ്യുന്നതിനാൽ, അതുകൊണ്ടു തന്നെ നാളത്തെ മലയാള സിനിമയുടെ പ്രത്യേകിച്ച് ആക്ഷൻ സിനിമ യുടെ ബ്ലൂപ്രിന്റാണ് 'ബിഗ് ബി' എന്ന സിനിമ. ആ അർഥത്തിൽ ഇതു വരെ നിർമിക്കപ്പെട്ടതിൽ ഏറ്റവും സാങ്കേതികത്തികവുള്ള മലയാള സിനിമ. ഏറ്റവും മികച്ച മലയാള ആക്ഷൻ സിനിമയും.

ഈ സിനിമ മലയാളസിനിമയുടെ അണിയറ പ്രവർത്തകരിലും വന്നുകൊണ്ടിരിക്കുന്ന വലിയൊരു മാറ്റത്തെയാണ് കാണിക്കുന്നത്. ഈ സിനിമയുടെ സംവിധായകനായ അമൽ നീരദ് കൽക്കത്ത സത്യജിത്റായ് ഫിലിം ഇൻസ്റ്റിറ്റ്യൂട്ടിന്റെ ഉല്പന്നമാണ്. യൂറോപ്പിൽ ഇദ്ദേഹത്തിന് പരി ശീലനം ലഭിച്ചിട്ടുണ്ട്. ഹിന്ദി സിനിമയിലെ ഇന്നത്തെ ഇതിഹാസമായ രാംഗോപാൽവർമ്മയോടൊപ്പം പ്രവർത്തിച്ചതിന്റെ അനുഭവങ്ങളുമായാണ് അദ്ദേഹം ആദ്യ സിനിമ സംവിധാനം ചെയ്തത്.

സത്യത്തിൽ അടിമുടി മധ്യവർഗവൽക്കരിക്കപ്പെട്ടുകഴിഞ്ഞ കേബിൾ ടി വി വഴി ഹോളിവുഡ്ഡും ബോളിവുഡ്ഡും മുമ്പത്തെക്കാൾ പരിചിതമായ മലയാളിയുടെ അഭിരുചികൾ അതിവേഗം മാറുകയാണ്. ഈ മാറ്റത്തിന്റെ ദിശയാവട്ടെ പടിഞ്ഞാറോട്ടാണ്. അതുകൊണ്ടുതന്നെ മുമ്പ് തമിഴ് സിനി മകളുടെ വിജയം നിമിത്തം തമിഴനെ അനുകരിക്കേണ്ടി വന്ന മലയാള സിനിമയ്ക്ക് ഇനി മൽസരിക്കേണ്ടി വരിക ഹോളിവുഡ്ഡിനോടും ബോളി വുഡ്ഡിനോടുമായിരിക്കും. വൻ മൂലധനവും വൻവിപണിയുമുള്ള അവരെ അനുകരിച്ച് രക്ഷപ്പെടാൻ ശ്രമിച്ചാൽ ആഗോളവൽകൃതലോകത്ത് മല യാളസിനിമ ഒരോർമ മാത്രമായി മാറും. മറിച്ച് സ്വന്തം സ്വത്വത്തിന് ഊന്നൽ കൊടുത്തും ഹോളിവുഡ്ഡിനെ അവരുടെ മേന്മകൾ സ്വായത്ത

മാക്കി വെല്ലുവിളിച്ചും സ്വന്തം വിപണി വികസിപ്പിച്ചും കൊണ്ടു മാത്രം നമ്മുടെ കൊച്ചു സിനിമാവ്യവസായത്തിന് നിലനിൽക്കാനാവുകയുള്ളൂ. ബോളിവുഡ് മുടക്കുമുതൽ കൂട്ടിയും അതിനനുസരിച്ച് ഇന്ത്യക്ക് പുറത്ത് പുതിയ വിപണികൾ വെട്ടിപ്പിടിച്ചും അതിനുവേണ്ടി സാങ്കേതികമായി സ്വയം മെച്ചപ്പെടുത്തിയും ഹോളിവുഡിന്റെ മേധാവിത്വത്തെ ശക്തമായി വെല്ലുവിളിക്കുന്നതുപോലെ. തമിഴ് സിനിമ ഇന്ത്യക്കകത്തും പുറത്തും പുതിയ വിപണികൾ വെട്ടിപ്പിടിച്ച് ഉള്ളവയിൽ സ്വാധീനം വർധിപ്പിച്ചു പിടിച്ചുനിൽക്കുന്നതുപോലെ.

റഫറൻസ്

1. ടി മുരളീധരൻ, 'നാഷണൽ ഇന്ററെസ്റ്റ്, റീജിണൽ കൺസേൺ: ഹിസ്റ്റോറിസൈസിങ് മലയാളം സിനിമ", *ഡീപ് ഫോക്കസ്,* ജനുവരി–മെയ് 2005.

2. 'ക്യാമ്പസും സിനിമയും' എന്ന എന്റെ ലേഖനത്തിൽ ഞാനീ വിഷയങ്ങൾ ചർച്ച ചെയ്തിട്ടുണ്ട്. *ദേശാഭിമാനി ഓണം വിശേഷാൽ പ്രതി* – 2006.

3. ഫ്രെഡറിക്, ജയിംസൺ *ദി കൾച്ചറൽ ലോജിക്ക് ഓഫ് ലയിറ്റ് കാപ്പിറ്റലിസം.* ദുർഹാം: ഡ്യൂക്ക് യൂണിവേഴ്സിറ്റി പ്രസ് 1991.

2
ഹലോ മോഹൻലാൽ

ജനപ്രിയ സിനിമ ഒരത്ഭുതമാകുന്നത് പ്രേക്ഷകർക്കുമാത്രമല്ല, സിനിമക്കാർക്കുകൂടിയാണ്. കാരണം ഓരോ ചുവടു വെക്കുമ്പോഴും കൂടുതൽ കൂടുതൽ സങ്കീർണവും മായികവുമായി മാറുന്നതാണ് ഈ അത്ഭുതലോകത്തിലെ വഴികൾ. അതുകൊണ്ടുതന്നെ അവിടെ കൃത്യമായ സമവാക്യങ്ങളൊന്നുമില്ല. അതായത് എങ്ങനെ ഒരു സൂപ്പർ ഹിറ്റുണ്ടാക്കാമെന്ന് ഒരു ഹിറ്റ് സംവിധായകനും അറിയില്ല. അതങ്ങ് സംഭവിക്കുന്നതാണെന്നവർ പറയും. ഒപ്പം പൊട്ടുമെന്നു കരുതിയ പടങ്ങൾ ഹിറ്റായതിന്റെയും സൂപ്പർ ഹിറ്റാകുമെന്ന് കരുതിയവ പൊളിഞ്ഞു പാളീസായതിന്റെയും അനുഭവസാക്ഷ്യങ്ങൾ അവർക്ക് നിരത്താനുമുണ്ടാവും. ഈ സീസണിലെ സൂപ്പർഹിറ്റ് പടമായി മാറിക്കൊണ്ടിരിക്കുന്ന റാഫി മെക്കാർട്ടിൻ സംവിധാനം ചെയ്ത 'ഹലോ' എന്ന സിനിമ ഈ 'സംഭവ' സിദ്ധാന്തത്തിന് ശക്തിപകരുന്ന ഒരുദാഹരണം കൂടിയാവുന്നു.

'ഹലോ' എന്ന സിനിമയിൽ അനിതരസാധാരണമെന്ന് പറയാൻ കാര്യമായിട്ടൊന്നുമില്ല. റിങ്ടോണുകളുമായി ബന്ധപ്പെട്ട ചില തമാശകളൊഴിച്ച്. തമാശ, തല്ല്, നൃത്തം എന്ന പതിവ് ഫോർമാറ്റ് തന്നെ. എന്നിട്ടും സിനിമക്ക് ജനം ഇരച്ചുകയറുന്നു. ഇതേ ഫോർമാറ്റിൽ പടച്ചുവിട്ട പല സിനിമകളും മൂക്കുകുത്തി വീണിടത്തും വീണുകൊണ്ടിരിക്കുന്നിടത്തും എന്താണ് ഈ ഹിറ്റ് പ്രതിഭാസത്തിന് പിന്നിൽ? നമുക്ക് കഥയിൽ നിന്ന് തന്നെ തുടങ്ങാം.

വക്കീലാണ് ശിവരാമൻ (മോഹൻലാൽ). പക്ഷേ പ്രാക്ടീസ് ചെയ്യുന്ന ശീലമൊന്നുമങ്ങേർക്കില്ല. ഒരിക്കൽ പോലും വക്കീൽകോട്ടിട്ട് പ്രത്യക്ഷപ്പെടുന്നുമില്ല. ഇഷ്ടവിനോദമാകട്ടെ മദ്യപാനവും തല്ലുണ്ടാക്കലും. ഇങ്ങനെ സ്വയം നശിച്ചുകൊണ്ട് തന്റെ പ്രണയം തകർത്ത സ്വന്തം

കുടുംബത്തോട് പ്രതികാരം ചെയ്യുകയാണ് കക്ഷി. ഇതിനിടയ്ക്കാണ്
പാർവതി എന്നൊരു മാർവാടി പെൺകുട്ടിയെ അങ്ങേർക്ക് രക്ഷിക്കേണ്ട
തായി വന്നത്. അവളെ കാമുകനായ പ്രവീണി (ഷൈജുകുറുപ്പ്)ന് ഏൽ
പ്പിച്ചുകൊടുക്കുന്നതുവരെ ശിവരാമൻ അവളുടെ കാമുകനായി നടിക്കേ
ണ്ടിവരുന്നു. ഇതിനിടയ്ക്ക് പ്രവീൺ തട്ടിപ്പുകാരനാണെന്ന് തെളിയുകയും
അയാളുടേതുൾപ്പെടെ രണ്ട് കൊലപാതകങ്ങൾ ശിവരാമന്റെ തലയിലാ
വുകയും ചെയ്യുന്നു. തുടർന്ന് പതിവുപോലെ സ്വന്തം തടി കാക്കാനുള്ള
നായകന്റെ ശ്രമമാണ്. ഇതിനൊടുവിൽ നായികയുടെ കുടുംബത്തിൽ
നിന്നു തന്നെ യഥാർഥ കുറ്റവാളിയെ നായകൻ കണ്ടെത്തി, നിയമത്തിന്
മുന്നിലെത്തിക്കുമ്പോൾ സംഗതി ശുഭം.

ഇത്തരം പ്രമേയങ്ങൾ നമ്മളൊരുപാട് കണ്ടതാണ്. അതുകൊണ്ട്
സിനിമ തുടങ്ങുമ്പോൾതന്നെ കഥയെങ്ങോട്ട് നീങ്ങുമെന്ന് നമുക്കറിയാം.
എന്നിട്ടും നമ്മൾ ഈ സിനിമയ്ക്ക് കയറുന്നു. ചിരിക്കുന്നു, ഇറങ്ങിപ്പോ
രുന്നു. ഒരുപക്ഷേ, റാഫി മെക്കാർട്ടിൻ ടീമിന്റെ സ്ഥിരം പ്രേക്ഷകർക്ക്
ഈ സിനിമ അത്ര നന്നായി എന്ന് തോന്നിക്കാണാനും ഇടയില്ല. കാരണം
ഇതിലും നല്ല തമാശകൾ കാട്ടി 'പഞ്ചാബിഹൗസി'ലും 'പുതുക്കോട്ട
യിലെ പുതുമണവാളനി'ലും 'പാണ്ടിപ്പട'യിലുമെല്ലാം ഈ സംവിധായ
കജോടി നമ്മെ ചിരിപ്പിച്ചിട്ടുണ്ട്. ഇനി ആഖ്യാനത്തിന്റെ പുതുമ
കൊണ്ടാണ് സിനിമ ഓടിയതെന്നും പറയാൻ പറ്റില്ല. ഷാഫിയുടെ 'കല്യാ
ണരാമനു'ണ്ടായിരുന്നതുപോലെ ചെറിയ പുതുമയെയൊന്നും ഈ സിനിമ
യുടെ അവതരണത്തിലോ ക്ലൈമാക്സിലോ ഇല്ല. പിന്നെ പ്രശംസനീ
യമായ ഒരു ഘടകം ഗാനചിത്രീകരണമാണ്. ഹിന്ദി സിനിമകളുമായി
കിടപിടിക്കാവുന്ന ഒരു രംഗപശ്ചാത്തലവും ഒപ്പം കുത്തിന്റെ മടുപ്പനുഭ
വിപ്പിക്കാത്ത ചുവടുകളും രണ്ട് ഗാനരംഗങ്ങളെ ശ്രദ്ധേയമാക്കുന്നുണ്ട്,
സിദ്ധിഖ്‌ലാലിന്റെ 'ക്രോണിക് ബാച്ചിലറി'ലെ ഗാനരംഗങ്ങൾപോലെ.

അപ്പോൾ ഈ സിനിമയുടെ വിജയത്തെ നിർണയിച്ചത് സാങ്കേതി
കത്തികവോ മറ്റു പുതുമകളോ അല്ല. മറിച്ച് മോഹൻലാൽ എന്ന താര
ത്തിന്റെ സാന്നിധ്യമാണ്. ഒസല്ലോ ദമ്പതിമാർ ഉദ്ധരിച്ചതുപോലെ
വെറുതെ രണ്ടരമണിക്കൂർ തങ്ങളുടെ ഇഷ്ടതാരത്തെ കണ്ടുകൊണ്ടിരി
ക്കാനാഗ്രഹിക്കുന്നവർക്ക് ബോറടിക്കാത്ത ഒരു ചട്ടക്കൂട് സംവിധായകൻ
ഒരുക്കിക്കൊടുത്തിരിക്കുന്നു. ആ ചട്ടക്കൂടിനകത്തുനിന്നുകൊണ്ട്
മോഹൻലാലെന്ന താരം തന്റെ പ്രേക്ഷകരോട് സംവദിക്കുകയാണ്.
ഇവിടെ രണ്ടുകാര്യങ്ങൾ നിർണായകമാകുന്നു. ഒന്നാമതായി 'താര'ത്തെ
അടിസ്ഥാനപ്പെടുത്തി സിനിമയെടുക്കുമ്പോൾ സംവിധായകന്റെ ജോലി,
രണ്ടാമത്തേതായി താരവും പ്രേക്ഷകനും തമ്മിലുള്ള പരസ്പര ബന്ധം.

നമുക്കാദ്യം താരത്തെ മുൻനിർത്തി സിനിമയെടുക്കുന്ന സംവിധാ
യകനെ നോക്കാം. ഇവിടെ സംവിധായകൻ എന്ന നിലയ്ക്ക് വലിയ പരീ
ക്ഷണങ്ങൾക്കൊന്നും സ്കോപ്പുകാണില്ല. മറിച്ച് സെലിബ്രിറ്റിക്കു വേണ്ടി
വീടുനിർമിക്കുന്ന എൻജിനീയറുടെ ജോലിയേ അയാൾക്കുള്ളൂ. അതാ

യത് വീടല്ല പ്രധാനം സെലിബ്രിറ്റിയാണ്. പക്ഷേ, വീട് സെലിബ്രിറ്റി യുടെ വിലയ്ക്കുംനിലയ്ക്കും ഇണങ്ങുന്നതായിരിക്കണം. അല്ലെങ്കിൽ അത് ഉടമസ്ഥന്റെ ഇമേജിനെ ബാധിക്കും. ചുരുക്കത്തിൽ സിനിമ എന്ന വീടിന് രൂപം നൽകുന്നത് താരപദവിയെ നിർണയിക്കുന്ന ഘടകങ്ങളാ ണ്. ഈ ഘടകങ്ങളെല്ലാംതന്നെ സംവിധായകനും മറ്റണിയറപ്രവർത്ത കരും വേണ്ടവിധം ഗൗനിച്ചിരിക്കണം. അതേമസമയം തന്നെ കെട്ടിലും മട്ടിലും ഒരു പുതിയ സിനിമ എന്ന തോന്നലുണ്ടാകണം. 'പേരിടലോ'ടെ ആ പണി പകുതി കഴിഞ്ഞു. ബാക്കി കുറച്ച് ടി വിക്കാരും പത്രക്കാരുമട ക്കമുള്ള, സിനിമയെ ഉപജീവിച്ച് കഴിയുന്ന മാധ്യമവർഗം ചെയ്തോളും. അവശേഷിക്കുന്നിടത്താണ് സംവിധായകന്റെ മിടുക്ക് പ്രകടമാകുന്നത്. അതായത് ഫൈറ്റിന് പുതിയ ശൈലി പ്രയോഗിക്കുക, പുതിയ മേക്കപ്പ് നൽകുക, പുതിയ കോസ്റ്റ്യൂം കണ്ടെത്തുക, നൃത്തരംഗങ്ങളിൽ കാര്യ മായി ഇടപെടുക, കഥാസന്ദർഭങ്ങൾ ചടുലമായി വിളക്കിച്ചേർക്കുക, അവ സാനംവരെ രസച്ചരട് പൊട്ടിപ്പോകാത്തവിധം വ്യത്യസ്ത ഘടകങ്ങൾ കൃത്യമായി കോർത്തിണക്കുക തുടങ്ങിയവ. ഇവയിൽ പാളിച്ച പറ്റിയാൽ ആദ്യദിവസങ്ങളിലെ തള്ളിക്കയറ്റത്തിനുശേഷം സിനിമ പൊട്ടിപ്പാളീസാ കും. 'പ്രിൻസ്' 'ഹരിഹരൻപിള്ള ഹാപ്പിയാണ്' തുടങ്ങിയ സിനിമ കൾപോലെ. അപ്പോൾ അത്തരം സിനിമകളിൽ സംവിധായകന്റെ റോൾ ഒരു എൻജിനീയറുടെതാണ്. ശാസ്ത്രജ്ഞന്റെയല്ല. അതായത് സിനിമ യുടെ ആകർഷണഘടകം താരമാണ്. അതിന്റെ ഈടുനിൽപ്പാകട്ടെ സംവിധായകന്റെ മിടുക്കിനെ ആശ്രയിച്ചിരിക്കുന്നു. ഇതിനേറ്റവും നല്ല ഉദാഹരണമാണ് ശിവാജി എന്ന സിനിമ. ഇവിടെ 'അന്യനി'ൽ നാം കണ്ട അന്വേഷണകുതുകിയായ സംവിധായകനായ ഷങ്കറെയല്ല കണ്ടത്. രജ നിപ്പടം സംവിധാനം ചെയ്യുന്ന ഒരു സാധാരണ സംവിധായകനായി ഉൾവ ലിഞ്ഞ് താരശരീരത്തെ ഉൾക്കൊള്ളാനാവശ്യമായ സൗകര്യവും യോഗ്യ തയുമുള്ള ഒരു സെല്ലുലോയ്ഡ് കൊട്ടാരം നിർമിച്ചിരിക്കുകയാണദ്ദേഹം.

ഇനി നമുക്ക് പ്രേക്ഷകരുടെ റോൾ നോക്കാം. റിച്ചാർഡ് ഡയർ അഭി പ്രായപ്പെടുന്നതുപോലെ ഓരോ താരവും ചില പ്രത്യേക സ്വഭാവവിശേ ഷങ്ങളുമായി ബന്ധപ്പെട്ടാണ് തിരിച്ചറിയപ്പെടുന്നത്. അയാളുടെ കഥാ പാത്രങ്ങളിൽ ആത്യന്തികമായി ഈ സ്വഭാവവിശേഷം അന്തർലീനമാ യിരിക്കും. മോഹൻലാൽ എന്ന താരത്തിന്റെ അടിസ്ഥാനഭാവം ഒരു റിബ ലിന്റെതാണ്. ഒസല്ലോമാരുടെ ഭാഷയിൽ പറഞ്ഞാൽ മലയാളിയുടെ ആൾട്ടർ ഈഗോയുടെതാണ്. അദ്ദേഹത്തിന്റെ ശ്രദ്ധേയമായ ആദൃചി ത്രത്തിലെ നരേന്ദ്രൻ എന്ന വില്ലന്റെ സ്വഭാവവിശേഷങ്ങൾ അദ്ദേഹ ത്തിന്റെ താരപദവിയെ രൂപപ്പെടുത്തുന്നതിൽ നിർണായകമാണെന്നാണ് ഇത് കാണിക്കുന്നത്. 'മഞ്ഞിൽവിരിഞ്ഞ പൂക്കളി'ലെ (ഫാസിൽ, 1980) ഈ കഥാപാത്രം അന്നുവരെ മലയാള സിനിമ കണ്ടതിൽവെച്ച് ഏറ്റവും നികൃഷ്ടനായ വില്ലനായിരുന്നു. പൂജാമുറിയിൽവെച്ച് അമ്മാവന്റെ ഭാര്യ യോടൊപ്പം ലൈംഗികബന്ധത്തിലേർപ്പെടുന്നവൻ, അതേ അമ്മാവന്റെ

മകളെ കല്യാണം കഴിക്കുകയും അവൾ അയാളിൽനിന്നും വിവാഹമോ
ചനം നേടി പുനർവിവാഹിതയാകുവാൻ ശ്രമിക്കുമ്പോൾ ക്രൂരമായി
അവളെ കൊന്നുകളയുകയും ചെയ്യുന്നവൻ. സത്യത്തിൽ അന്ന് കേരള
സമൂഹത്തിൽ കിടിലമായി രൂപംകൊണ്ട ഹിപ്പിസംസ്കാരത്തിന്റെ പ്ര
തിനിധാനമായിരുന്നു നരേന്ദ്രൻ. സാമൂഹികമായി ഒട്ടുമുക്കാലും ഫ്യൂഡ
ലായി നിലകൊണ്ടിരുന്ന വ്യവസ്ഥാപിതമായ കേരള സമൂഹത്തിൽ ഹിപ്പി
സവും ക്യാപ്പിറ്റലിസവും എല്ലാം സൃഷ്ടിച്ച ആദികളായിരുന്നു നരേന്ദ്രൻ
എന്ന കഥാപാത്രം പ്രതിനിധീകരിച്ചിരുന്നത്. അതുകൊണ്ടുതന്നെ മല
യാളിയിൽ ആധുനികത സൃഷ്ടിച്ച നടുക്കം എന്ന രീതിയിൽ ഒ വി വിജ
യന്റെ 'രവി'യിൽനിന്നും മുകുന്ദന്റെ ഹിപ്പികളിൽനിന്നും സെല്ലുലോയ്ഡി
ലേക്കുള്ള ഒരു തുടർച്ചയായി നരേന്ദ്രനെ കാണണം. പാശ്ചാത്യനാടുക
ളിൽ നിന്ന് വ്യത്യസ്തമായി ഗഹനമായ സൈദ്ധാന്തിക സമസ്യകളുടെ
ഉൾപ്പന്നമായല്ല മറിച്ച് കുത്തഴിഞ്ഞ, നിരുത്തരവാദപരമായ ഒരു ജീവിത
രീതിയാണ് ഇവിടെ ജനകീയമായി ഹിപ്പിസം പ്രചരിപ്പിച്ചത്. ഒരുകണ
ക്കിന് തൊഴിലില്ലായ്മ സൃഷ്ടിച്ച പ്രശ്നങ്ങളിൽ നിന്നും ഒളിച്ചോടാൻ എഴു
പതുകളിലെയും എൺപതുകളിലെയും മലയാളിയുവത്വത്തെ സഹാ
യിച്ച ഒരു സേഫ്റ്റിവാൾവുകൂടിയായിരുന്നു ഹിപ്പിസം.

ഇവിടെ നമുക്ക് കാണാവുന്നത് ഒരു പ്രതിചിന്തയായി രൂപംകൊ
ള്ളുന്ന മോഹൻലാലിന്റെ താരപദവിയാണ്. പ്രതിചിന്തകൾ വ്യവസ്ഥാ
പിതസമൂഹത്തിലേക്ക് ആഗിരണം ചെയ്യപ്പെട്ട് പിൽക്കാലത്ത് വ്യത്യസ്ത
മായ മറ്റൊരു വ്യവസ്ഥാപിതത്വമാകുന്നതുപോലെയാണ് സാംസ്കാരി
കമായി മോഹൻലാലിന്റെ താരപദവി ഇവിടെ രൂപംകൊണ്ടത്. അതിനി
ടക്ക് നീക്കുപോക്കുകൾക്ക് ഈ താരശരീരം അനിവാര്യമായും വിധേയ
മായിട്ടുണ്ട്. സത്യത്തിൽ ഇത്തരം നീക്കുപോക്കുകൾ അടയാളപ്പെടുത്തു
ന്നത് ആധുനികത എന്ന സാമൂഹിക–സാംസ്കാരിക യാഥാർഥ്യത്തിലും
മലയാളി മൗലികമായി വിളക്കിച്ചേർത്ത സ്വന്തം സ്വത്വബോധമാണ്. ഈ
സ്വത്വബോധമാകട്ടെ വ്യവസ്ഥിതിയുമായി വിയോജിക്കുമ്പോഴും കലഹി
ക്കുമ്പോഴും അതുമായി ഒത്തുപോകാൻ ശ്രമിക്കുന്ന മലയാളിയുടെ
പ്രായോഗിക മനഃസ്ഥിതിയുടെയും ചരിത്രപരമായി നമുക്കുള്ള
കോസ്മോപൊളിറ്റൻ മനോഭാവത്തിന്റെയും സഹിഷ്ണുതയുടെയും
എല്ലാം ഒരു മിശ്രിതമാണ്. മലയാളിയുടെതായ ഈ സാംസ്കാരിക–
സാമൂഹിക യാഥാർഥ്യങ്ങളെ, അവന്റെ ഉപബോധമനസിനെ, കൃത്യമായി
പ്രതിനിധീകരിക്കുന്നതുകൊണ്ടാണ് വലിയ സൗന്ദര്യമോ ആകാരവടിവോ
ഇല്ലാത്ത മോഹൻലാൽ മലയാളിക്ക് മറ്റാരെക്കാളും പ്രിയപ്പെട്ടതാരമാ
കുന്നത്. പേർസൊണേഷൻ എന്ന അഭിനയശൈലിയും ആ ശൈലിയി
ലുള്ള മികവും 'ടി പി ബാലഗോപാലനി'ൽ (സത്യൻ അന്തിക്കാട് – 1985)
നിന്നും 'ദേവാസുര'ത്തിലൂടെ (ഐ വി ശശി 1995) ബാലേട്ടനി (വി എം
വിനു 2003)ലൂടെ കറങ്ങിത്തിരിഞ്ഞുവന്നപ്പോഴും താരത്തെ പ്രേക്ഷക
രോട് കൂടുതൽ അടുപ്പിക്കുകയായിരുന്നു. കാരണം ഇത്തരം കഥാപാ

ത്രങ്ങളെല്ലാം തന്നെ ആത്യന്തികമായി ലാലിന്റെ താരപദവിക്കടിസ്ഥാന മായ 'പ്രതിനായക' സ്വഭാവം വ്യത്യസ്തമായ രീതിയിൽ തുടരുകയും അതാത് സമയത്തെ കേരളത്തിലെ സാമൂഹിക-രാഷ്ട്രീയ പരിതഃസ്ഥി തികളോടും സാംസ്കാരികപ്രതിഭാസങ്ങളോടും പ്രതികരിക്കുകയും അവയെ പ്രതിനിധീകരിക്കുകയും ആയിരുന്നു ചെയ്തത്.

'ഹലോ'യുടെ സ്ഥിതിയും ഇതിൽനിന്നും വ്യത്യസ്തമല്ല. മുഴുക്കു ടിയനായ ചട്ടമ്പിയാണ് ഈ സിനിമയിലെ ലാലിന്റെ കഥാപാത്രമായ ശിവരാമൻ. അച്ഛൻ, അമ്മ തുടങ്ങിയ പാവനമായ അധികാരസ്ഥാപന ങ്ങളെയും ഐ ജി, എസ് പി തുടങ്ങിയ വ്യവസ്ഥിതിയുടെ അധികാരരൂ പങ്ങളെയും എന്തിന് നായികയുടെ പ്രണയമെന്ന മധ്യവർഗ അതിജീവ നതന്ത്രത്തെയും ഗൗനിക്കാത്തവനും വെല്ലുവിളിക്കുന്നവനും ക്ലൈമാ ക്സിൽ പോലും കാര്യമായി നന്നായി, വ്യവസ്ഥിതിയുമായി ഒത്തുപോ കുമെന്ന് ഒരു സൂചനയും അയാൾ നമുക്ക് തരുന്നില്ല. മറിച്ച് തരുന്നത് സംവിധായകനാണ്. അതും വലിയ ഉറപ്പൊന്നുമില്ലാത്ത്. സത്യത്തിൽ അവസാനരംഗത്ത് ശിവരാമന്റെ കലാപമനഃസ്ഥിതിയുടെ പ്രതീകമായ മദ്യഗ്ലാസ് നായിക എസ് പിയുടെ തോക്കുപയോഗിച്ച് വെടിവെച്ചിടുന്നതും തുടർന്ന് അവളുടെ പിന്നാലെ കലികൊണ്ട് നായകൻ ഓടുന്നതും ചേർത്തുവായിക്കുമ്പോൾ അധികാരവും വ്യവസ്ഥിതിയും ഒരു ഭാഗത്തും അതിനെ വെല്ലുവിളിക്കുന്ന നായകൻ മറുവശത്തും നിൽക്കുന്ന ഒരു യുദ്ധ ക്കളത്തിലാണ് സംവിധായകൻ 'പാക്ക് അപ്പ്' പറഞ്ഞത് എന്ന് കാണാം. ഇവിടെ നായിക ഈ ദ്വന്ദ്വങ്ങൾക്കിടയിൽ സംഭവിക്കാവുന്ന, സംഭവിക്കുന്ന ഒരു നീക്കുപോക്കിന്റെ പ്രതീകമാണ്. ഈ സിനിമ സൂപ്പർഹിറ്റാകുവാൻ കാരണം ഈ യുദ്ധക്കളവും നായികയും യഥാക്രമം പ്രേക്ഷകന്റെ ഉപ ബോധമനസിനെയും ബോധമനസിനെയും അഡ്രസ് ചെയ്തതുകൊണ്ടു കൂടിയാണ്. 'ഹിറ്റി'ന്റെ രഹസ്യനമ്പരുകൾ ഒളിഞ്ഞിരിക്കുന്നതും പ്രേക്ഷ കന്റെ ഈ ബോധാബോധതലങ്ങളിൽത്തന്നെ.

3
'വേട്ടക്കാർ'
പോരാട്ടത്തിന്റെ വേറിട്ട മുഖം

സിനിമയുടെ ഏറ്റവും വലിയ ദുര്യോഗം മൂലധനമാണ്. എപ്പോഴും സമ്പന്നമായ മുഖ്യധാരാ സമൂഹത്തിനിപ്പുറവും അപ്പുറവും സിനിമ എന്നത് പാടുപെട്ട് കൊക്കിലൊതുക്കേണ്ടി വരുന്ന ഒരനിവാര്യതയാണ്. പറഞ്ഞു വരുന്നത് പ്രതിസിനിമയെക്കുറിച്ചും പ്രതിചിന്താധാരയെക്കുറി ച്ചുമാണ്. ഇവ രണ്ടും സമ്മേളിക്കുന്നു ഷെഫി മുഹമ്മദ് ആശയാവി ഷ്കാരം നടത്തി ബിജു ഇബ്രാഹിം സംവിധാനം ചെയ്ത 'വേട്ടക്കാരി'ൽ.

'വേട്ടക്കാർ' മുന്നോട്ടു വെക്കുന്നത് ശ്രദ്ധേയവും പ്രസക്തവുമായ വിഷയമാണ്, ഇസ്ലാമിലെ സ്ത്രീകളുടെ സ്ഥാനം. അതോടൊപ്പംതന്നെ മൗലികവാദത്തിന്റെയും വർഗീയവാദത്തിന്റെയും വേരിടങ്ങളിലേക്ക് സിനിമ ക്യാമറ ചലിപ്പിക്കുന്നു. പ്രമേയത്തിന്റെ ശക്തിയും പ്രാധാന്യവും ഈ സിനിമയെ വ്യത്യസ്തവും ഗൗരവാവഹവുമാക്കുന്നു.

ഈ സിനിമയുടെ കഥ ഇതൾ വിടരുന്നത് സഫിയ എന്ന വിവാഹി തയായ പെൺകുട്ടിയിലൂടെയാണ്. പുരോഗമനസ്വഭാവം പുലർത്തുന്ന ഇടത്തരം കുടുംബത്തിൽ ജനിച്ചു വളർന്നതുകൊണ്ടുതന്നെ അവൾ ഇത്തിരി നിഷേധിയായി വളരുന്നു. എങ്കിലും മൗലികവാദപരമായ സാമൂ ഹിക ചുറ്റുപാടുകൾ അവളെയും ഏതൊരു സാധാരണ മുസ്ലിം പെൺകു ട്ടിയെയും പോലെ ചെറുപ്പത്തിലേ ഇഷ്ടമോ, അനിഷ്ടമോ ഇല്ലാത്ത ഒരാൾക്ക് വിവാഹം ചെയ്തുകൊടുക്കുന്നു. എന്നാൽ ഒരപകടത്തിൽപെട്ട് അയാൾ ശയ്യാവലംബിയാകുന്നതോടെ അവളുടെ ദാമ്പത്യ ജീവിതവും തകരുന്നു. ഇവിടെവെച്ചാണ് സിനിമ ആരംഭിക്കുന്നത്. തുടർന്ന് സഫിയ യുടെ ജീവിതത്തിലേക്ക് കരിനിഴലായി വന്നുപതിക്കുന്ന മൗലികവാദ ത്തിലേക്കും അതുമായി സഫിയ നടത്തുന്ന പോരാട്ടത്തിലേക്കും സംവി ധായകൻ നമ്മെ കൊണ്ടുപോകുന്നു. ദേവസി എന്ന തന്റെ ജോലിക്കാ

രനെ സഫിയ വിവാഹം കഴിക്കുന്നു. ഭർത്താവ് അതിനനുവദിക്കുന്നതി നാൽ അയാളെ മൗലികവാദികൾ വധിക്കുകയും ചരിത്രത്തിലെ എക്കാ ലത്തെയും വേദനാജനകമായ അഭയാർഥിപ്രവാഹങ്ങളെ ഓർമിപ്പിക്കും വിധം പലായനം ചെയ്യുന്ന സഫിയ അവസാനം ദേവസിയിൽ തനിക്കു ജനിക്കുന്ന മകൾ മതങ്ങൾ പകുത്തെടുത്ത ലോകത്തിനുമുന്നിൽ പക ച്ചുനിൽക്കുകയും ചെയ്യുന്നതോടെ സിനിമ അവസാനിക്കുന്നു.

ഈ കഥാതന്തു നമുക്ക് ചിരപരിചിതമായിരിക്കാം. ശീലിച്ചുപോയ സിനിമാക്കാഴ്ചകൾക്കുമുമ്പിൽ ഈ ലോ ബജറ്റ് സിനിമ നമ്മെ തൃപ്തി പ്പെടുത്തുകയുമില്ലായിരിക്കാം. പക്ഷേ, മുടിവെക്കപ്പെടുകയും കാൽപ്പനി കവൽക്കരിക്കപ്പെടുകയും ചെയ്യുന്ന സാമൂഹ്യയാഥാർഥ്യങ്ങൾ ഇങ്ങനെ ആർജവത്തോടെ പറയാൻ ഇത്തരം സിനിമകൾക്കേ കഴിയുകയുള്ളൂ.

ഈ സിനിമ ശ്രദ്ധേയമാകുന്നത് രണ്ട് കാര്യങ്ങൾകൊണ്ടാണ്. ഒന്നാ മതായി മതം വിശേഷിച്ചും ഇസ്ലാംമതം മൗലികവാദമായി പരിവർത്തനം ചെയ്യപ്പെടുന്ന നിശ്ശബ്ദമായ പ്രക്രിയ. രണ്ടാമതായി കേരളം പോലെയുള്ള പുരോഗമനാത്മകമായ സമൂഹത്തിൽ ഇടതുപക്ഷം പതുക്കെ മുസ്ലിം സമു ദായത്തിലും ശക്തമായ സാന്നിധ്യമായി മാറിക്കൊണ്ടിരിക്കുന്ന സന്ദർഭം.

സഫിയ ഒരു ചരിത്ര സന്ധിയാണ്. ഒരു രൂപകം. ഇത് ഉരുവംകൊ ണ്ടതാവട്ടെ ഷാബാനു കേസോടുകൂടി പൊട്ടിയൊലിക്കാൻ തുടങ്ങിയ മതയാഥാസ്ഥിതികതയുടെ പരിസരത്തും. ഈയൊരു വസ്തുത ഇ എം എസിലൂടെ കൃത്യമായി സിനിമയിൽ ഉറപ്പിക്കപ്പെടുന്നതുകാണാം.

കേരളത്തിലെ മുസ്ലിംസമൂഹം ഇന്ന് ഏറെക്കുറെ പുരോഗമനാത്മ കമായ പാതയിലാണ് ചലിക്കുന്നത്. സ്ത്രീകൾക്കിടയിലെ ഉയർന്ന സാക്ഷരത, ഉന്നതവിദ്യാഭ്യാസരംഗത്തെ വർധിച്ചുവരുന്ന സാന്നിധ്യം, കുടുംബാസൂത്രണപദ്ധതിയുടെ വിജയം, ബഹുഭാര്യാത്വത്തിന്റെ കുത്ത നെയുള്ള കുറവ്– യു എൻ ഡി പി റിപ്പോർട്ടുകളുടെ മാതൃകയിൽ പരി ശോധിച്ചാൽ മികച്ച നേട്ടങ്ങളാണിവ. പക്ഷേ, ഇത് മൗലികവാദത്തിന്റെ പ്രവണതകൾ യാഥാസ്ഥിതികത്വത്തിന്റെ തിരുശേഷിപ്പുകൾ അപ്രത്യ ക്ഷമാകുന്നതിന്റെ ലക്ഷണമായെടുക്കാനാവുകയില്ല. മറിച്ച് നമ്മൾ കാണു ന്നത് ഒരു ഇസ്ലാമിക് ഐഡന്റിറ്റി ശക്തമായി തിരിച്ചുവരുന്നതും തിരിച്ചു കൊണ്ടുവരുന്നതുമാണ്. വർഷങ്ങൾക്ക് മുമ്പ് തസ്നിബാനു നമ്മെ ഓർമ പ്പെടുത്തിയതുപോലെ തന്റെ സ്വാതന്ത്ര്യത്തിനും മൗലികാവകാശ ങ്ങൾക്കുംവേണ്ടി ശബ്ദിച്ച, നിലകൊണ്ട സഫിയ മർദിക്കപ്പെടുന്നതും പർദ അവളുടെമേൽ അടിച്ചേൽപ്പിക്കപ്പെടുന്നതും അവളുടെ വ്യക്തിത്വവും വീക്ഷണങ്ങളും അംഗീകരിച്ചതിന് ഭർത്താവ് മൗലികവാദികളാൽ കൊല ചെയ്യപ്പെടുന്നതും ഇതാണ് സൂചിപ്പിക്കുന്നത്. അപ്പോൾ നാം കാണുന്ന ഇസ്ലാമിന്റെ ആധുനീകരിക്കപ്പെട്ട രൂപം പഴയ ഇന്ത്യൻ കാർ കമ്പനിക ളുടെ മാർക്കറ്റ് തന്ത്രം പോലെയാണ്. ബോഡി മാത്രം മാറ്റി പഴയ കാർ തന്നെ വിൽക്കുന്ന എളുപ്പവഴി.

നമ്മുടെ നാട്ടിൽ ഇസ്ലാമിന്റെ ആധുനിക-ശാസ്ത്രീയ പാഠഭേദങ്ങൾ ചമച്ചവർ ഇത് ശരിവെക്കുന്നവരാണ്. വഹാബികളും (മുജാഹിദ്) ജമാ അത്തെ ഇസ്ലാമിയുമാണല്ലോ ഇവരിൽ പ്രമുഖം. സത്യത്തിൽ ഏറ്റവും യാഥാസ്ഥിതികവും മൗലികവാദപരവുമായ ഇസ്ലാമിക വീക്ഷണങ്ങളാ ണിവർ മുമ്പോട്ടുവച്ചതും വെക്കുന്നതും. നമ്മുടെ സവിശേഷമായ സാമൂ ഹിക-ചരിത്ര സന്ദർഭങ്ങളെ തകിടംമറിച്ച് മണ്ണിന്റെ മണമുള്ള ഇവിടത്തെ മുസ്ലിം സമുദായത്തിന്റെ നന്മയുടെ നാമ്പുകൾ കരിച്ചുകളഞ്ഞ് പാൻ ഇസ്ലാമിക് മൂവ്മെന്റിന്റെ ഭാഗമാക്കി മാറ്റിയെടുക്കുകയാണ് അവരുടെ തന്ത്രം. ഖിലാഫത്ത് പുനഃസ്ഥാപിക്കാനായുള്ള അവരുടെ താലിബാനി സ്റ്റ്-ഭീകര തന്ത്രത്തിന്റെ പല്ലുച്ചക്രങ്ങളാക്കി മാറ്റുവാൻ സ്ത്രീകളെ പള്ളി യിൽ കയറ്റി പുരോഗമനവാദം വിളമ്പുകയാണവർ. സിനിമയിൽ ഇത് കൃത്യമായി സംവിധായകൻ അടയാളപ്പെടുത്തുന്നുണ്ട്. ഇന്ത്യയുടെ മോചനം ഇസ്ലാമിലൂടെ എന്ന പോസ്റ്റർ പതിക്കുന്ന പള്ളിക്കമ്മിറ്റിക്കാര നിലൂടെയും അയാളുടെ താത്വികാചാര്യനായ അമീറിലൂടെയുമാണിത്. ഇതിനു പകരമായി 'ഇസ്ലാമിന്റെ അന്ത്യം ഇന്ത്യ'യിൽ എന്ന പോസ്റ്ററു മായി ഹിന്ദുത്വവാദികൾ രംഗത്തെത്തുമ്പോൾ സിനിമ ഇവിടെ പറയാതെ തന്നെ ഒത്തിരി നഗ്നസത്യങ്ങൾ വിളിച്ചുപറയുന്നു.

ഈ സിനിമ സത്യത്തിൽ സ്ത്രീപക്ഷ വായനക്കുകൂടി വിധേയമാ കേണ്ടതുണ്ട്. കാരണം, എങ്ങനെ പ്രതിചിന്തകൾ ഏറ്റവും സ്വാഭാവിക മായി ഏറ്റവും അടിച്ചമർത്തപ്പെട്ടവരിൽ നാമ്പെടുക്കുന്നു എന്ന് സിനിമ കാണിച്ചുതരുന്നുണ്ട്. ഇത് നാലു കെട്ടിയ അമീറിന്റെ കൂട്ട ആത്മഹത്യ ചെയ്യുന്ന ഭാര്യമാരിൽ തുടങ്ങി രണ്ട് ഭർത്താക്കന്മാരെ സ്വീകരിക്കുന്ന സഫിയയിലൂടെ പുരോഗമിക്കുന്നു. ഇവിടെ അമീർ സഫിയയെ എതിർക്കു മ്പോൾ കൃത്യമായി മതത്തെത്തന്നെ സ്ത്രീവിരുദ്ധ സമീപനത്തിന്റെ പേരിൽ പ്രതികൂട്ടിലാക്കാൻ സിനിമക്കാകുന്നുണ്ട്.

കേരളത്തിലെ മുസ്ലിങ്ങളിൽ വർധിച്ചുവരുന്ന ഇടതുപക്ഷ സ്വാധീ നവും ചർച്ചയാവേണ്ടി വരുന്നത് ഇവിടെയാണ്. സത്യത്തിൽ ഈ സമൂ ദായത്തിനകത്ത് കിട്ടിയ അവസരങ്ങളിൽ (ഷാബാനു കേസ് ഓർക്കുക) ഇടതുപക്ഷം നടത്തിയ ഇടപെടലുകളാണ് ഇന്നു കാണുന്ന പല മാറ്റ ങ്ങൾക്കും നിദാനം. ഇത്തരം ഇടപെടലുകൾക്കനുകൂലമായി സമുദായ ത്തിൽ വന്ന മാറ്റങ്ങൾ പക്ഷേ അതിജീവനത്തിനുവേണ്ടി മൗലികവാദി കൾ ഹൈജാക്ക് ചെയ്യുകയായിരുന്നു. പല കാരണങ്ങളാലും ചിലപ്പോ ഴൊക്കെ തങ്ങളുടെ ജോലിയുടെ പ്രതിഫലം രാഷ്ട്രീയ പിന്തുണയായി നേടാനും പുരോഗമനചിന്താഗതിക്കാരായ മുസ്ലിങ്ങൾക്ക് മൗലികവാദിക ളിൽനിന്നുമേൽക്കേണ്ടിവന്ന എതിർപ്പിനെ പ്രതിരോധിക്കുവാനും ഇടതു പക്ഷത്തിനു കഴിഞ്ഞിരുന്നില്ല. ഇ എം എസിന്റെ ചിത്രത്തിനു മുമ്പിൽ ആക്രമിക്കപ്പെട്ട സഫിയ നിൽക്കുന്നതും ആളൊഴിഞ്ഞ ഇടതുപക്ഷക്കാ രുടെ ക്ലബിലേക്ക് അവൾ ഒറ്റക്ക് കയറിപ്പോകുന്നതുമെല്ലാം ഭാഗ്യന്തരേണ ഇതാണ് സൂചിപ്പിക്കുന്നത്. പക്ഷേ, കത്തിയമരുന്ന പാർട്ടി ഓഫീസിന്റെ

ഫ്ളാഷ് ബാക്കിൽ നിന്നും ഇ എം എസിന്റെ മൾട്ടി കളർ ചിത്രത്തി
ലേക്ക് ക്യാമറ തിരിയുമ്പോൾ അത് ശക്തിപ്പെടുന്ന ഇടതുപക്ഷത്തെ
തന്നെയാണ് സൂചിപ്പിക്കുന്നത്. ഒപ്പം ന്യൂനപക്ഷ സമുദായങ്ങളിൽ കൂടു
തൽ ആർജവത്തോടെ ഇടപെടാൻ ഇടതുപക്ഷം ഇന്നു കാണിക്കുന്ന
ശ്രദ്ധക്കും താൽപ്പര്യത്തിനും അതിലെ വിജയത്തിനുംകൂടി ഇതു സാധു
കരണം നൽകുന്നു.

തീർച്ചയായും സിനിമക്ക് പ്രശ്നങ്ങളുണ്ട്. ഇതിന്റെ കലാപരമായ
മൂല്യം സൂക്ഷ്മമമായി അളക്കേണ്ടതുണ്ട്. ഒപ്പം രാഷ്ട്രീയമായി ഇടതുപക്ഷ
രാഷ്ട്രീയ ഇടപെടലുകളെ ഫ്രെയിമുകൾക്കുള്ളിലായി ഒതുക്കി നിറുത്തി
യതും ഒരു പോരായ്മയാണ്. പക്ഷേ, ഈ പരിമിതികൾക്കിടയിലും ധീര
മായ ഈ ശ്രമം അഭിനന്ദനീയം തന്നെ. ബ്രഹ്ത് പറഞ്ഞതുപോലെ ഉത്ത
മവും മനോഹരവുമായതിലല്ല, മറിച്ച് പോരായ്മകളിലും അഭംഗികളിലു
മാണ് മാറ്റത്തിന്റെ വിത്തുകൾ ഒളിഞ്ഞിരിക്കുന്നത്. മാറ്റം എന്നത് വിപ്ല
വമാണ്. ചരിത്രമാണ്.

4
'പളുങ്കി'ന്റെ പകിട്ടും പരിസരവും

ഗ്രാമം = നന്മ എന്നതും നഗരം = നരകം എന്നതും ശീലമായി പ്പോയ ഒരു കാഴ്ചയും ഉറച്ചുപോയ വിശ്വാസവുമാണ്. നമ്മുടെ സിനിമ കൾ മിക്ക സമയത്തും പങ്കുവയ്ക്കുന്നത് ഈയൊരു പ്രമാണം തന്നെ. അതുകൊണ്ടുതന്നെ കൃത്യമായ രാഷ്ട്രീയ ഇടപെടലുകളെക്കൂടി അതി ജീവിച്ച ഒരു പ്രത്യയശാസ്ത്രപരിസരം ഇവിടെ കാണാനാകും. പലതു കൊണ്ടും നല്ലൊരു കാഴ്ചാനുഭവമാകുന്ന ബ്ലസിയുടെ 'പളുങ്ക്' ഒരു പക്ഷേ ആവശ്യപ്പെടുന്ന നിരൂപണപരിസരം ഈയൊരു ഗ്രാമനഗരദ്വന്ദ്വ മാണ്. കാരണം ഗൗരവാവഹമായ ട്രീറ്റ്മെന്റ് കൊണ്ട് ശ്രദ്ധേയമാകുന്ന ഈ സിനിമയുടെ പ്രമേയം സത്യത്തിൽ ഈ ദ്വന്ദ്വമാണ്.

പത്മരാജന് ശേഷം വന്ന ഏറ്റവും ശ്രദ്ധേയനായ ഒരു സംവിധായ കനാണ് ബ്ലസി. അദ്ദേഹത്തിന്റെ എല്ലാ സിനിമകളും ഒരേസമയം കലാ മൂല്യവും ജനപ്രിയതയുടെ സൗന്ദര്യശാസ്ത്രവും കൃത്യതയോടെ ചേർന്നു വന്നതിന്റെ വിജയങ്ങളാണ്. പക്ഷേ, ഈ സിനിമകളിലെല്ലാം നാം കണ്ടത് എപ്പോഴും ഗ്രാമം നന്മയുടെ സ്ഥിരം വിളനിലവും നഗരം പ്രകൃതിയുടെയും സംസ്കൃതിയുടെയും നാശകാരിയുമാകുന്നതാണ്. 'കാഴ്ച'യിലായാലും 'തന്മാത്ര'യിലായാലും ഗ്രാമം മടങ്ങിപ്പോകേണ്ട തുരുത്തുകളായി അവശേഷിക്കുന്നു. 'പളുങ്കി'ലും അങ്ങനെത്തന്നെ.

'പളുങ്കി'ന്റെ കഥ നോക്കൂ..

മോനിച്ചൻ (മമ്മൂട്ടി) പ്രശ്നങ്ങളൊന്നുമില്ലാത്ത ഒരു നാട്ടിൻപുറത്തു കാരനാണ്. കൃഷിക്കാരൻ. ഭാര്യയും രണ്ട് കുട്ടികളും അമ്മയുമടങ്ങുന്ന സംതൃപ്തകുടുംബം. ഇയാളുടെ ജീവിതത്തിലെ ആധികൾ ആരംഭിക്കു ന്നത് മക്കൾ പഠിക്കുന്ന മലയാളം മീഡിയം എയ്ഡഡ് സ്കൂൾ പൂട്ടി പ്പോയതോടെയാണ്. അതോടുകൂടി കുട്ടികളെ അയാൾ നഗരത്തിലെ

ഇംഗ്ലീഷ് മീഡിയം സ്കൂളിൽ ചേർക്കുന്നു. നഗരത്തിലെത്തുന്ന മോനി ച്ചൻ അവിടെ പുതിയ സൗഹൃദങ്ങളിൽപ്പെടുന്നു. പാരലൽകോളേജ് മാഷായ നെടുമുടിയുടെയും ലോട്ടറി വിൽപ്പനക്കാരനായ ജഗതിയുടെയും കഥാപാത്രങ്ങളാണ് അതിൽ പ്രമുഖം. ഇവരുടെ സ്വാധീനഫലമായി മോനിച്ചൻ ടൗണിൽ താമസമാക്കുന്നു. പതുക്കെ പതുക്കെ അയാൾ പുതിയ ശീലങ്ങളും തന്ത്രങ്ങളും സ്വായത്തമാക്കുകയാണ്. പലിശക്കാ രനായി തുടങ്ങി കള്ളനോട്ടുകച്ചവടക്കാരനായി മാറിയ ഈ പുതിയ അന്തരീക്ഷത്തിൽ അയാൾ മദ്യപാനും അസാന്മാർഗിയും കൂടിയാവുന്നു. ഇതിനിടക്കാണ് അയാളുടെ മകൾ കൊലചെയ്യപ്പെടുന്നത്. പ്രായപൂർത്തി എത്തിയിട്ടില്ലാത്തതിനാൽ ഇവിടെ കുറ്റവാളി ശിക്ഷിക്കപ്പെടുന്നില്ല. തുടർന്ന് ഹിസ്റ്റീരിക്കായി പ്രത്യക്ഷപ്പെടുന്ന മോനിച്ചൻ തന്റെ പശുവി നോടൊപ്പം നാൽക്കവലയിൽ നിന്നും തിരിഞ്ഞു നടക്കുമ്പോൾ സിനിമ അവസാനിക്കുന്നു.

ഇവിടെ മോനിച്ചൻ എന്ന കഥാപാത്രം മനുഷ്യന്റെ വളരാനുള്ള ത്വര യാണ്. ഭൗതികമായ സാഹചര്യങ്ങൾ മെച്ചപ്പെടുത്താനുള്ള മനുഷ്യചരി ത്രത്തെ നിർണയിച്ച ത്വര. ഈ ത്വരയാണ് സിനിമയിൽ പ്രശ്നവൽക്കരി ക്കപ്പെടുന്നത്. പക്ഷേ പ്രശ്നവൽക്കരണപ്രക്രിയയിൽ മുൻവിധികൾ സംവിധായകനെ നയിക്കുന്നു. തിരക്കഥാകൃത്തുകൂടിയായ സംവിധായ കനെ വികാരങ്ങൾ ഭരിക്കുന്നു. അതുകൊണ്ട് സിനിമ പതിവുവഴിക ളിൽത്തന്നെ ചെന്നവസാനിക്കുന്നു. പക്ഷേ, തിയേറ്ററിനകത്ത് പ്രേക്ഷ കന്റെ പ്രതീക്ഷകൾക്കൊപ്പമല്ല മറിച്ച് അതിനെ തകിടം മറിച്ചുകൊ ണ്ടാണ് സിനിമ പുരോഗമിക്കുന്നതും അവസാനിക്കുന്നതും. ഇത് ബ്ലസി യുടെ വിജയമാണ്.

ഈ വിജയത്തിനുപരിയായിട്ടാണ് സമകാലിക സംഭവവികാസങ്ങൾ സിനിമയിൽ കടന്നുവരുന്നത്. അതിൽ പ്രധാനപ്പെട്ടത് പ്രാഥമിക വിദ്യാ ഭ്യാസരംഗം നേരിടുന്ന വെല്ലുവിളികളാണ്. ഈ പ്രശ്നത്തെ മോനിച്ചന്റെ ജീവിതത്തിലെ മുഴുവൻ ദുരന്തങ്ങളുടെയും മൂലകാരണമായി ഉയർത്തി ക്കാണിക്കുകവഴി വിഷയത്തിന് അർഹിക്കുന്ന പ്രാധാന്യം കൊടുക്കു വാൻ സംവിധായകനായി. ഇത് പ്രാഥമിക വിദ്യാഭ്യാസമുൾപ്പെടെയുള്ള വിദ്യാഭ്യാസരംഗത്തെ മൊത്തം പ്രശ്നങ്ങളുടെ മൂലകാരണങ്ങളിലേക്ക് വെളിച്ചം വീശുംവിധമാണ്. ഉദാഹരണമായി എന്താണ് നമ്മുടെ പ്രാഥ മിക വിദ്യാഭ്യാസത്തെ തകർക്കുന്നത്. അത് സഭയും പെട്രോ ഡോളറും എല്ലാം ഉൾക്കൊണ്ട ഈ രംഗത്തെ കച്ചവടക്കാരാണ്. മോനിച്ചന്റെ മകൾ പഠിച്ചിരുന്ന സ്കൂൾ പൂട്ടിയതും തനിക്കു താങ്ങാനാവാത്ത ചെലവുക ളുള്ള ഇംഗ്ലീഷ് മീഡിയം സ്കൂളിലേക്ക് മോനിച്ചനെ ഉപദേശിച്ചു വിടു ന്നതും സഭയുടെ സ്കൂളിന്റെ മേധാവിയാണ്. ഇവിടെ ഒരേസമയം ഭൗതി കമായ ആസക്തികൾക്കെതിരെ സുവിശേഷം നടത്തുകയും അതേസ മയം ഇത്തരം ആസക്തികളിൽ അഭിരമിക്കുകയും ചെയ്യുന്ന ഫെഡറിക് ജയിംസൺ പറയുന്നതുപോലെ അഭിരുചികളുടെ ഒടുങ്ങാത്ത വ്യൂഹ

ത്തിലേക്ക് ജനങ്ങളെ തള്ളിവിടുകയും ചെയ്യുന്ന വിശ്വാസക്കച്ചവടം നമു
ക്കിവിടെ കാണാനാകും.

ഇതിന്റെയൊപ്പമാണ് കർഷകരുടെ ആത്മഹത്യ സിനിമയിൽ കട
ന്നുവരുന്നത്. മക്കളുടെ വിദ്യാഭ്യാസവും വിവാഹവുമൊക്കെയാണല്ലോ
പലപ്പോഴും കർഷകരുടെ വായ്പാകെണികളുടെ ആധാരം. ഈ കെണി
കളിലേക്ക് അവരെ തള്ളിവിടുന്നത് ആരാണ്? ആരാണ് വിദ്യാഭ്യാസത്തെ
വിലയേറിയതാക്കുന്നത്? ആരാണ് സ്ത്രീധന-സ്വർണ വ്യവസായങ്ങളെ
പോറ്റിവളർത്തുന്നത്. പരോക്ഷമായി ഇത്തരം ഒരു വിശ്വാസ-വ്യവസായ
ചങ്ങലയുടെ കണ്ണികളെക്കൂടി സംവിധായകൻ നമ്മുടെ കാഴ്ചവട്ടത്തി
ലേക്ക് കൊണ്ടുവരുന്നുണ്ട്.

ഈ സിനിമയിലെ മറ്റൊരു ശ്രദ്ധേയമായകാര്യം കമ്പ്യൂട്ടറും ഇംഗ്ലീ
ഷുമുൾക്കൊള്ളുന്ന ഒരു ഹൈസ്പീഡ് സമൂഹത്തിന്റെ ഭാഗമാകുവാൻ
സാധാരണക്കാരൻ നടത്തുന്ന ശ്രമമാണ്. നഗരത്തിലെത്തുന്ന മോനി
ച്ചൻ വയോജനവിദ്യാഭ്യാസ ക്ലാസിൽ ചേരുന്നതോടെയാണിത് ശ്രദ്ധേ
യമാകുന്നത്. മലയാളം പഠിച്ചുകഴിഞ്ഞതോടെ, മോനിച്ചനിവിടെ ഇംഗ്ലീഷ്
പഠിക്കാൻ നിർബന്ധം പിടിക്കുന്നു. തുടർന്ന് നഗരത്തിൽ ജോലിയന്വേ
ഷിക്കുകയും കൃഷി ഇനി ശരിയാകുകയില്ല എന്നൊരാത്മഗതം തട്ടിവിടു
കയും ചെയ്യുന്നു. തുടർന്ന് കമ്പ്യൂട്ടർ പഠിക്കാനാണ് മൂപ്പരുടെ ആഗ്ര
ഹം. വിദ്യാഭ്യാസം ഇവിടെ പുതിയൊരു ലോകവീക്ഷണം പ്രദാനം ചെയ്യാ
നല്ലാതെ പ്രാഥമികമായും അതിജീവനത്തിനുള്ള ഉപാധിയായി മാറുന്നു.
അതോടുകൂടി ശാസ്ത്രം എന്നത് സാങ്കേതികവിദ്യയും തുടർന്ന്
ഹൈടെക് ക്രൈമുകളുടെയും ആണവായുധത്തിന്റെയും സംഹാരാത്മ
കതയുമായി മാറുന്നു. ഈയൊരു യാഥാർഥ്യം ഒച്ചപ്പാടുകളില്ലാതെ വര
ച്ചിടാൻ സംവിധായകന് കഴിഞ്ഞിട്ടുണ്ട്.

ഇങ്ങനെ ഒത്തിരി യാഥാർഥ്യങ്ങൾ സംവിധായകൻ സത്യസന്ധമായി
സിനിമയിൽ അവതരിപ്പിക്കുന്നുണ്ട്. പക്ഷേ ഇതിനെ വിളക്കിച്ചേർക്കുന്ന
തിൽ യാഥാർഥ്യബോധമില്ലാതെ പോകുന്നിടത്താണ് പ്രശ്നം.

ഗ്രാമം എപ്പോഴും നന്മയെ പ്രതിനിധീകരിക്കണമെന്നില്ല. അതു
പോലെ നഗരം തിന്മയെയും. പ്രശ്നം നന്മതിന്മ എന്ന ബിബ്ലിക്കൽ
സങ്കൽപ്പത്തിന്റെ നിരർഥകതതന്നെയാണ്. പഴയതാണ് പലപ്പോഴും നന്മ
യായി ചരിത്രവൽക്കരിക്കപ്പെടുകയും ശാശ്വതീകരിക്കപ്പെടുകയും ചെയ്യു
ക. നിലവിലുള്ള അധികാരഘടനയുടെയും മേധാവിത്വത്തിന്റെയും വർഗാ
ധിപത്യത്തിന്റെയും അഭിജാതമണ്ഡലത്തെ അന്യൂനമായി സൂക്ഷിക്കു
കയും അധികാരത്തിന്റെയും വിശ്വാസത്തിന്റെയും വികേന്ദ്രീകരണവും
പുനർവായനയും നിഷേധിക്കുകയുമാണ് ഈ ദ്വന്ദ്വത്തിന്റെ പ്രത്യയശാ
സ്ത്രധർമം.

'ഇഷ്മല്ലടാ, കൊച്ചുകള്ളാ' തുടങ്ങിയ പാട്ടുകൾക്കെതിരെ മുഖ്യ
ധാരാ സിനിമക്കകത്തുനിന്നുകൂടി വന്ന വിമർശനങ്ങൾ ഓർക്കുക. ഇത്
പഴമയുടെയും പുതുമയുടെയും ഗ്രാമത്തിന്റെയും നഗരത്തിന്റെതുമായ

പ്രതീകങ്ങളിലൂടെ തലനീട്ടുന്ന ചരിത്രപരമായ പ്രത്യയശാസ്ത്രപ്രവർത്ത
നത്തിന്റെ ശക്തിയും സ്വാധീനവും തന്നെയാണ് കാണിക്കുന്നത്. അതു
കൊണ്ടുതന്നെ ഇതിനെ പൊളിക്കുക എന്നുള്ളത് അത്ര എളുപ്പമല്ല. അഭി
രുചിവ്യവസായത്തെ സംബന്ധിച്ചിടത്തോളം ഇത്തരം ഒരു വിശ്വാസാടി
ത്തറ ഭേദഗതികളോടെ കാലാകാലം നിലനിറുത്തുക എന്നത് ലാഭത്തി
ലേക്കുള്ള എളുപ്പവഴികൂടിയാണ്. 'പളുങ്ക്' ഇതാണ് നമ്മോട് പറയുന്ന
ത്. നഗരത്തിലെത്തുന്ന മോനിച്ചൻ നല്ലവനായ നെടുമുടിയുടെ കഥാപാ
ത്രത്തെക്കാൾ തട്ടിപ്പുകാരനായ ജഗതിയുടെ കഥാപാത്രവുമായി അടു
ക്കുന്നതിതാണ് കാണിക്കുന്നത്. അപ്പോൾ മനുഷ്യന്റെ ത്വരതന്നെയാണ്
പ്രശ്നമാകുന്നത്. ഈ ത്വര ഒരു മുതലാളിത്തസമൂഹത്തിലും മതാധി
ഷ്ഠിത അധികാരക്രമത്തിലും ഒളിഞ്ഞുംതെളിഞ്ഞും തന്നിലേക്കുള്ള
നോട്ടമാണ്. അതായത് തനിക്കുള്ള നേട്ടവും ലാഭവും അതുമല്ലെങ്കിൽ
തന്റെ മോക്ഷം. അപ്പോൾ വ്യക്തിവാദത്തിനപ്പുറമുള്ള മാനവികതയിലും
സാമൂഹികബോധത്തിലും അടിയുറച്ച ഒരു ജീവിതവീക്ഷണം വളർന്നു
വരേണ്ടതുണ്ട്. അത് സിനിമയിലും സമൂഹത്തിലും ഉണ്ടാവേണ്ടതുണ്ട്.
അതിനാദ്യം വേണ്ടത് ഇത്തരം കപടദ്വന്ദങ്ങളുടെ നിരാകരണവും വേറി
ട്ടുള്ള കാഴ്ചയുമാണ്. സിനിമ നന്നാകുമ്പോഴും ഭേദപ്പെട്ടതാകുമ്പോഴും
അതിനപ്പുറത്തേക്കുകൂടി സംവിധായകൻ പോകേണ്ടതുണ്ടെന്ന സന്ദേ
ശമാണിത് ബ്ലസിക്ക് നൽകുന്നത്.

'പളുങ്കി'ൽ ബ്ലസി ചിത്രങ്ങളിലെ പതിവുപോലെ ദുർബലമായ
സ്ത്രീപ്രതിനിധീകരണം ഏറെ പ്രകടമാണ്. നായകന്റെ ജീവിതത്തിൽ
വരുന്ന മാറ്റങ്ങളോടൊന്നും തന്നെ നമ്മുടെ നാട്ടിൻപുറത്തുകാരി സ്ത്രീക
ളുടെ ആർജവത്തോടെയുള്ള പ്രതിഷേധമോ പ്രതികരണമോ സുസമ്മ
എന്ന ഗ്രാമീണ വനിതയിൽനിന്നുമുണ്ടാവുന്നില്ല.

സിനിമയിലെ യാഥാർഥ്യം അതിയാഥാർഥ്യമാണ്. അതുകൊണ്ടു
തന്നെ ഒരു സിനിമക്കും യാഥാർഥ്യത്തിന്റെ നേർക്കാഴ്ചയാവാനാവില്ല.
പക്ഷേ, കല സാമൂഹികവും സാംസ്കാരികവും രാഷ്ട്രീയവുമായ ഒരു
നിർമിതിയായതുകൊണ്ട് പ്രതിനിധാനത്തിന്റെ അർഥവും അർഥാന്തര
ങ്ങളും എപ്പോഴും സൂക്ഷ്മമായ ഒരു വ്യവഹാരത്തിന് മനഃശാസ്ത്രപര
മായി വിധേയമാകുന്നുണ്ട്. ഈ വ്യവഹാരത്തിൽ അതുകൊണ്ടുതന്നെ
ഇവിടെ ചർച്ച ചെയ്ത പ്രശ്നങ്ങൾ നിർണായകമാണുതാനും. ബ്ലസി
ഗൗരവാവഹമായി ചർച്ച ചെയ്യപ്പെടേണ്ട സംവിധായകനായതിനാലാണ്
കാഴ്ചാനുഭവത്തിനപ്പുറം ചില അന്വേഷണങ്ങൾ കൂടി നടത്തുന്നതും
നടത്തേണ്ടതും.

ഓർമ

1

ഒടുവിൽ.....
സാമൂഹിക ചരിത്രഭൂമികയിൽ

ഓർമിക്കപ്പെടാത്തവരെക്കുറിച്ച് ഒരു ഇംഗ്ലീഷ് കവിതയുണ്ട്; തോമസ് ഗ്രേയുടെതായി. എന്തുകൊണ്ട് പലരും വിസ്മരിക്കപ്പെടുകയും, ചിലർ ഓർമിക്കപ്പെടുകയും ചെയ്യുന്നു എന്ന സാമൂഹിക ചരിത്രപരമായ കൊളുത്തിൽ കോർത്ത് ഇവിടെ കവിത വായനക്കാരന്റെ അസ്വസ്ഥത യാവുന്നു. ഒടുവിൽ ഉണ്ണികൃഷ്ണന്റെ മരണവാർത്ത എന്തുകൊണ്ടോ മനസിൽ കോറിയിട്ടത് ഈയൊരു ചോദ്യംകൂടിയാണ്. ചിതയിലെ അണ യാൻ മടിക്കുന്ന കൊള്ളിപോലെ...

ആരായിരുന്നു ഒടുവിൽ?

പ്രതിഭാനിർഭരമായ മലയാളസിനിമാരംഗത്ത് എവിടെ നാമദ്ദേഹത്തെ പ്രതിഷ്ഠിക്കും?

ഈ പ്രശ്നങ്ങൾക്കുള്ള ഉത്തരം വിലയിക്കുന്നത് അഭിനയത്തിന്റെ കേരളസന്ദർഭത്തിൽ ഒരുപക്ഷേ ഒടുവിലിന്ന് മാത്രം അവകാശപ്പെടാവുന്ന ഒരു പ്രതിഭാപരിസരത്താണ്. ഈ പരിസരമാണ് അദ്ദേഹത്തെ സ്മൃതി പഥത്തിലെ ഒറ്റയാനാക്കുന്നത്. ഇതിന് കാരണം അദ്ദേഹം ചെയ്ത കഥാ പാത്രങ്ങളുടെ സവിശേഷതയാണ്. ഇതിനെ സാധാരണത്വത്തിന്റെ അസാ ധാരണത്വം എന്നോ, അനന്യതയെന്നോ നമുക്ക് വിളിക്കാം.

ജനപ്രിയ മലയാളസിനിമയിലെ ഏറ്റവും കൂടുതൽ ടൈപ്പ് ചെയ്യ പ്പെട്ട നടന്മാരിൽ ഒരാൾ തീർച്ചയായും ഒടുവിലാണ്. മിക്ക കഥാപാത്ര ങ്ങളും ഒന്നുകിൽ ദാരിദ്ര്യം കടിച്ചിറക്കുന്ന ഒരു സാധാരണക്കാരന്റെതോ (തൂവൽക്കൊട്ടാരം ടൈപ്പ്) അല്ലെങ്കിൽ സാധാരണ ജീവിതപരിസരങ്ങ ളിൽ നിന്ന് കുതന്ത്രങ്ങൾ വഴി ഉയരങ്ങളിലെത്തിയ ഒരാളുടെതോ ആണ് ('ഭാഗ്യവാൻ', 'ബന്ധുക്കൾ ശത്രുക്കൾ' തുടങ്ങിയ സിനിമകൾ). ഇവിടെ നമുക്ക് പൊതുവായി കാണാനാവുന്ന ഒരു കാര്യം ഈ കഥാപാത്രങ്ങ

ളൂടെ സാധാരണത്വമാണ്. സിനിമ എന്ന കലാരൂപത്തിൽ ഇത്തരം കഥാ പാത്രങ്ങൾ തികച്ചും സ്വാഭാവികമായി നമ്മളുമായി സംവദിക്കുന്നത് രണ്ട് കാരണങ്ങൾ കൊണ്ടാണ്. ഒന്ന് കഥാപാത്രങ്ങളുടെ പ്രതിനിധാന സ്വ ഭാവം. അതായത് ഈ കഥാപാത്രങ്ങളും അവരുടെ പ്രശ്നങ്ങളും പ്രേക്ഷ കന്റെ പ്രശ്നങ്ങളുടെ ഒരു തുടർച്ച മാത്രമാണ്. അതുകൊണ്ടുതന്നെ ഇവിടെ ഒരുതരം അപരിചിതത്വം പ്രേക്ഷകനില്ല. ഒടുവിലിന്റെ കഥാപാ ത്രങ്ങളുടെ വലിയൊരു ഗുണം അടിമുടി മധ്യവർഗവൽക്കരിക്കപ്പെട്ട കേര ളസമൂഹത്തിന്റെ മുക്കിലും മുലയിലുംനിന്ന് അവ നമ്മുടെ ബോധപരി സരത്തേക്ക് കടന്നുവരുന്നു എന്നതാവുന്നു. 'പാഥേയ'ത്തിലെ നമ്പൂതിരി, 'ആറാംതമ്പുരാനി'ലെ സംഗീതജ്ഞൻ, 'സർഗ'ത്തിലെ നമ്പുതിരി കഥാ പാത്രം തുടങ്ങിയ സവർണ-ഫ്യൂഡൽ കഥാപാത്രങ്ങളും 'നരേന്ദ്രൻ മകൻ ജയകാന്തൻ വക'യിലെ നക്സലൈറ്റും 'വരവേൽപ്പി'ലെ ഹോട്ടൽ മുതലാളിയും 'കൊച്ചുകൊച്ചു സന്തോഷങ്ങളി'ലെ സ്റ്റുഡിയോ മുതലാ ളിയും 'മീശമാധവനി'ലെ പൊലീസുകാരനും 'രണ്ടാംഭാവ'ത്തിലെ പി എയും 'പറക്കുംതളിക'യിലെ ബാങ്ക് മാനേജരും 'ഒരു ചെറുപുഞ്ചിരി' യിലെ റിട്ടയേർഡ് ഉദ്യോഗസ്ഥനും 'നിഴൽക്കുത്തി'ലെ ആരാച്ചാരും എല്ലാം ഇങ്ങനെ മധ്യവർഗത്തിന്റെതായ കേരളപരിസരത്തിന്റെ ഏകതാ നതക്ക് മറക്കാൻ കഴിയാത്ത പരസ്പരം ഇഴചേർന്നു കിടക്കുന്ന ബഹു സ്വരതയുടെ അടയാളങ്ങളാവുന്നു. മീശമാധവനെ മർദിക്കുവാൻ വിധി ക്കപ്പെട്ട എന്നാൽ അതിന് കഴിയാത്ത സവർണപൊലീസുകാരനിൽ നിന്നും കൊലയാളിയെ തൂക്കാൻ നിയുക്തനും എന്നാൽ ആ കൃത്യ നിർവഹണത്തിന് അശക്തനുമായ അവർണനായ ആരാച്ചാരിലേക്കുള്ള ദൂരം സാമ്പത്തികം മാത്രമായ വേലിക്കെട്ടുകൾക്കിടയിലൂടെയുള്ള മാനുഷികതയുടെയും വൈകാരികതയുടെതുമായ ഒന്നാണ്. അടിമുടി രാഷ്ട്രീയവൽക്കരിക്കപ്പെട്ട ഇപ്പോൾ അരാഷ്ട്രീയവൽക്കരിക്കപ്പെടുന്നു എന്ന് അത്രമാത്രം കാര്യകാരണബന്ധമില്ലാതെ വേപഥുകൊള്ളുന്ന മല യാളത്തിന്റെ ആധുനികതയുടെ ഒരു സവിശേഷത ഈയൊരു പാരസ്പ ര്യത്തിന്റെതാണ്. ഒടുവിലിന്റെ കഥാപാത്രങ്ങൾ സൃഷ്ടിക്കപ്പെട്ടതും വിനി മയം ചെയ്യപ്പെട്ടതും ഈയൊരു സാമൂഹിക, രാഷ്ട്രീയ പരിസരത്തിലാണ്.

കഥാപാത്രസൃഷ്ടിയിലെ ഈ സാമൂഹിക ഇടപെടൽ കഴിഞ്ഞാൽ ഒടുവിലിന്റെ കഥാപാത്രങ്ങളുടെ അനന്യതയെ സാധ്യമാക്കിയത് അദ്ദേ ഹത്തിന്റെ അന്യൂനമായ അഭിനയ പാടവമാണ്. ഇതിനെ മനോധർമമെന്ന് വിളിക്കാമെന്ന് തോന്നുന്നു. കഥാപാത്രമായി ജീവിക്കുക എന്നൊക്കെ പറയുന്ന ഒരനുഭവമാണ് ഒടുവിലിന്റെ അഭിനയശൈലി. അവിടെ കഥാ പാത്രവും (സമൂഹം) നടനും (കല) യുമായുള്ള അതിർവരമ്പുകൾ ലോപി ച്ചില്ലാതാവുകയും അത്തരം ഒരു സന്ധിയിൽ കഥാർസിസിനും മറ്റും പാക മായ ഒരു കലാസന്ദർഭം രൂപം കൊള്ളുകയും ചെയ്യുന്നു. ഇത് എല്ലാ നടന്മാർക്കും സാധ്യമായ ഒന്നല്ല.

സ്റ്റാനിസ്ലോവിസ്കിയും മറ്റും പറയുന്നതുപോലെ അഭിനയം എന്നത് പ്രതികരണവും പെരുമാറ്റവുമാവുമ്പോഴാണ് ഇങ്ങനെ നടനും കഥാപാ ത്രവും തമ്മിലുള്ള താദാത്മ്യം ഉരുത്തിരിഞ്ഞുവരുന്നത്. അതുകൊണ്ടു തന്നെ ഏറ്റവും ഉൾക്കാഴ്ചയും, പ്രതിഭാവൈഭവവുമുള്ള ഒരു കലാകാര നുമാത്രം സാധ്യമായ ഒന്നാണ് കഥാപാത്രങ്ങളെ വലുതാക്കുകയോ ചെറുതാക്കുകയോ ചെയ്യാതെ സ്വന്തം അഭിനയശരീരത്തിന്റെ ഭാഗമാക്കി ദഹിപ്പിച്ചെടുക്കുക എന്നുള്ളത്. പ്രതിഭാധാരാളിത്വമുള്ള നമ്മുടെ അനു ഗൃഹീതമായ സിനിമാലോകത്ത് പക്ഷേ ഇത്തരം ഒരു കഴിവുള്ളവർ നന്നെ വിരളമാണെന്ന് കാണാം. മോഹൻലാൽ തുടങ്ങി ഇക്കൂട്ടത്തിൽ താരപരിവേഷത്തിന്റെ ഗുണദോഷങ്ങളിൽനിന്നും മുക്തനായിരുന്നതി നാൽ ഒടുവിലിനെ ഞാനിവിടെ പ്രഥമഗണനീയനായി കരുതുന്നു.

കഥാർസിസ് എപ്പോഴും ഒരു മുഴുനീള ദുരന്തകഥനത്തിന്റെ സൃഷ്ടി യാവണമെന്നില്ല. മറിച്ച് ഒരു കഥാപാത്രത്തിനോ കഥാസന്ദർഭത്തിനോ ആ പ്രഭാവം സൃഷ്ടിക്കാനാകും. അതു പക്ഷേ രണ്ടു ഘടകങ്ങളെ ആശ്ര യിച്ചിരിക്കുന്നു. ഒന്നാമതായി കഥാപാത്രത്തിനോ കഥാസന്ദർഭത്തിനോ പ്രേക്ഷകനുമായുള്ള പരിചിതത്വവും പ്രധാനകഥയിൽ അവയ്ക്കുള്ള സ്ഥാനവും. 'രണ്ടാമതായി കഥാപാത്രത്തിന് ജീവൻ നൽകുന്ന നടന്റെ വൈഭവം. അതായത് കഥാപാത്രത്തിന്റെ ആത്മനിഷ്ഠവും വസ്തുനി ഷ്ഠവുമായ അവസ്ഥകൾ അയാൾ എങ്ങനെ ഒരു പ്രത്യേക സ്ഥലകാല ബന്ധത്തിന്റെ ചട്ടക്കൂടിനുള്ളിലേക്കാവാഹിച്ചെടുക്കുന്നു എന്നത്. ഇത് പൂർണതയിലെത്തിക്കാൻ കൈത്തഴക്കത്തിനും മെയ്ത്തഴക്കിനുമതീത മായ എന്തോ ഒന്നുകൂടി നടനാവശ്യമാണ്. അത്തരം ഒരു നടന്റെ സാന്നി ധ്യംപോലും പ്രേക്ഷകർ കാഴ്ചക്കാലത്ത് ശ്രദ്ധിക്കണമെന്നില്ല. പക്ഷേ അതില്ലാത്തപ്പോൾ അവർ ആ നിമിഷം ആ അഭാവം തിരിച്ചറിയും. അതാ യത് വിഭവങ്ങളിലെ ഉപ്പിന്റെ അനിവാര്യമായ, സാധാരണവുമായ എന്നാൽ അദൃശ്യമായ ഇടപെടൽ പോലെ. അഭിനയത്തിൽ പലപ്പോഴും സംഭവിക്കുന്ന ഒരു ദുരന്തം സ്രഷ്ടാവിനും (എഴുത്തുകാരൻ) അഭിനേതാ വിനുമിടയിൽ കഥാപാത്രത്തിന്റെ ഒരു കാമ്പ് നഷ്ടപ്പെട്ടുപോകുന്നു എന്ന താണ്. ഇതെപ്പോഴും കഥാപാത്രങ്ങളെ മനസിലാക്കുന്നതിനുള്ള നടന്റെ വീഴ്ചയിൽ നിന്നും സിനിമയിലാണെങ്കിൽ ചില ഈഗോകളിൽനിന്നും ഉണ്ടാവുന്നതാണ്. ഒടുവിലിന്റെ കഥാപാത്രങ്ങൾ ഇതിനൊരപവാദമായി രുന്നതിനാലാണ് ഒരു കഥാർസിസിന്റെ തലത്തിലേക്ക് അദ്ദേഹത്തിന് തന്റെ അഭിനയസന്ദർഭങ്ങളെ ഉയർത്താനായത്. ഇതിനേറ്റവും നല്ല ഒരു ഉദാഹരണമായി എനിക്ക് തോന്നിയിട്ടുള്ളത് 'പാഥേയ'ത്തിൽ അദ്ദേഹം മമ്മൂട്ടിയോട് യാത്ര പറയുന്ന രംഗമാണ്. ഈ സന്ദർഭത്തിൽ നമുക്ക് അദ്ദേഹത്തിന്റെ കഥാപാത്രത്തോടുള്ള സകല മുൻവിധികളും തകരു കയും നമ്മൾ ആദ്യമായി ആ ഒരു കഥാപാത്രത്തിലേക്ക് മാത്രമായി ഫോക്കസ് ചെയ്യുകയും ചെയ്യുന്നു. ഈ സന്ദർഭത്തിൽ ഒടുവിലിന്റെ കഥാ പാത്രമാകുന്നു ഹീറോ. സിനിമയുടെ കഥയെ പാർശ്വവൽക്കരിച്ചുകൊണ്ട്

ആ സമയം വരെ ഓരംചേർന്നുപോയ ഒരു കഥാപാത്രം തന്റേതായ കഥ ആ നിമിഷത്തേക്ക് മുഖ്യ കഥയാക്കുകയും ചെയ്യുന്നു. അടുത്ത നിമിഷം വീണ്ടും ആ കഥാപാത്രവും, അയാളുടെ കഥയും ഓരം ചേർക്കപ്പെടുകയും മുഖ്യകഥ ആധിപത്യം നേടുകയും ചെയ്യും. പക്ഷേ, പ്രേക്ഷകന്റെ (സമൂഹത്തിന്റെ) സ്മൃതികളിൽ ഇടം നേടിക്കൊണ്ട് അവിടെ അനന്ത സാധ്യതകളുടെ അപൂർണമായ മറ്റൊരു സിനിമയായി സ്വയം സ്ഥാപിച്ചുകൊണ്ടാണ് ഈ രണ്ടാമത്തെ ഓരംചേരൽ. അതേസമയം മുഖ്യധാരാ സിനിമാ പരിസരത്ത് മുഖ്യകഥ അതിന്റെ ആവർത്തന സ്വഭാവം നിമിത്തവും നായകസൃഷ്ടിയുടെ അതിഭാരം നിമിത്തവും സിനിമക്കൊപ്പം സാമൂഹികമായ വിസ്മൃതിയിലേക്ക് ഒലിച്ചുപോകുന്നു. അപ്പോൾ ഓരോ സിനിമയും ഒരുപാട് സിനിമകൾ അടങ്ങുന്നതാണെന്നും പലപ്പോഴും സംവിധായകന്റെ സിനിമയെ ഓരംചേർത്തുകൊണ്ട് പ്രേക്ഷകന്റെതും അപ്രധാന കഥാപാത്രങ്ങളുടെതുമായ സിനിമകൾ തിയേറ്ററിലെ രണ്ടര മണിക്കൂറിനപ്പുറത്തേക്ക് വളരുകയും ചെയ്യുന്നു എന്നതും മുഖ്യധാരാ സിനിമയുടെ വിധിയും, സാധ്യതയുമാണ്. മലയാള സിനിമയിൽ ഇത്തരം ഒരു പ്രതിസിനിമയുടെ പ്രധാനപ്പെട്ട വക്താവാകുകയായിരുന്നു സ്വയമറിയാതെ ഒടുവിൽ.

2

ഗന്ധർവന്റെ കൈമുദ്രകൾ

വിശേഷണങ്ങളുടെയും നിർവചനങ്ങളുടെയും പരിധിക്കുള്ളിൽ ഒതുങ്ങി നിൽക്കാത്ത ചിലതുണ്ട്. പ്രണയത്തെ പോലെ. ജീവിതത്തെ പോലെ എല്ലാത്തിനും അതീതമായത്. പത്മരാജൻ എന്ന മലയാളത്തിന്റെ ഗന്ധർവൻ അത്തരം ഒരു പ്രതിഭാസമാണ്. നമുക്ക് അദ്ദേഹത്തെ ആധു നികതയുടെ നെരിപ്പോടിൽ ജ്വലിച്ചു നിന്ന സാഹിത്യത്തിന്റെ കനലായി വിലയിരുത്താം; മലയാള സിനിമയ്ക്ക് മൗലികമായൊരസ്തിത്വം പ്രദാനം ചെയ്ത പെരുന്തച്ചനായി പ്രതിഷ്ഠിക്കാം. പരിചയക്കാർക്ക് ഒരു നല്ല സുഹൃത്തായി കരുതാം.. ഇതെല്ലാമായിരിക്കെ തന്നെ നമ്മുടെ ഉറച്ചു പോയ കാഴ്ചക്കപ്പുറത്തേക്ക് അഗ്നിയുടെ പ്രണയമായും, മഞ്ഞിന്റെ സൗഹൃദമായും, വസന്തത്തിന്റെ തലോടലായും അദ്ദേഹം നമ്മെ കൂട്ടി ക്കൊണ്ടു പോയി.

പത്മരാജൻ എന്ന കോളേജ് വിദ്യാർഥിയെ അറിയുന്നവർക്ക് *കലാ കൗമുദിയുടെ* വെളുത്തതാളുകളിൽ ജ്വലിച്ചു നിന്ന അക്ഷരങ്ങൾ തങ്ങ ളുടെ സൗമ്യനും, ശാന്തനുമായ സഹപാഠിയുടെതാണെന്ന് വിശ്വസിക്കാൻ പ്രയാസമായിരുന്നു. കോളേജ് മാഗസിനിൽ പോലും രണ്ടുവരി കുറിച്ചി ടാത്തവൻ, കഞ്ചാവിന്റെ മണമുള്ള ഉഷ്ണകാലത്ത് എരിഞ്ഞുതീർന്ന ബുദ്ധിജീവികളുടെ കാടുപിടിച്ച ചിന്തകൾക്കിണങ്ങാത്തവൻ. ഇത്തരം ഒരാളിൽ നിന്നുമെങ്ങനെ കൃതഹസ്തനായ ഒരെഴുത്തുകാരനെ പ്രതീ ക്ഷിക്കും?

ഓണാട്ടുകരയുടെ നാട്ടിൻപുറങ്ങളിൽ നിഴലും, നിലാവും മണലും തിരമാലയും ഇഴചേർന്ന ഒരന്തരീക്ഷമാണ്. കായംകുളം കൊച്ചുണ്ണിയുടെ വീരേതിഹാസങ്ങൾ പാടുന്ന രാത്രിയുടെ പതിനേഴാമത്തെ കാറ്റിനുപോ ലുമുണ്ട് ഗന്ധർവസംഗീതത്തിന്റെ മാധുര്യം. പത്മരാജന്റെ മനസിലേക്ക്

ആ സംഗീതം കൊണ്ടുവന്ന വസന്തമാണ് പിൽക്കാലത്ത് മലയാള
ത്തിന്റെ പുണ്യമായിത്തീർന്നത്.

മലയാളസാഹിത്യം റിയലിസത്തിന്റെ മടുപ്പുളവാക്കുന്ന ആവർത്ത
നങ്ങളിൽ കിടന്ന് ചക്രശ്വാസം വലിക്കുമ്പോഴാണ് ആധുനികതയുടെ
ഭാവുകത്വം അപ്രിയസത്യങ്ങളുടെ വർഷപാതമായി പെയ്തിറങ്ങിയത്.
അതിന് ചോരയുടെ മണവും അഗ്നിയുടെ വർണവുമായിരുന്നു. മുഖമാ
കട്ടെ ചരിത്രത്തിലെ ഇരുട്ടിന്റെ ജീർണിച്ച പ്രതിഫലനവും. മനുഷ്യൻ
കേവലം പ്രയോജനരഹിതമായ ഒരു വികാരം മാത്രമാണെന്ന് തിരിച്ച
റിഞ്ഞ ഒരു കാലഘട്ടത്തിന്റെ സ്പന്ദനങ്ങൾക്ക് രൗദ്രതയേറിയത് സ്വാഭാ
വികം മാത്രം.

മലയാള സാഹിത്യത്തിൽ പത്മരാജൻ തന്റെ കസേര വലിച്ചിട്ടത്
ഈയൊരു ദശാസന്ധിയിലാണ്. ലോകമഹായുദ്ധങ്ങൾ സൃഷ്ടിച്ച സർവ
നാശത്തിന്റെ വെണ്ണീറിൽ നിന്നും വീശിയടിച്ച തീക്കാറ്റിന് മലനാടിന്റെ
ചുരും ചൂടും കുളിർമയും പകർന്നു നൽകുകയായിരുന്നു അദ്ദേഹം.
സുഹൃത്തുക്കളും സമകാലികരുമായ മറ്റെഴുത്തുകാർ പടിഞ്ഞാറുനിന്നും
ഇറക്കുമതി ചെയ്ത കഥാപാത്രങ്ങളെയും ജീവിതാനുഭവങ്ങളെയും
പിതാവിന്റെ മരണശയ്യയിലേക്ക് ജാഡ നീട്ടി, പിമ്പുവേഷം കെട്ടിച്ചെഴു
ന്നള്ളിച്ചപ്പോൾ പത്മരാജൻ കഥാപാത്രങ്ങൾ നമ്മുടെ പാടങ്ങളിൽ നിന്നും
ചെളിപുരണ്ട് കയറി വന്നവരായിരുന്നു. ആധുനിക കവിതയിൽ ആറ്റൂർ
രവിവർമ്മ കാണിച്ച ഈയൊരൗചിത്യബോധം ഗദ്യത്തിൽ പത്മരാജനു
മാത്രമേ ദീക്ഷിക്കാൻ കഴിഞ്ഞുള്ളൂ.

പത്മരാജന്റെ ആദ്യകാല രചനകളിലൊന്നായ *ചൂണ്ടൽ* നോക്കുക.
ഒരവിവാഹിതയുടെ പിതാവായ വൃദ്ധനായ ആ കഥയിലെ നായകകഥാ
പാത്രത്തിലൂടെ അസ്തിത്വവ്യഥയെന്ന സമസ്യയെ കീറിമുറിക്കുകയാ
ണദ്ദേഹം. ഇവിടെ മകളുടെ ശകാരം ഭയന്ന് ചൂണ്ടലിടാൻ പോകുന്ന
വൃദ്ധന്റെ ദൈന്യതയും, മരണവും ജീവിതവും തമ്മിലുള്ള വൈരുധ്യാ
ത്മകബന്ധവും തവളയെ പിടിക്കുന്ന നീർക്കോലിയെന്ന ലക്ഷ്യഭേദിയായ
ഇമേജിലൂടെ എത്ര ശക്തമായാണവതരിപ്പിക്കപ്പെടുന്നത്. വലിയ ശരീ
രവും വലിയ കണ്ണുകളുമുള്ള തവളയെ പിടിക്കുന്ന നീർക്കോലി മരണ
ത്തിന്റെ നനുത്തതും, അനിവാര്യവുമായ സാന്നിധ്യമാവുന്നു. ഈയൊരു
നനുത്ത സാന്നിധ്യമാണ് പഴകിപ്പൊലിഞ്ഞ ശിൽപ്പഘടനയിൽ നിന്നും,
ഭാഷയിൽ നിന്നും പുതിയൊരു ഡൈമൻഷനിലേക്ക് വായനക്കാരനെ
നയിക്കുന്നത്.

ജീവിതത്തിന്റെ പ്രസരിപ്പാണ് പത്മരാജന്റെ കഥകളുടെ സവിശേ
ഷത. *ചൂണ്ടലിൽ* കുടുങ്ങിയ വലിയ വരാൽ മത്സ്യവുമായി വീട്ടിലേക്ക്
മടങ്ങുന്ന വൃദ്ധൻ മുതൽ അവസാനകഥകളിലൊന്നായ *ഓർമയിലെ* പിള്ള
വരെയുള്ള കഥാപാത്രങ്ങൾ ഈയൊരു പ്രസാദാത്മകതയുള്ളവരാണ്.

ഓർമയെന്ന അവസാനത്തെ കഥ പുതിയ പല പരീക്ഷണങ്ങൾക്കും
അന്വേഷണങ്ങൾക്കും പാത്രീഭവിക്കുന്നുണ്ട്. മാർക്കേസിന്റെ *ഏകാന്ത*

തയുടെ നൂറുവർഷങ്ങളിലെ ഓർമശക്തി നഷ്ടപ്പെട്ട കഥാപാത്രങ്ങൾക്ക്
സമാനനായ ഈ കഥയിലെ നായകൻ ആധുനികോത്തര കാലഘട്ട
ത്തിലെ അന്യവൽക്കരിക്കപ്പെടുന്ന മനുഷ്യന്റെ മിസ്റ്റിക്കൽ സ്വഭാവമുള്ള
പ്രതിനിധിയാണ്. നിറങ്ങളുടെ സമർഥമായ പ്രയോഗത്തിലൂടെ എഴുത്ത്
സാഹിത്യത്തിന്റെയും ചിത്രകലയുടെയും സീമകളതിലംഘിക്കുന്ന ഒരു
നുഭവമായിത്തീരുകയാണിവിടെ.

ഭാഷ പത്മരാജന്റെ ബലഹീനതയായിരുന്നു. ജിജ്ഞാസുവായ ഒരു
ശാസ്ത്രജ്ഞനെപ്പോലെ അദ്ദേഹമതിൽ നിരന്തരമായ പരീക്ഷണങ്ങൾ
നടത്തി. അദ്ദേഹത്തിന്റെ കഥകൾ തേച്ചുമിനുക്കപ്പെട്ടത് ഈ പരീക്ഷണ
ങ്ങളിലൂടെയാണ്. വായനക്കാരന്റെ ഹൃദയത്തിലേക്ക് കയറിപ്പറ്റാനുള്ള
വെറുമൊരു കയറേണി മാത്രമായിരുന്നില്ല അദ്ദേഹത്തിന് ഭാഷ. മറിച്ച്
മനസിന്റെ വാതായനവും ആത്മാവിന്റെ കണ്ണാടിയും കൂടിയായിരുന്നു.
അതിനാൽത്തന്നെ അദ്ദേഹമതിൽ പുതിയ പുതിയ അന്വേഷണങ്ങളി
ലൂടെ ആത്മപ്രകാശനത്തിന്റെ പുതിയ പുതിയ ദ്വീപുകൾ കണ്ടെത്തി.
നക്ഷത്രങ്ങളെ കാവൽ തൊട്ട് പ്രതിമയും രാജകുമാരിയും വരെയുള്ള
നോവലുകളും, *മഞ്ഞുകാലം നോറ്റകുതിര* പോലെയുള്ള നോവലെറ്റു
കളും അസംഖ്യം കഥകളും ഈ അന്വേഷണത്തിന്റെ ഫലമാണ്. അദ്ദേ
ഹത്തിന്റെ കഥകളുടെ ശക്തിയും സൗന്ദര്യവും ഭാഷയുടെ ഈ ധാരാ
ളിത്തമായിരുന്നു. ഭാഷയെ നിഗൂഢവൽക്കരിക്കുന്നതിനുപകരം മനോഹ
രമായ ഒരു സ്ഫടികക്കൊട്ടാരമാക്കി അതിന്റെ വിശദാംശങ്ങൾ ജീവിത
ത്തിന്റെ നിറഭേദങ്ങൾ കൊണ്ടലങ്കരിക്കുകയായിരുന്നു അദ്ദേഹം.

കാൽപ്പനികതയെ നിരാകരിച്ച ഒരു കാലഘട്ടത്തിന്റെ പ്രതിനിധി
യാണെങ്കിലും പത്മരാജൻ വ്യത്യസ്തനായിരുന്നു. അതുതന്നെയായി
രുന്നു അദ്ദേഹത്തിന്റെ വിജയവും. ജീവിതത്തിലെ വൈരുധ്യങ്ങളെയും
അവയെ ബന്ധിപ്പിക്കുന്ന സന്ധികളെയും കാൽപ്പനികതയുടെ വീഞ്ഞിൽ
മുക്കിയാണദ്ദേഹം അവതരിപ്പിച്ചത്. അതുകൊണ്ടുതന്നെ മരണം വെറും
കറുപ്പ് മാത്രമല്ലെന്നും ജീവിതം വെളുവെളുത്തൊരനുഭവം മാത്രമല്ലെന്നും
മറ്റെന്തൊക്കെയോ കൂടിയാണെന്നും അദ്ദേഹം നമുക്കു കാട്ടിത്തന്നു.

സാഹിത്യവും സിനിമയും തമ്മിൽ മലയാളത്തിൽ ശക്തമായ ഒരു
ബന്ധം രൂപം കൊള്ളുന്നത് പത്മരാജനിലൂടെയാണ്. ഒരുപക്ഷേ ഭാവി
യിൽ അദ്ദേഹം സ്മരിക്കപ്പെടുക ഒരു സാഹിത്യകാരനായിട്ടായിരിക്കാ
മെങ്കിൽപോലും സാധാരണക്കാരെ സംബന്ധിച്ചിടത്തോളം അദ്ദേഹം അവ
രെയറിയുന്ന സിനിമാക്കാരനാണ്. അതിനാലാണ് അദ്ദേഹം വിട പറഞ്ഞു
പിരിഞ്ഞുപോയപ്പോൾ അവർക്കൊരുതരം അനാഥത്വം അനുഭവപ്പെട്ടതും.

മലയാളസിനിമയെ നാടകത്തിന്റെ പിടിയിൽ നിന്നും മോചിപ്പിച്ച് ഒരു
സ്വതന്ത്രമാധ്യമമാക്കിയത് എം ടിയും പത്മരാജനുമാണ്.

പത്മരാജനെപ്പോലെ വൈവിധ്യമാർന്ന പ്രമേയങ്ങൾ കൈകാര്യം
ചെയ്ത മറ്റൊരു സിനിമാക്കാരനെ നമുക്ക് ചൂണ്ടിക്കാണിക്കാനില്ല. ഒരു
പ്രമേയവും ഒന്നിൽക്കൂടുതൽ തവണ സ്പർശിക്കാതിരിക്കാനുള്ള അപാ

രമായ റെയ്ഞ്ച് അദ്ദേഹത്തിനുണ്ടായിരുന്നു. നമ്മുടെ സമൂഹത്തിൽ അദ്ദേ
ഹത്തിന്റെ കഥാപാത്രങ്ങളാകാതെ അവശേഷിക്കുന്ന ഒരാൾ പോലുമു
ണ്ടാവില്ല. ചെല്ലപ്പനാശാരിയായാലും ഫയൽവാനായാലും കള്ളൻ പവി
ത്രനായാലും മൂലക്കിരുത്തപ്പെട്ടവന്റെ വികാരവിചാരങ്ങളായിരുന്നു അദ്ദേ
ഹത്തിന്റെ മിക്ക സിനിമകളുടെയും ഇതിവൃത്തം. അങ്ങനെ ഇരുട്ടും വെളി
ച്ചവുമെന്ന നമ്മുടെ ഉറച്ചുപോയ ധാരണകളെ പൊളിച്ചുമാറ്റി അതിനി
ടയ്ക്ക് സന്ധ്യയെന്ന, വൈകുന്നേരമെന്ന, ഒരുപാടു ഭാവങ്ങളുണ്ടെന്ന്
പ്രേക്ഷകന് കാണിച്ചുകൊടുക്കുകവഴി ഓരോ സിനിമയും ഓരോ ഫ്രെ
യിമും ഓരോ പുതിയ അനുഭവമാക്കി മാറ്റുവാനദ്ദേഹത്തിന് കഴിഞ്ഞു.

പ്രണയത്തിനും ലൈംഗികതയ്ക്കും പുതിയ മാനങ്ങൾ നൽകിയ
ചലച്ചിത്രകാരനാണ് പത്മരാജൻ. പ്രായദേശഭേദങ്ങൾക്കതീതമായ മനു
ഷ്യന്റെ ആദിമചോദനകളെക്കുറിച്ചും അതടിച്ചമർത്തപ്പെടുമ്പോഴുണ്ടാവുന്ന
സാമൂഹികമായ പ്രശ്നങ്ങളെക്കുറിച്ചും അദ്ദേഹം അപഗ്രഥിച്ചു. ലൈംഗി
കത കൈകാര്യം ചെയ്യുമ്പോൾ എത്ര തീവ്രമായിരുന്നാൽ തന്നെയും
അശ്ലീലച്ചുവയില്ലാതെ ഉദാത്തമായാവിഷ്കരിക്കാനദ്ദേഹത്തിന് കഴിഞ്ഞി
രുന്നു. 'ദേശാടനക്കിളി കരയാറില്ല' എന്ന സിനിമയിൽ ലൈംഗികതയുടെ
ജീവസുറ്റ ഒരു മുഖം കടുംചായങ്ങൾ കൊണ്ട് കോറിയിടാനുള്ള അസാ
മാന്യ ധീരത അദ്ദേഹത്തിനുണ്ടായിരുന്നു. പ്രണയം അദ്ദേഹത്തിന് മുൻവി
ധികളില്ലാത്തതും അപൂർണവും മനോഹരവുമായിരുന്നു. 'രതിനിർവേദ'
ത്തിലൂടെയും 'മുന്തിരിത്തോപ്പു'കളിലൂടെയും നമ്മുടെ ജീർണസങ്കൽപ്പ
ങ്ങൾ തകർത്തെറിഞ്ഞ അദ്ദേഹം 'ഗന്ധർവ'നിൽ അതൊരു മിസ്റ്റിക്കൽ
തലത്തിലേക്കുയർത്തി.

പെണ്ണെഴുത്തിന്റെ വർത്തമാനകാലത്ത് ഏറ്റവും കൂടുതൽ ചർച്ച
ചെയ്യപ്പെടേണ്ട ഒന്നാണ് പത്മരാജന്റെ സ്ത്രീകഥാപാത്രങ്ങൾ. മലയാള
സിനിമ കണ്ടു ശീലിച്ച പരമ്പരാഗത സ്ത്രീകഥാപാത്രങ്ങളിൽ നിന്നും
തികച്ചും വ്യത്യസ്തരാണ് മൗലികാസ്തിത്വം കാത്തുസൂക്ഷിക്കുന്ന ഉപ
ഗ്രഹമാകാനിഷ്ടപ്പെടാത്ത ഇവരോരോരുത്തരും 'രതിനിർവേദ'ത്തിലേ
തുൾപ്പെടെയുള്ള അദ്ദേഹത്തിന്റെ സ്ത്രീകഥാപാത്രങ്ങളോരോരുത്തരും
നമ്മെ ഞെട്ടിക്കുകയും, അത്ഭുതപ്പെടുത്തുകയും നമ്മളിലെ കറുപ്പ് നമുക്ക്
ചൂണ്ടിക്കാട്ടിത്തരുകയും ചെയ്തു.

മലയാള സിനിമയിൽ പത്മരാജനെപ്പോലെ ക്രാഫ്റ്റിന്റെ പ്രാധാന്യം
തിരിച്ചറിഞ്ഞ് അതിന്റെ സാധ്യതകൾ ഇത്രത്തോളം പ്രയോജനപ്പെടു
ത്തിയ മറ്റൊരു സംവിധായകനില്ല. 'പെരുവഴിയമ്പലം' തൊട്ട് 'ഞാൻ
ഗന്ധർവൻ' വരെയുള്ള സിനിമകൾ ഇതിനുദാഹരണങ്ങളാണ്. ഭരതൻ
-പത്മരാജൻ ടീം ഈ രംഗത്തു നടത്തിയ പരീക്ഷണങ്ങൾ ഇന്ത്യൻ
സിനിമയിൽ തന്നെ വൻചലനങ്ങളുണ്ടാക്കിയിട്ടുണ്ട്.

മലയാളസിനിമയിൽ ഇന്നു ശക്തിപ്പെട്ടുവരുന്ന പുനരുത്ഥാരണവാദം
പത്മരാജന്റെ കാലത്തുതന്നെ കഴുത്തുനീട്ടാൻ തുടങ്ങിയിരുന്നു. പക്ഷേ
ആ നീരാളി കൈകൾ തട്ടിമാറ്റി സമൂഹത്തിന് നേർക്കാഴ്ച നൽകുവാന

ദ്ദേഹത്തിന് കഴിഞ്ഞു. വിസ്ഫോടനാത്മകമായ ഒരു പ്രമേയം കൈകാര്യം ചെയ്ത 'അരപ്പട്ടകെട്ടിയഗ്രാമം' എന്ന സിനിമ ഇതിനുദാഹ രണമാണ്. മൂന്നാംപക്കത്തിലെ തറവാടിയായ മുത്തച്ഛനെ അവതരിപ്പി ച്ചപ്പോൾ നോക്കിലും വാക്കിലും പുരോഗമനവാദിയായ ആ കഥാപാ ത്രത്തെ അവതരിപ്പിക്കുവാൻ അദ്ദേഹത്തിനു കഴിഞ്ഞു. 'ഫയൽവാനി' ലാകട്ടെ ഭർത്താവിന്റെ പരസംഗത്തോട് അതേ നാണയത്തിൽ തി രിച്ചടിക്കുന്ന വിപ്ലവകാരിയായ ഒരു നായികയെയാണ് നാം കാണുന്നത്. ഗ്രാമത്തിന്റെ പുണ്യവും സംസ്കാരത്തിന്റെ നന്മയും ഒപ്പിയെടുക്കു മ്പോഴും നിലവിളക്കെരിയേണ്ടത് അധഃസ്ഥിതന്റെ കണ്ണീരിലായിരിക്കരു തെന്നുള്ള ഉൾക്കാഴ്ച അദ്ദേഹത്തിനുണ്ടായിരുന്നു.

കാസ്റ്റിംഗിന് വളരെയധികം പ്രാധാന്യം നൽകിയ സംവിധായകനാണ് പത്മരാജൻ. ഒരിക്കലും ചെറിപ്പിനനുസരിച്ച് അദ്ദേഹം കാലുവെട്ടിയിരു ന്നില്ല. തന്റെ കഥാപാത്രങ്ങളുമായി നൂറുശതമാനം നീതിപുലർത്തുന്ന അഭിനേതാക്കളെ മാത്രമേ അദ്ദേഹത്തിന് സ്വീകാര്യമായിരുന്നുള്ളൂ. 'ഫയൽവാനി'ൽ യഥാർഥ ഗുസ്തിക്കാരനെയും, 'പെരുവഴിയമ്പല'ത്തിൽ എലുമ്പൻകോലനായ അശോകനെയും കാസ്റ്റ് ചെയ്യാൻ അദ്ദേഹം കാ ണിച്ച ധൈര്യം അപാരമാണ്. ജയറാം, റഹ്മാൻ, അശോകൻ, കൃഷ്ണൻ കുട്ടി നായർ തുടങ്ങി എത്രയെത്ര പ്രതിഭകളെയാണ് അദ്ദേഹം കണ്ടെ ത്തിയത്.

സിനിമയെന്നാൽ ഒരനുഭവമാണെന്നും അത് പഞ്ചേന്ദ്രിയങ്ങളുടെ സവിശേഷമായ പ്രവർത്തനത്തിലൂടെ ആർജിച്ചെടുക്കേണ്ടതാണെന്നു മുള്ള ഉറച്ച വിശ്വാസമായിരുന്നു അദ്ദേഹത്തിനുണ്ടായിരുന്നത്. അദ്ദേഹ ത്തിന്റെ ഓരോ ഫ്രെയിമും നമുക്കപരിചിതമായ പുതിയ പുതിയ ഡൈ മൻഷനുകളിലേക്ക് നമ്മെ കൂട്ടിക്കൊണ്ടുപോകുന്നതുകൊണ്ടാണ്. സിനി മയെന്നാൽ ക്ലോസപ്പ് ഷോട്ടുകളും കരിമ്പാറ തകർക്കുന്ന ഡയലോഗു കളുമാണെന്ന് ധരിച്ചുവശായ നമ്മുടെ പുതിയ സിനിമാക്കാർ പത്മരാ ജനെ കണ്ടുപഠിച്ചിരുന്നെങ്കിൽ...